# NHỮNG DÒNG KÝ ỨC

**NHỮNG DÒNG KÝ ỨC**
Tập truyện **Thiên Lý**
Bìa: **Trần Triết**
Trình bày: **Lê Hân & Nguyễn Thành**
Kỹ thuật: **Tạ Quốc Quang**
**Nhân Ảnh** Xuất Bản **2019**
ISBN: 9781989705469

# NHỮNG DÒNG KÝ ỨC

Tập truyện

THIÊN LÝ

**Nhân Ảnh**

**2019**

## NHỮNG CẢM XÚC KHI ĐỌC

# *Những Dòng Ký Ức*

*Phạm Tín An Ninh*

*Những Dòng Ký Ức* gồm đa phần những câu chuyện tình trong thời kỳ bất hạnh nhất của Sài gòn, của đất nước. Cuộc tình của những cô con gái vừa mới lớn lên trong một xã hội khốn cùng, đầy dẫy những tai ương bất trắc, sau những ngày miền Nam vừa lọt vào tay Cộng sản; khi những "con đường tình ta đi" đang còn đầy dẫy những lằn ranh, trạm gác, và tương lai chỉ hứa hẹn những đau đớn, chia lìa hơn là thăng hoa, hạnh phúc. Có lẽ dân tộc Việt Nam chưa có thời kỳ nào mà những người trẻ yêu nhau lại luôn bị ám ảnh một tương lai bấp bênh, bi thảm; con người không còn có một nơi chốn an toàn để dung thân, và chuyện học hành để xây đắp tương lai chỉ còn là những cơn ác mộng. Thời ấy, dường như mọi người chỉ còn nhìn ra biển khơi mênh mông để mơ ước về một tương lai nào đó ở phía bên kia chân trời mịt mờ xa thẳm. Không còn gì đau đớn hơn khi con người nghĩ tới chuyện bỏ quê hương ra đi lại là một khát vọng. Ra đi, có khi bất ngờ đến nỗi không kịp nói được một lời từ biệt với chính người mình yêu, và gặp lại hay không chỉ còn hẹn nhau phương trời khác. Có những cuộc tình nào bi thương, tội nghiệp hơn như thế?

Đặc biệt và bi đát hơn những cô gái, như bản thân của tác giả, được lồng vào nhân vật chính trong các câu chuyện, là con gái xinh đẹp nết na của một sĩ quan cao cấp trong quân đội miền Nam đang bị lưu đày khổ ải vô hạn định trong các trại tù "cải tạo" ở một nơi xa xôi nào đó. Cả gia đình ở nhà thì bị "bên thắng cuộc" đuổi xô, trấn áp đến bước đường cùng. Những đứa con với cái lý lịch "đen" không thể ngóc đầu lên giữa cái xã hội đang ngột ngạt không khí hận thù và đầy dẫy những con người rừng rú, ngu dốt, nham hiểm, phản trắc. Đến tuổi yêu đương, họ còn biết yêu ai? Người mà có thể yêu, hai trái tim cùng hòa được một nhịp, chính là những người đồng cảnh ngộ với họ, những người lính trẻ, không là sĩ quan nên không bị tù đày, hay là con cháu của những công chức, sĩ quan miền Nam đang nằm trong các trại tù cải tạo. Đời họ chẳng khác nào những cánh lục bình trôi trên dòng sông vô định. Có biết bao cô gái xinh đẹp đã phải phụ giúp mẹ mưu sinh, nuôi cả đàn em nhỏ dại, để chờ đợi cha về, không dám mơ tưởng đến chuyện vợ chồng. Hơn mười mấy năm sau, khi cha trở về là đời con đã dang dở.

Tác giả Thiên Lý là một cô con gái đã từng lớn lên trong thời kỳ ấy, trong khung cảnh ấy. Ông bố bị đày ải nhiều năm ở các trại tù Cộng sản, bà mẹ phải buôn bán tảo tần để có thể nuôi sống đàn con dại. Khó có thể tìm được nụ cười khi trước mặt chỉ là những tháng ngày mịt mờ ảm đạm. Ngay cả những trẻ con thơ dại cũng phải bươn chải để trưởng thành sớm hơn số tuổi của mình. Việc học hành không còn là cánh cửa mở ra tương lai, bởi cuộc mưu sinh và lý lịch đã là những hàng rào song sắt. *Những Dòng Ký Ức* cũng chính là những mảnh đời mà tác giả nhìn ra từ chính mình và bè bạn chung quanh. Họ yêu nhau vội vàng, say đắm, nhưng không có hứa hẹn nào cho một tương lai, bởi bao bất trắc tối tăm đang chờ phía trước, và tất nhiên kết cục thường chia lìa, đau khổ, cùng với nhiều nghịch cảnh. Nhưng có thể đó lại là những cuộc tình thật đẹp, khó mờ trong ký ức, như nhà thơ Hồ Dzếnh đã viết: "Tình chỉ đẹp khi còn dang dở"

Năm 1995 Thiên Lý đã rời khỏi quê hương đến Mỹ, rồi trở thành cô giáo, lập gia đình với một cựu phi công trẻ và sống đời hạnh phúc. *Những Dòng Ký Ức* gợi lại cho tác giả những tháng ngày đen tối với những cuộc tình nhuốm nhiều nước mắt. Với trí nhớ tuyệt vời, với trái tim đa cảm nhưng rất mực chân thành cùng lối hành văn mạch lạc, sống động, tác giả đã lôi cuốn người đọc, cho họ nhiều cảm xúc. Đặc biệt, qua *Những Dòng Ký Ức*, người đọc có cơ hội nhìn lại bức tranh quê hương trong giai đoạn tang thương nhất của lịch sử dân tộc, kéo theo số phận bất hạnh tột cùng của những người con gái miền Nam lớn lên trong những ngày tháng ấy.

Xin cám ơn tác giả đã cho đọc một tác phẩm hay, ngoài giá trị văn chương còn mang theo những dấu tích lịch sử của một thời không thể nào quên, để lại trong lòng tôi ngập tràn những cảm xúc.

*Bắc Âu, đầu tháng 3 năm 2019*

**Phạm Tín An Ninh**

## *Cảm Nghĩ Về Nhà Văn, Nàng Dâu Không Quân Qua Sáng Tác...*

Tác giả Thiên Lý là một trong những nhà văn nữ đã cộng tác với ĐSKQ từ năm 2012, với các truyện ngắn cũng như thơ của cô đã tạo ấn tượng rất lớn trong lòng độc giả. Tập truyện ngắn đầu tay "Hoàng Hôn Trên Núi Tây" ra đời đã được độc giả ưu ái đón nhận. Đúng vậy, cách hành văn nhẹ nhàng cô đọng, những hình ảnh gần gũi, tình cảm thân thương của gia đình người thân, quê hương, nỗi nhớ nhung, sự mất mát đau thương phảng phất trong các truyện ngắn đã đi sâu và lắng đọng trong tim độc giả.

Những ai trong chúng ta, sao không xúc động khi đọc truyện cô viết về cha, về mẹ... Chỉ là những câu truyện ngắn, nhưng lại là một cuốn phim dài nhiều tập, và chưa kết thúc... Hạnh phúc của gia đình trước năm 1975, nỗi đau đớn mất đi yêu thương nhỏ bé của gia đình, sự bi thảm của đất nước sau ngày 30 tháng 4,1975, làm tim chúng ta quặn thắt trong truyện viết về Chiếc Áo Len Xanh, Mẹ Và Mùa Xuân, Người Mẹ Của Mẹ Tôi... về người mẹ thân yêu, về những hình ảnh thân yêu quen thuộc.

"Cuốn phim bộ" này cũng có những tập được coi là phim "lịch sử", vì "quay" lại những nỗi đoạn trường, đau thương của người dân sống trong địa ngục cộng sản, và cô lại là chứng nhân trung thực.

Chúng ta đã xúc động và rưng lệ khi đọc và cả hình ảnh đó như một cuốn phim trải dài trước mắt. Đọc truyện của cô, chúng ta yêu thương những người đi tù cộng sản, đồng thời chúng ta cũng mến phục trân trọng các bà mẹ, bà vợ...ở nhà. Họ đã phải trải qua những năm tháng khổ cực vất vả đau buồn để lo cho người thân bên ngoài và thăm nuôi người trong trại tù. Quá tuyệt vời những truyện ngắn của Thiên Lý.

Với tài năng thiên phú, sự dịu dàng đằm thắm sâu sắc của người phụ nữ VN, cô đã đưa chúng ta đến thế giới đẹp của tình người, những hình ảnh quen thuộc ấm áp thân yêu gia đình của quê hương, của tình yêu và cả bi thảm khốn cùng khi phải sống với bọn cộng sản.

Có nhiều nhà văn đã viết về địa ngục tù cộng sản, nhưng với các truyện ngắn của cô, chúng ta lại xúc động. Cô không phải viết hồi ký, cô chỉ xử dụng những hình ảnh quen thuộc người thật để viết. Đây là truyện tiểu thuyết - fictions. Đó cũng là cách viết truyện tuyệt vời của một số nhà văn nước ngoài và trong văn chương VN hải ngoại, như chúng ta tìm thấy trong tác phẩm "Chiếc Phong Cầm Của Bố" của nhà văn Dương Như Nguyện.

Tập truyện ngắn đầu tay của cô đã để lại dấu ấn thân yêu trong lòng độc giả, chúng ta tin tưởng đứa con tinh thần thứ hai này cũng sẽ được mọi người ưu ái đón nhận, bởi vì được thành hình của cùng một tư tưởng sâu sắc, tình cảm chân thành ngòi bút bén nhậy linh động và nhất là nguồn cảm hứng đam mê bất tận của nhà văn nữ dịu dàng hiền hoà này.

Chúng tôi rất vui khi cô ngỏ lời muốn chúng tôi viết lời giới thiệu tập truyện ngắn thứ hai. Chúng tôi xin nhường lời lại để các bạn viết tiếp khi chúng ta cùng bước vào khu vườn nghệ thuật thứ hai này...

Cuối cùng chúng tôi chỉ ngạc nhiên khi cô cho biết cô sẽ ngừng viết, vì sức khoẻ???

Chúng tôi nghĩ sức khoẻ là lý do này vì nguyện vọng và đam mê trong tim cô không thể nào dừng lại. Cô là một trong rất ít nhà văn nữ hải ngoại viết tiểu thuyết trong sáng, chân thành và sâu sắc.

Nơi đây xin chúc cô sức khoẻ an vui bên cạnh gia đình. Rất mong chúng tôi vẫn được cô gợi ý cho chúng tôi viết lời giới thiệu những tác phẩm thứ ba, tư, năm...

**Ban Biên Tập Đặc San Không Quân**

# CẢM NGHĨ VỀ "NHỮNG GIÒNG KÝ ỨC"

*Trương Công Bình*

Được biết Thiên Lý sẽ cho ấn bản tập truyện "Những giòng ký ức" với mục đích lưu lại như một kỷ niệm viết lách, với tôi cũng chẳng có gì lạ khi một người đam mê thơ văn, dạt dào tình cảm thường chuyển đạt ý tưởng của mình được trải dài trên bàn phím máy điện toán như cô.

Thiên Lý viết văn dường như cũng pha chút lãng mạn như làm thơ, dù là hư cấu tưởng tượng vẫn có phảng phất chút gì đang xảy ra trong đời thường mà cô là chứng nhân như câu chuyện "Nàng thu" hay "Chỉ còn là kỷ niệm"..., ở đó độc giả dễ nhận ra một chút vui vui khi cô vào vai nhân vật chính trong đó giống như một anh tân binh còn trong quân trường nay kể chuyện đánh đấm nơi chiến trận vậy. Về những gì xảy ra cho bố mẹ sau năm 75, tôi nghĩ độc giả nào cũng phải xúc động với cái bi thảm sau cuộc đổi đời qua truyện "Chiếc áo len xanh" mẹ đan cho bố, hay "Bài thơ dang dở" lúc lo lắng cho mẹ trong nhà thương v.v... với cô chỉ có một nơi để về, chính là gia đình, nơi đó có cha, có mẹ, có chị em, có tình thân, có tình yêu, có sự yên bình, có ấm áp... Điểm làm tôi ngạc nhiên lần này với lời tâm sự đây là lần cuối cùng cô cho in sách (sau khi đã in tuyển tập đầu tay "Hoàng hôn trên núi Tây" mấy năm trước) và mong muốn tôi có đôi dòng cảm nghĩ, hỏi lý do cô chỉ vắn tắt "tại em lười". Thôi thế thì khi nào hết lười lại viết tiếp Thiên Lý nhé!

Tôi quen biết cô cũng khoảng trên 10 năm nay từ ngày sáng lập trang web Hội quán Không Quân rồi Gia đình KQVNCH với mục đích nối kết tình chiến hữu giữa anh em KQ với nhau, ngày qua ngày anh chị em trong các quân binh chủng khác cùng thân hữu tham gia làm thành viên, trong đó có Thiên Lý.

Khác với chị Nguyên Nhung phu nhân của anh Đông một niên trưởng KQ, viết nhiều về quê hương và đời lính qua hình ảnh của chồng, Thiên Lý lại có sở trường viết nhiều về gia đình, có lẽ vì sau ngày cộng sản cưỡng chiếm miền Nam cô còn là một nữ sinh chưa xong trung học, bố bị đi tù bởi trước 75 ông là sĩ quan cấp Tá, nguyên giáo sư Văn Hoá Vụ của trường Võ Bị Đà Lạt, còn cô vừa tiếp tục học vừa phải tần tảo phụ giúp mẹ bương chải với sinh kế khó khăn để nuôi đám em còn thơ dại, ngày cha được thả về cũng là ngày mẹ lại nhắm mắt xuôi tay vì kiệt sức trong mỏi mòn chờ đợi ngày xum họp. Tuổi hoa niên của cô theo ngày tháng lớn lên ngập tràn những chuyện buồn của cái gọi là xã hội chủ nghĩa nên luôn phảng phất qua văn từ trong bài viết, nhưng cô không bị ảnh hưởng bởi những từ chói tai qua cách dùng chữ của lũ cộng sản ngu dốt nhờ ảnh hưởng của bố mẹ xuất thân tầng lớp khoa bảng vẫn dạy con đừng quên chữ Việt trong sáng trước 1975.

Chúng ta còn đọc được từ tập truyện "Những giòng

ký ức" nhiều câu chuyện khá ấn tượng. Có những dòng văn miên man cảm xúc mà càng đọc ta sẽ càng thích thú. Lại nghe lòng mình nao nao, đâu đó trở về dòng sông ký ức như tựa đề đã nêu. Tôi thích cách viết văn giản dị, mộc mạc của Thiên Lý (không dùng sáo ngữ như một số văn sĩ khác thường dùng), nơi cô độc giả có thể tự mình lần giở từng trang sách, tự mình khám phá từng dòng chữ mà trong đó tự mình nuôi dưỡng những cảm xúc theo tiết cấu của bài viết với nhận xét riêng của mình .

Cám ơn Thiên Lý đã cho tôi xem một tập truyện hay với bao tình tiết cũng với lối viết nhẹ nhàng đã mang đến trong tôi nhiều xúc động. Cũng mong cô mau hết "lười" để độc giả còn có dịp tìm đọc những áng văn khác, thân chúc cô và gia đình luôn dồi dào sức khoẻ, an bình trong những ngày tháng trước mặt .

**Trương Công Bình**

**Trang Chủ GIA ĐÌNH KQVNCH**

## Lời Tự Bạch

Tôi chưa bao giờ dám ước mơ trở thành văn sĩ mặc dù tôi rất thích viết. Tôi chỉ viết theo một cảm hứng bất chợt, theo những ưu tư, phiền muộn khi mình không thể tâm sự được với ai. Đôi khi, viết lách còn là một niềm vui giúp tôi giảm bớt những căng thẳng trong cuộc sống hiện tại, xoa dịu phần nào nỗi buồn xa xứ. Tôi yêu cuộc sống gia đình, yêu kỷ niệm ở quê nhà, những kỷ niệm vui hay buồn, đau khổ hay hạnh phúc, vẫn thường là đề tài gợi lên trong tôi những hồi tưởng với nhiều cảm xúc. Tôi góp nhặt những hồi tưởng và cảm xúc ấy đặt vào bài viết của mình. Rất mong những ai cũng thường dạo chơi về một vùng trời kỷ niệm riêng nào đó, sẽ cùng đọc và chia xẻ với tác giả Thiên Lý qua "Những Dòng Ký Ức".

Chân thành cám ơn.


## Lời cảm tạ

Thiên Lý xin chân thành gửi lời cảm tạ đến nhà xuất bản Nhân Ảnh dưới sự điều hành của anh Lê Hân đã nhiệt tình giúp đỡ Thiên Lý trong việc in ấn tác phẩm đẹp này.

Xin cám ơn anh Trần Triết, người đã design bìa sách thật tuyệt vời.

Xin cám ơn anh Nguyễn Thành và anh Tạ Quốc Quang đã dành nhiều công sức thời gian để thiết kế bản thảo một cách hoàn hảo.

Trân trọng

Thiên Lý

# NÀNG THU

Tôi đang ở giữa chặng đường cuối cuộc đời, chẳng biết ngày nào sẽ đi đến đích. Vậy mà, không hiểu sao trái tim già khô héo trong tôi vẫn còn rung cảm mạnh mẽ vì nàng. Ôi, nhảm nhí quá phải không bạn? Tôi đã là một ông già ngoài sáu mươi rồi! Oái oăm thay, chữ tình đã không tha tôi ở tuổi này, lúc tơ vương thì nặng lòng khi buông xuống thì đã quá buồn đau đơn độc. Những đêm mưa gió lạnh lẽo nằm cô đơn trong căn phòng tối, tôi nhớ nàng tha thiết, nhớ giọng nàng nói, nhớ tiếng nàng cười, nhớ đôi mắt to với cái nhìn như lúc nào cũng ngạc nhiên, nhớ bờ môi luôn ướt mọng hồng hồng. Từ nỗi nhớ lảng vảng đầy tâm tư đó, hình bóng nàng nhè nhẹ đưa tôi về những buổi chiều thu kỷ niệm. Hai chúng tôi cùng đi dạo dưới hàng cây vàng lá, gió thổi vài chiếc rơi trên áo tôi, những chiếc lá khác lượn lờ đậu trên tóc nàng. Chúng tôi kể cho nhau nghe mọi chuyện trên đời, cùng ngắm ánh nắng chiều nhạt dần sau đám mây thay màu hồng tim tím phía trời tây.

Nàng không phải tên Thu nhưng với sự mơ tưởng của tôi, nàng như một mùa thu êm dịu trong thời tiết mát lạnh. Dù nàng rất giản dị không trang điểm phấn son, đài các, tôi vẫn thấy nàng tươi thắm như những lá vàng rực trên cành. Nàng nhỏ bé như con chim sâu, líu lo, huyên thuyên với tôi khi bàn về một đề tài gợi hứng. Nàng yêu thiên nhiên, yêu mùa thu và thường thích chụp hình cảnh thu. Tôi là một gã khô khan, quê mùa, chẳng để ý gì mấy đến việc thưởng ngoạn cảnh vật chung quanh. Nhờ ở bên nàng mà tôi đã dần dà bị quyến rũ bởi sắc thu… Rồi đến một ngày cuối thu, lúc nắng đã tắt, lá chết khô ngập đầy trên đường, cây gầy trơ thân xơ xác. Mây đen kéo đến che khuất nửa mảnh trăng buồn, che cả những ngôi sao xa tít mờ...thì cũng là lúc tôi... đã... mất nàng. Tôi khóc trong giấc mơ, tôi buồn đến lịm người, tôi say, tôi cười điên vào định mệnh trớ trêu. Tôi gào tên nàng. Tôi đau đớn vì nàng đã bỏ tôi đi mãi mãi…

Một ngày hội ngộ khoá Không Quân ở San Jose, California, tôi là thân hữu được mời tham dự. Giữa lúc mọi người đang say sưa với điệu nhạc khiêu vũ bên trong, tôi lang thang ra ngoài hành lang vắng đốt hơi thuốc ấm. Ở đó, nơi một góc sáng mờ mờ, tôi đã gặp nàng đứng một mình ngước mắt nhìn lên mảnh trăng non. Sau cái giật mình từ tiếng động do tôi gây ra, nàng quay về phía tôi và sự xã giao chào hỏi mở đầu. Tôi vẫn có lối nhìn chăm bẳm vào mặt phụ nữ một cách háo hức, nhưng lần này sự háo hức đó không hiện hữu trong tôi vì khuôn mặt nàng bình thường chẳng có gì nổi bật, trông nàng còn trẻ mà thật khó đoán tuổi. Tôi ước chừng lúc tôi vào lính thì nàng hãy còn đang học tiểu học. Tôi bắt chuyện với nàng về thời tiết gió mưa rồi âm nhạc. Cũng như tôi, nàng là một thân hữu tham dự buổi tiệc và không biết khiêu vũ, song về lãnh vực âm nhạc nàng có vẻ biết nhiều lắm. Giọng nói miền nam thanh thanh nhỏ nhẹ dễ thương đã giữ tôi ngồi lại trò chuyện với nàng. Tôi nghe nàng nói về trăng, những đêm trăng khuyết, trăng tròn, những ngôi sao tí teo xa thăm thẳm gợi cho nàng một nỗi nhớ quê hương tha thiết. Tiếp đến vài phút sau, tự nhiên nàng hỏi tôi về biển, chao ôi, nghe nàng nhắc đến biển, tim óc tôi bỗng tràn ngập lên sự nhớ thương miền biển Đại Lãnh quê tôi. Tôi nhớ làm sao màu xanh như ngọc bích của biển có hàng phi lao chạy dọc bên bờ nghiêng bóng mát. Nhớ thời còn đi học trung học vào những ngày nghỉ, tôi được theo cha đi kéo lưới ngoài khơi từ sáng sớm tinh mơ. Âm thanh xình xịch của chiếc thuyền máy vang trong buổi sáng im vắng thuở đó vẫn còn văng vẳng trong tôi từ bao nhiêu năm qua. Tôi thích nhất là lúc mặt trời vừa hé mắt ở phía xa xa, tạo nên một đường chân trời vàng nhạt chạy dài thẳng tắp trên biển. Thỉnh thoảng, tôi đi lưới cá vào những đêm trăng, thấy ánh vàng chiếu rõ trên mặt nước những đốm sáng lấp lánh thật đẹp!.. Vừa xong trung học, tôi chưa kịp dự định một tương lai nào, cũng chẳng có nhiều thời giờ để dạo hết cảnh đẹp trên quê mình thì phải ra đi làm bổn phận người trai thời chinh chiến. Sau bốn tháng thụ huấn căn bản Bộ Binh giai đoạn 1 ở Thủ Đức, tôi chuyển sang trường Pháo Binh Dục Mỹ học căn bản Sĩ quan Pháo Binh rồi về quân khu 4 làm tác xạ, lăn lóc bước chân đi đóng súng tứ phương trong trận mạc nên càng ngày tôi càng xa quê hương. Ngày tàn cuộc chiến, tôi lết tấm thân đầy thương tích trở về "báo hại" cha mẹ. Vừa dưỡng sức được hơn một tháng thì tôi phải vào tù đến tám năm sau mang thân tàn về khóc bên mộ phần song thân mình. Lúc đó, dù đã ra tù, tôi vẫn không được phép ở lại quê biển của tôi một ngày nào để an phận làm ăn sinh sống. Tôi phải đi đến một vùng kinh tế mới xa lạ khác trồng trọt kiếm miếng ăn dưới sự kiểm soát của chính quyền địa phương, cho tới khi tôi thật sự rời khỏi Việt Nam qua Mỹ theo diện H.O. Thời chiến tranh, tôi xa quê vì bổn phận người lính, thời "hoà bình", quê hương vẫn mãi ở xa tôi vời vợi vì tôi là người tù tội. Bây giờ thì không những quê mình đã quá xa mà đường về thì còn xa hơn nữa... Tôi buồn bã kể, nàng chăm chú nghe... Câu chuyện cuộc đời và quê hương đã kéo khoảng cách hai chúng tôi gần lại với nhau trong sự đồng điệu của phận người lưu vong. Tiệc tan, tôi chia tay nàng để ra về, cuộc gặp gỡ xã giao tưởng như chìm vào quên lãng.

Buổi sáng tôi dậy sớm, nhìn ra ngoài trời thấy mây âm u, gió thổi mạnh làm những cành cây chạm vào mặt kính tạo thành tiếng kêu khô khốc. Lá đã vàng trên vài nhánh cây khiến tôi ngơ ngẩn buột miệng thốt lên: "Ồ, thu đến rồi!" Mùa thu làm tôi thêm nhớ nàng ray rứt, một nỗi đau xót quặn lên trong lòng, cổ họng tôi nghẹn đắng. Lúc này, tôi chợt thấy thèm rượu...nhưng thôi, tôi phải lái xe xuống phố uống cà phê vậy. Uống một mình, à không, uống với Phước, một người bạn quen thân từ hồi còn trong đơn vị. Phước và tôi cùng hoàn cảnh mồ côi vợ, tôi sống một mình lâu hơn Phước tới mười mấy năm. Phước chỉ cô đơn chừng hơn sáu năm nay thôi. Tôi lái xe trên con đường quen thuộc, đường đến nhà Phước đây mà. Phước bây giờ yếu lắm, đã ở luôn trong nhà dưỡng lão rồi không còn như buổi sáng hôm nào tôi đã đến rủ Phước đi uống cà phê. Lúc đó, Phước bị tê cái chân bên trái sau một cơn stroke nhẹ phải đến phòng tập "Therapy" ở một viện dưỡng lão ba ngày một tuần. Nhân dịp đến chơi, tôi rủ bạn đi uống cà phê và chở giúp Phước đến phòng tập. Nơi đây, tình cờ tôi đã gặp lại nàng nhờ nhận ra vóc dáng nho nhỏ và cũng vì nàng là người Việt Nam duy nhất đang làm việc trong phòng tập này. Ôi chao, khuôn mặt trẻ con không có gì đặc biệt của nàng tối hôm nào khi cùng tôi trò chuyện đã không làm tôi chú ý mấy, mà bấy giờ trong ánh sáng ban ngày tôi mới thấy nàng thật dễ thương. Tôi càng ngưỡng mộ khi biết nàng là một therapist assistant, lòng tôi tự nhiên hồi hộp lẫn với chút vui vui. Tôi không bắt chuyện được với nàng bởi nàng đang bận giúp một bà lão Mỹ trắng, tập với tay trên những nấc gỗ như nấc thang gồm mười bậc nhỏ treo trên tường. Tôi theo dõi từng động tác nàng hướng dẫn cho bà lão, nàng bảo bà với thêm lên nấc gỗ thứ sáu, trong khi bà chỉ chạm được tới nấc thứ năm. Bà hạ tay xuống, lắc đầu than mệt, nàng vui vẻ để bà nghỉ vài phút rồi nói bà sẽ tiếp tục khi nào bà muốn. Nàng khuyến khích dỗ dành bà như dỗ trẻ con, rằng bà sẽ chạm được nấc gỗ thứ sáu, thứ bảy, thứ tám và tay bà sẽ hoạt động lại bình thường, chỉ cần bà cố gắng một chút, nàng tin rằng bà sẽ làm được. Tôi thầm thán phục cho sự kiên nhẫn và thái độ nhẹ nhàng của nàng với bệnh nhân, mắt tôi không rời khỏi nàng cho đến khi Phước lên tiếng hỏi:

- Nè, làm gì mà ngó con người ta tới nổ con mắt ra vậy? Có quen không?

Tôi giật mình gật nhẹ:

- Ừ, thấy con bé đó quen quen, gặp ở đâu rồi, nó làm ở đây lâu chưa?

Bạn tôi nói:

- Em mới chuyển qua phòng tập ở đây mấy tháng

nay thôi. Mày tưởng tượng ra gặp em ở đâu vậy hả thằng khỉ già?

Tôi đấm vai bạn:

- Tao gặp em thiệt mà, em trông cũng ngộ đó chứ hả, có đều hơi nhỏ con.

- Nhỏ vầy mà khoẻ lắm nha mày, em kéo bệnh nhân cái một à. Rồi bạn tôi đổi giọng phàn nàn- mày tới thăm tao bữa nay chưa hỏi tao câu nào mà sao hỏi em hoài vậy, không tới phần mày đâu nha, dù em còn độc thân đó, chịu phận già cô đơn cho hết đời đi.

- Tao mới chỉ nói là em nhìn quen quen thôi mà mày đã chặn đầu, chặn đuôi tao rồi. Mày có phần mơ tới em trong đầu không đó?

Phước cười giòn tan:

- Nhìn bản mặt mày là thấy chữ dê to tướng hiện lên rồi, giấu chỗ nào được. Em coi bộ còn 'măng' quá, mơ với mộng làm gì ở tuổi này hả mày. Sức tao không còn khoẻ mấy để gặm cỏ non, thôi nhường sự mơ đó cho mày.

Tôi nhìn nụ cười của bạn, chợt vui lây với cái vẻ khoe khoẻ của bạn hôm ấy. Phước vẫn giữ được lối sống lạc quan hay đùa và nói chuyện tếu với bạn bè. Tôi không trả lời Phước, vẫn quay sang ngó nàng, mong cho nàng đến gần bên Phước hỏi han để tôi có dịp bắt chuyện nhưng Phước lại không thuộc nhóm bệnh nhân của nàng, vì thế, vừa cho bà Mỹ trắng nghỉ xong là nàng đã biến ngay sau cánh cửa phòng bên cạnh. Tôi đoán chắc nàng phải bận rộn lắm, ngồi chờ Phước tập đi với sự hướng dẫn của một anh chàng therapist khoảng một tiếng, tôi chỉ nhìn thấy nàng trở lại phòng tập có vài phút. Đôi mắt tôi tê theo cái nhìn trộm và tôi phát giác ra tâm hồn mình như có chút gì thay đổi. Đêm ấy tôi bắt đầu mơ đến nàng, một người đàn bà cho riêng tôi.

Tôi mua hai ly cà phê và hai ổ bánh mì thịt nguội mang đến cho Phước. Tôi gặp ngay Phước ngồi bất động bên cửa sổ gần hành lang. Tôi gọi bạn, Phước quay lại nhìn tôi mỉm cười, nụ cười như mếu trên cái miệng méo xẹo sau lần stroke thứ hai. Phước nói ấp úng không ra được nguyên câu, tôi hiểu bạn mình muốn gì. Tôi kiếm một chiếc ghế ngồi xuống bên bạn, mở ly cà phê đưa cho Phước. Bạn tôi nháy mắt hỏi tôi sẽ làm gì cho ngày hôm nay, tôi lắc đầu chưa biết. Phước đưa tay vẽ lên không, ngọng nghịu nói:

- Sao mày không viết đi?

Tôi ngạc nhiên:

- Viết à? Viết gì?

Phước đặt ly cà phê lên thành cửa sổ, run run nắm lấy bàn tay tôi rồi dùng ngón trỏ viết chữ "em" vào lòng bàn tay ngầm hỏi nhớ không, chỗ này? Tôi gật đầu cười không ra tiếng, nỗi đau lại muốn trỗi dậy. Làm sao quên được, nơi đây, cả ba chúng tôi đã từng đứng nhìn xuống ngọn đồi phía trước nhà dưỡng lão tán chuyện. Phước đã chuyển sang nhóm tập "therapy" với nàng. Lần nào tôi đến thăm Phước cũng gặp nàng tập cho Phước đi bộ quanh hành lang, nàng bấm giờ và đếm từng bước chân của Phước, nàng thường dừng lại bên cửa sổ này cho Phước nghỉ mệt một lúc. Bây giờ ngồi bên Phước, tôi cảm tưởng như bóng nàng hãy còn thấp thoáng quanh đây... Tôi vỗ vai Phước hỏi thăm sức khoẻ của bạn để quên đi nỗi nhớ đang dâng lên trong lòng. Phước đã thay đổi nhiều từ ngày vào đây, sự lạc quan không còn nữa, tôi biết Phước buồn không kém gì tôi vì sự ra đi đột ngột của nàng, một người cán sự tập luyện tốt cho bệnh nhân. Tôi gợi chuyện hồi còn trong đơn vị với nhau, Phước có vẻ vui khi nghe tôi nhắc tên những người bạn cũ, tuy nói chuyện cho bạn vui lòng, tôi không khỏi lo nghĩ đến thân mình, không biết tôi sẽ còn khoẻ được bao lâu trước khi vào hẳn viện dưỡng lão như Phước. Tôi không có một đứa con nào, người vợ của tôi đã mất mười mấy năm nay bỏ tôi cô độc trong căn nhà vắng lặng. Tôi cũng không có người thân nào ở gần để những hôm tối lửa tắt đèn có nhau. Phước may mắn hơn tôi là còn có đứa con trai, con dâu và ba đứa cháu nội. Thằng con trai không đến nỗi tệ lắm, vợ chồng con cái vẫn đến thăm Phước hàng tuần vào mỗi chiều thứ bảy. Thỉnh thoảng có thêm vài người bạn nữa trong số đó có cả tôi là người đến với Phước rất thường xuyên... Ngồi với bạn gần hết một buổi sáng tôi từ giã Phước ra về, hẹn bạn ngày hôm sau gặp lại. Phước đưa tay viết lên không ấp úng:

- Viết đi... cho... đỡ buồn.

Tôi gật đầu vỗ vai bạn rồi quay đi. Tôi định lái xe xuống khu Lion Plaza mua một ít thức ăn nhưng lại thôi. Lái xe quanh quanh thành phố một lúc, tôi chợt nhớ đến vườn Nhật, nơi tôi và nàng vẫn thường ghé chơi. Tôi vội vã quay xe chạy về hướng Senter...

Tôi bước chậm rãi trên lối đi dẫn đến một hồ nước trong vắt, dọc theo hai bên là đủ loại cây cao ngang tầm nhìn đang ngả màu vàng, đỏ. Một chiếc cầu ngắn vắt ngang hồ, phía sau có lùm cây to xoè lá vàng rực. Tôi dừng lại ngắm chiếc cầu như ngắm bóng dáng nàng đang đứng ở đó trong nhiều tư thế để tôi chụp hình. Nàng nghiêng đầu làm dáng, nàng chống tay trên thành cầu mỉm cười, nàng vịn một nhánh cây quay người lại nháy mắt với tôi, ôi, trông nàng duyên dáng quá! Và cũng ở chốn này, nàng đã hướng dẫn tôi đứng đủ kiểu, đi đủ chỗ để nàng lấy cảnh chụp, nàng chụp kỹ hơn tôi ngắm nghía rất lâu, đôi lúc làm tôi ngượng ngùng… Tôi không nhớ đã bao nhiêu lần tôi và nàng đã đến đây, chúng tôi cứ tản bộ vòng hết khu vườn, cứ chụp hình và ngồi nói chuyện. Nàng hỏi về đời sống riêng của tôi rất nhiều, tôi lại là người thích nói về mình nên đây là dịp cho tôi tha hồ tâm sự và "khoác lác" với nàng. Được ngồi gần trò chuyện và ngắm nàng, tôi mới nhận ra trên khuôn mặt nàng là một nét đẹp tiềm ẩn, càng nhìn càng say. Nàng có đôi mắt to đen lay láy dưới hàng mi rậm, sống mũi thon thon, làn da trắng mát dễ bắt nắng để cho khuôn mặt thường ửng hồng. Khi nàng cười phô hàm răng trắng đều rất quyến rũ, đặc biệt nàng có mái tóc dày, đen mun và mềm mại. Mái tóc ngắn ôm lấy khuôn mặt xương xương, chải lệch đường ngôi về bên phải với những sợi tóc con loà xoà trên trán. Nhìn mái tóc phồng phồng tự nhiên của nàng làm tôi nhớ đến kiểu tóc của cô ca sĩ Pháp Sylvie Vartan vào thập niên sáu mươi cùng bài hát *La Plus Belle Pour Aller Danser* đã say mê lòng tôi thuở đó.

Tôi bắt đầu làm bạn với nàng là do sự sắp xếp của Phước, thoạt đầu cả hai chúng tôi mời nàng đi ăn chung nhưng nàng đã từ chối, những lần sau thì lần nào nàng cũng có lý do bận để khất lại ngày khác. Sau đó, không biết Phước viết thư năn nỉ thế nào mà làm nàng cảm động và đã nhận lời đi ăn cùng chúng tôi với tính cách bạn bè. Nàng nói, nàng rất vui khi quen được hai người bạn lớn là cựu chiến sĩ VNCH, trước kia cha và anh nàng cũng là lính. Ở bên nàng tôi vui lắm, nói đủ chuyện tào lao nên tôi đã quên không hỏi về cha và anh nàng thuộc binh chủng nào. Nàng gọi hai chúng tôi là chú và xưng tên rất lễ phép, chính sự lễ phép đó mà tôi phải đóng cho trọn vai một người chú khả kính trong mắt nàng. Còn Phước thì vẫn tự nhiên đùa giỡn, kể chuyện tiếu lâm, nhờ vậy Phước đã tạo được không khí thân thiện vui vẻ trong lần đầu tiên đi ăn chung. Cả ba chúng tôi tiếp tục gặp nhau như thế được vài lần thì Phước rút lui chỉ còn lại tôi với nàng. Theo thời gian, tình bạn giữa chúng tôi đã nẩy nở, nàng có vẻ tin tưởng và cảm phục tôi rất nhiều. Riêng tôi thì càng ngày càng yêu mến nàng, sự yêu mến cuồng nhiệt âm thầm chỉ giữ được trong lòng với những mơ ước sâu kín về nàng, vì như tôi đã nói, do cách xưng hô tôi phải đóng trọn vai một ông chú, dù tuổi tác giữa nàng và tôi không chênh lệch quá nhiều. Đôi lúc tôi tự hỏi khoảng cách mười sáu năm như thế có xa lắm không để tạo một tình cảm không bị mang tiếng là "trâu già thích gặm cỏ non" như bạn bè và ngay cả Phước cũng chế diễu tôi? Tuy chọc diễu tôi như vậy, Phước vẫn khuyến khích tôi bày tỏ tình cảm với nàng, Phước nói chẳng có gì sai trái khi nàng và tôi đều là hai kẻ độc thân, dẫu cho nàng có trẻ hơn tôi mười mấy tuổi đi chăng nữa cũng không thể gọi nàng là "cỏ non" vì nàng đã ở ngưỡng cửa năm mươi rồi. Biết là thế, nhưng sự mặc cảm tự ti trong lòng tôi quá lớn nên yêu nàng, tôi phải nén những cảm xúc của tôi trong im lặng. Ròng rã gần hai năm trời quen nhau, tôi đã bỏ lỡ nhiều cơ hội để tỏ bày cùng nàng. Tôi nhớ nhất vào một buổi chiều nàng đến thăm tôi lúc tôi bị ốm. Hôm ấy nàng ở lại chơi với tôi rất lâu, nàng nấu cháo cho tôi ăn, pha sữa cho tôi uống, thoa dầu nóng vào đầu cổ, tay chân tôi cho ấm. Nàng săn sóc tôi tự nhiên như một người thân trong gia đình khiến tôi cảm thấy hạnh phúc vô cùng. Nàng thu vén những áo quần dơ của tôi đem vào máy giặt, quét dọn và lau cái bếp bừa bộn của tôi thật sạch sẽ. Vừa làm nàng vừa cằn nhằn tôi:

- Eo ôi, chú sống có một mình mà sao bừa bãi quá, chú phải kiếm một partner về đỡ đần cho chú việc clean up đi.

Tôi mỉm cười với nàng:

- Tôi biết kiếm ai bây giờ hay Mây kiếm giùm tôi đi.

Nàng lắc đầu quầy quậy:

- Thôi chuyện này khó lắm, Mây không dám tìm giùm chú đâu, chú phải tự tìm cho chú, phải chủ động lên chú à.

Tôi đứng dậy, bước chậm đến gần nàng hỏi:

- Chủ động như thế nào hả Mây?

Mây không nghe lời tôi hỏi, vẫn cúi xuống kỳ cọ những vết dầu bám vàng bên trong cái lò, miệng lẩm bẩm một mình: Dơ quá đi thôi...

Tôi đã đứng sát bên Mây ngắm nhìn mái tóc dày của nàng, một mùi thơm nhè nhẹ toát ra từ mái tóc, trong khoảng cách gần gũi đó, tôi đã muốn dang cánh tay ôm Mây vào lòng rồi nói với nàng rằng: "Mây ơi, tôi yêu Mây lắm, tôi mong Mây sẽ là người partner của tôi mãi mãi." Song, mùi thơm của tóc đã thôi miên đôi mắt tôi đắm đuối từ trên tóc qua bờ vai nhỏ bé, đến sống lưng thon chạy dài xuống cặp mông tròn trịa. Con quỷ dục vọng chợt hiện ra xúi giục tôi, chỉ một cái quàng tay ôm và siết chặt thân hình nhỏ nhắn này, Mây sẽ phải chịu thua cái sức vóc bệ vệ của tôi... Tôi nhắm mắt lại, dang rộng cánh tay sẵn sàng trong tư thế ôm lấy Mây thì vừa lúc nàng quay lại giật mình hốt hoảng:

- Ý trời ơi, chú làm Mây hết hồn à. Sao chú đứng đây?

Tôi mở mắt ra choàng tỉnh, ngượng ngùng:

- À... à... tôi... thấy Mây... chùi bếp kỹ quá, tôi... lén lại nhìn thôi.

Nàng đẩy tôi về phiá cái ghế nệm dài:

- Thôi chú lại kia ngồi nghỉ đi, chùi bếp có cái gì mà chú phải dòm, Mây làm sắp xong rồi.

Tôi bước đi vài bước rồi chợt xoay hẳn người lại, nắm chặt hai cánh tay Mây kéo lại gần, tim tôi đập nhanh, môi tôi mấp máy... Mây, Mây, rồi thu hết can đảm tôi đặt một nụ hôn lên trên vầng trán nàng... Tôi lắp bắp :

- Cám ơn... Cám ơn... Mây đã đến giúp tôi.

Nụ hôn bất ngờ làm Mây sững người ngước lên nhìn tôi. Đôi mắt đen nhánh trong veo, ngạc nhiên, bất động, chỉ vài giây đã thấy những giọt nước long lanh quanh viền mắt. Khuôn mặt Mây gần sát bên môi tôi, tôi nghe được hơi thở nhanh của nàng... Lúng túng... Mây cúi xuống, giọng đầy xúc động:

- Chú... Chú làm Mây nhớ... ba Mây quá à.

Tôi mỉm cười:

- Sao thế?

- Lần cuối cùng gặp ba Mây ở trại tù, ba cũng hôn lên trán Mây như vậy.

Tôi cười buồn, nói bâng quơ:

- Thế hả... Ô... Khi Mây ra đời thì tôi chỉ mới là một thiếu niên mười sáu tuổi thôi, tôi chưa đủ lớn để có con cỡ Mây. Tôi không ngờ đã làm cho Mây nhớ đến bác.

Mây không nói gì, trở lại công việc đang làm dở... Khi ra về, nàng dặn tôi phải uống thuốc ho, giữ ấm ngực, thoa thêm dầu vào bàn chân trước khi đi ngủ... Nàng đi để lại cho tôi nỗi luyến tiếc dầy đặc trong lòng.

Có một thời gian nàng vắng mặt ở chỗ làm rất lâu, tôi nghe vài người y tá nói nàng đi vacation. Không gặp nàng, tôi nhớ quá bèn gọi phone cho nàng nhiều lần mà nàng không trả lời. Tôi đâm ra chán nản, thầm nghĩ rằng chắc nàng đã có người mới dắt đi chơi. Nàng còn trẻ hơn tôi đến mười mấy tuổi thì cơ hội gặp gỡ người khác là chuyện thường. Hơn nữa nàng thường nói giữa tôi với nàng chỉ là tình bạn, một tình bạn đẹp như mùa thu. Ngày gặp lại nàng sau một thời gian dài, thấy tóc nàng cắt ngắn như kiểu con trai lởm chởm, tôi tưởng nàng thích cắt tóc kiểu mới. Tuy rất thất vọng về mái tóc ngắn của nàng, tôi vẫn không dám hỏi lý do vì sao nàng cắt tóc. Trông nàng gầy và xanh xao lắm, tôi vui mừng lẫn lo lắng hỏi han về sự sa sút của nàng. Trong dáng điệu buồn bã, mệt mỏi, nàng chỉ nói với tôi rằng, nàng sẽ phải đi xa. Tôi có gặng hỏi nàng đi đâu, nhất định nàng không nói.

Không lâu sau đó, nàng bất ngờ thay đổi một cách bí mật, kỳ lạ. Nàng đổi số phone mà không báo cho tôi biết, nàng không liên lạc với ai trong chỗ làm việc. Hỏi thăm mọi người về nàng cũng một câu trả lời, không biết. Tôi nóng lòng đứng ngồi không yên, chạy đến nhà nàng tìm thì chỉ thấy nhà đóng cửa im ỉm, không biết nàng đã đi đâu? Nỗi lo và nhung nhớ nàng ngày đêm đã dìm tôi vào những cơn mộng du hãi hùng...

Tôi đến thăm Phước mỗi ngày mong có dịp gặp lại nàng. Cả Phước và tôi đều hy vọng rằng nàng sẽ trở lại làm việc một ngày không xa. Ngày theo ngày, chúng tôi đều thêm buồn rầu vì sự biến mất đột ngột của nàng. Cho đến khi cô y tá therapy mới đã thay thế nàng để tập cho Phước, thì chúng tôi mới biết tin nàng đã nghỉ việc...

Tôi đến nhà nàng thêm vài lần để hỏi thăm tin tức, có khi tôi ngồi cả ngày chờ nàng ngoài cửa, có khi lái xe tới lui mấy lượt quanh nhà nàng mà vẫn chẳng thấy bóng dáng nàng đâu. Một ngày, tôi đánh bạo hỏi người hàng xóm thì được biết nàng đã trả nhà lại cho chủ và dọn về ở với người em gái để chữa bịnh...Chữa bịnh? Tôi ngạc nhiên nghe hai chữ chữa bịnh rồi tự hỏi nàng đã bịnh gì sao phải trốn tránh tôi? Người hàng xóm không biết gì hơn ngoài tin ấy.Tôi buồn rầu về nhà lòng không nguôi suy nghĩ đến nàng. Tôi bắt đầu bị mất ngủ hay thức khuya và trở lại với thói quen hút thuốc mà tôi đã vì nàng bỏ gần cả năm...

Một buổi chiều nắng tàn mau, trên bầu trời mây xanh xám ngả màu đậm dần và buông màn tối. Trong khu vườn nhà tôi hôm ấy, dưới ánh trăng hạ tuần lá rụng đầy lấp cả lối đi, cây lê, cây đào đã trơ cành trông thật buồn thảm. Tôi ngồi ủ rũ trên chiếc ghế băng hút thuốc liên tục, vừa thả hồn mình vào làn khói bay và mơ đến nàng thì có tiếng chuông gọi cửa, tôi ra mở cửa. Một người phụ nữ trẻ xuất hiện rất giống nàng khiến tôi giật mình suýt bật lên tiếng: Mây. Sau khi hỏi tên tôi, cô ta giới thiệu tên cô là Trúc, em gái của Mây. Tôi mừng rỡ mời cô vào nhà rối rít hỏi cô về Mây, tôi nhìn chăm chăm vào khuôn mặt Trúc, nôn nóng chờ câu trả lời. Trúc im lặng vài giây rồi lấy trong túi xách ra một phong thư dày cộm, Trúc run giọng nói ngập ngừng:

- Chị Mây... mất rồi... chú à...

Tôi giật mình kinh ngạc và cảm thấy đầu óc choáng váng, tôi lắp bắp trong sự bàng hoàng:

- Trời ơi, Mây... mất... khi nào... tại sao?

Và như không cầm được xúc động, Trúc oà lên khóc... Tôi mất hết bình tĩnh, hốt hoảng nắm vai Trúc lắc lia lịa:

- Tại sao, chuyện gì đã xảy ra cho Mây? Mây có vướng mắc gì mà phải trốn tránh tôi cho đến khi nhắm mắt? Trúc có biết tôi lo lắng và đau khổ biết chừng nào khi bặt tin Mây không? Trời ơi, tại sao, tại sao không cho tôi nhìn thấy em trước khi em đi chứ...Cao xanh ơi, tôi điên rồi, mất em tôi điên, tôi điên...

Trúc quệt nước mắt, khoát tay nức nở:

- Chú Hoàng... Chị Mây... bị ung thư não đã đến thời kỳ cuối. Chị mất được một tuần rồi. Trước khi mất, mắt chị đã không còn nhìn thấy gì được nữa... Trong thời gian chị bị bịnh và nhất là những giờ phút cuối, chị Mây lúc nào cũng nhắc đến chú, chị không muốn chú thất vọng khi biết chị bị bịnh nan y này.

Tôi đau đớn hỏi:

- Tại sao Mây lại muốn giấu tôi chuyện quan trọng như vậy, bịnh nan y thì đã sao? Nếu tôi biết Mây bịnh, tôi phải là người ở bên cạnh để chăm sóc Mây như Mây đã từng chăm sóc tôi những lúc tôi bị ốm. Mây vô tình đã làm cho tôi thành người vô ơn với Mây rồi. Mây ơi, Mây ơi.

Tôi vừa nói, vừa đấm đấm vào bức tường rồi gục đầu trên hai nắm tay mình. Từng lời nức nở của Trúc là từng mũi kim đâm vào tim tôi đau buốt...

- Chú Hoàng biết không, chị Mây hay kể chuyện về chú cho Trúc nghe, nhắc đến chú lúc nào chị cũng khóc. Trúc có an ủi chị và khuyên chị nên báo cho chú biết để chú đến thăm, nhưng chị Mây không cho Trúc làm vậy. Chị nói thà chị đau khổ một mình còn hơn thấy chú đau khổ vì sự đau ốm của chị... Chị có nhờ Trúc gửi cho chú lá thư này, chị dặn chỉ trao cho chú sau khi chị đã đi xa... Chú đọc thư chị Mây viết đi rồi chú sẽ hiểu... Trúc để chị Mây trong chùa Kỳ Viên, nếu có dịp nào chú đến chùa thì thắp cho chị ấy nén nhang...

Tôi cảm giác đầu mình mỗi lúc một nặng không nhấc lên nổi, một khoảng trắng xoá rồi chuyển sang đen ngòm đang nhấp nháy trước mắt tôi.Trong khoảng mịt mùng sáng tối đó, hình ảnh Mây hiện ra mờ ảo với mái tóc rất ngắn, lởm chởm, khuôn mặt xanh xao, hốc hác. Mây đứng đó nhìn tôi một lúc... Tôi vẫy Mây, lại đây, Mây làm sao mà trông tiều tụy vậy?... Vẫn đứng yên không nhúc nhích, Mây đưa tay lên vẫy tôi tạm biệt nói nhỏ, Mây sẽ phải đi xa, đi xa lắm. Tôi tiến đến bên nàng hỏi; sao Mây cắt tóc ngắn vậy? Rồi đưa tay lên định vuốt mái tóc nàng nhưng bước chân tôi chợt tê cứng, cánh tay đưa lên rồi hụt hẫng trong màn trắng, bóng Mây vụt mất. Tôi nghe tiếng Trúc trả lời bên tai mà như vẳng lại từ đâu xa lắm. Chị Mây bị rụng tóc vì phải chạy chemo. Tôi gào lên từng tiếng đứt quãng- Mây... Mây... tội cho em quá! Tiếng gọi của tôi lạc đi trong căn phòng vắng...

Khi tôi định thần lại thì Trúc đã đi từ lúc nào. Trên chiếc bàn nhỏ, Trúc để lại phong thư dày cộm, tôi hối hả mở ra xem, đó là một lá thư cùng những tấm ảnh nàng và tôi chụp cho nhau ở vườn Nhật bên những cây lá vàng đỏ rất đẹp. Tôi ngắm một bức hình nàng đứng trên cầu, nụ cười tươi tắn và đôi mắt long lanh như chứa cả một mùa thu vàng thắm. Tôi nghe tiếng nàng đang đọc cho tôi từng chữ đánh máy trong thư:

*Chú Hoàng yêu dấu*

*Mây xin lỗi đã không đành lòng nói lời chia tay với chú và chú Phước trước khi Mây đi xa. Biết làm như thế là không phải, vì dầu sao chúng ta đã là bạn. Mây biết, sự vắng mặt đột ngột của Mây đã làm cho chú rất buồn và cả Mây cũng đau đớn không ít. Ông trời chỉ cho phép Mây gặp chú được bấy nhiêu thời gian thôi, đó là quãng thời gian Mây đã có được một sự sống vui, đẹp trong khoảnh khắc tạm bợ. Giờ đây, mọi vật chung quanh Mây đều mờ ảo, huyền bí, nhưng Mây vẫn cảm nhận được tiếng gió thổi mạnh lên những cây khô đang rụng lá rất nhiều mỗi ngày, và trên mặt đất lá chết đã trải dầy như thảm. Đến một ngày, Mây cũng bay theo gió như lá thôi. Nghĩ về số phận người và lá, Mây ngậm ngùi nhớ đến câu chuyện: "The Last Leaf" của O. Henry, sẽ không có một Behrman thứ hai nào vẽ chiếc lá cuối cùng cho Mây để Mây được nhìn ra một niềm hy vọng cho sự sống. Thôi thì, mỗi người một phần số, ai cũng phải đi xa không sớm thì muộn. Phải đi sớm hơn chú khi tâm tư Mây còn nặng trĩu một nỗi niềm không dám thổ lộ, Mây buồn và ray rứt lắm. Chỉ là ba chữ đơn thuần sao cả gần hai năm trời Mây không can đảm nói ra được. Mây đã nhân ba chữ này lên làm hai, làm ba, làm bốn, làm năm kín hết cả mấy mặt giấy đọc mãi, lẩm nhẩm mãi cho chính mình nghe thôi. Cuối cùng, sự chịu đựng đã vỡ ra từng mảnh vụn, Mây nhặt những mảnh vỡ này ghép lại với nhau. Trước giờ ra đi để lòng mình được thanh thản nhẹ nhàng, Mây xin gửi lại cho chú mảnh ghép với ba chữ giản dị này: Mây yêu chú! Không biết Mây có còn tái sinh ở kiếp sau không để hẹn gặp lại chú.*

*Thôi, Mây mệt quá rồi, phải dừng lại ở đây. Chúc chúc luôn dồi dào sức khoẻ và luôn tìm được niềm vui cho những ngày còn lại.*

*Vĩnh biệt chú yêu dấu.*

*Hoa Mây*

... Trời đang tối dần, một mảnh trăng non vừa xuất hiện giữa đám mây mờ xám. Tiếng gió rít mạnh trên hàng cây lá đỏ vàng làm tôi giật mình...Tôi đã đứng ở góc vườn này ngắm chiếc cầu hết một buổi chiều rồi sao? Ô kìa, trên tay tôi đã cầm lá thư của Mây từ bao giờ. Lá thư này tôi luôn để trong bóp mình như một lá bùa hộ mệnh, tôi mở ra đọc không biết bao nhiêu lần, mỗi lần đọc là mỗi lần thấy nàng hiện về trong hàng chữ cùng lời nói êm nhẹ của nàng trong gió: "Mây yêu chú" và tôi cũng thả hồn theo gió để thì thầm với nàng: "Tôi yêu Mây, tôi yêu Mây nhiều lắm..."

Ngày *5/3/ 2017*

# KHI VỢ BỊ ỐM

Như nhiều cặp vợ chồng lớn tuổi sống trong khu phố, gia đình nhỏ của bà cũng chỉ có hai người vào ra lặng lẽ. Có điều họ khác với ông bà ở chỗ là những ngày lễ lớn, gia đình họ lúc nào cũng vang tiếng nói cười vui vẻ trong ngày tiệc tùng, đoàn tụ hay rộn ràng khách khứa. Riêng ông bà thì ngày nào cũng như ngày nấy, bình thường theo một công thức toán khô khan. Ông đã vào tuổi hưu nhưng vẫn còn đi làm thợ sửa chữa vặt cho một phòng tập thể dục gần nhà, sáng bảy giờ rưỡi xách ô đi, chiều bốn giờ lại cắp ô về, đều đặn mỗi ngày không thay đổi. Còn bà thì làm việc trong nhà bếp của bệnh viện. Họ có hai đứa con, một trai, một gái, chúng ở rất xa ông bà. Cậu con trai lớn có một đứa con gái lên năm, do thích làm ăn buôn bán đồ biển nên gia đình nó dọn lên tận Alaska. Còn đứa con gái một nách ba con nhỏ, bận rộn thế mà cả vợ lẫn chồng lại đèo bồng công việc "Travel Nursing", chúng mới chuyển đến Hawaii làm việc mấy năm nay, nghe nói lương hậu lắm. Ông bà có nhớ con thương cháu mấy cũng chẳng thể nào đi thăm chúng được, chỉ nhìn thấy chúng qua "face time" hàng tuần..

Cuộc sống buồn lặng trong căn nhà có hai người lắm khi cũng có những cơn gió bão thổi qua làm nước thủy triều dâng cơn giận dữ, ngập lụt nước mắt. Phần lớn là gió bão từ ông mà đến và thủy triều cũng tự ông làm ra để người chịu đựng cơn lụt ướt át nhầy nhụa là bà. Thú vui của ông là thích đi "*yard sale shopping*" hàng tuần, và thích bày bừa các thứ mua được ra nhà ngồi mân mê sửa chữa, lắp ráp. Những thứ ông mua thường là đồ điện, đồ nghề thợ máy, các loại máy in, máy computer, máy chụp ảnh, loa... Bà thì hay dọn dẹp nhà cửa vào ngày cuối tuần, nhìn cái garage một xe hơi nhỏ hẹp ngày càng chật thêm những đồ đạc ông tha về, bà than phiền về sự bừa bãi và yêu cầu ông chấm dứt "*yard sale shopping.*" Bà thích sự ngăn nắp, sạch sẽ bao nhiêu thì ông lại chuộng bày biện bấy nhiêu, chỉ có vậy thôi mà sóng gió cứ nổi lên hoài. Có những lúc không kềm được tức giận vì sự lải nhải của bà, ông quát lên: "*Được, tôi sẽ trả lại sự ngăn nắp cho nhà bà*" rồi xách hết đồ đạc bỏ đi mấy đêm liền. Thấy ông bỏ đi thì bà sợ, liền xuống nước gọi phone năn nỉ nhưng ông không bao giờ trả lời, nhiều khi bà phải kêu cứu con gái giúp bà trong việc năn nỉ ông về. Lần nào cô con gái cũng bảo: "*Sao mẹ cứ chọc tức bố làm chi, tính bố bừa bãi bao nhiêu năm nay rồi, mẹ chịu được mà, bây giờ mẹ lại đổi ra cằn nhằn, con chẳng biết làm sao.*" Có được vài lần nó an ủi bà: "*Mẹ cứ để cho bố đi xem được bao lâu, càng năn nỉ bố càng được thể. Mẹ lo cho bản thân mẹ thôi* ". Nhưng tính bà không cứng rắn được như con gái, nên dù con có dặn bà thế nào bà vẫn tìm mọi cách kêu ông về.

Mấy năm sau này, sức khoẻ bà trên đà sa sút thấy rõ. Mỗi khi trời sang thu bà hay bị bịnh cúm ho, có khi bị sưng phổi mặc dù năm nào bà cũng lo đi chích ngừa cúm rất sớm. Năm nay bà bị đau nguyên cánh tay trái vì phải khiêng vác nhiều bao thức ăn nặng mỗi khi xe thực phẩm đến giao hàng cho nhà bếp. Tay chưa kịp chữa lành thì một ngày cuối tuần ở nhà trong lúc lui hui quét dọn, bà bị vấp đồ nghề của ông bày trên sàn nhà làm bà té lăn quay. Cái vai đau va mạnh vào góc cạnh bàn thêm đau buốt khiến bà không thể đứng lên được. Giữa lúc bà quằn quại trong cơn đau thì ông lại gắt gỏng: "*Bà đi đứng sao không nhìn trước nhìn sau gì hết vậy, đồ đạc người ta bày giữa nhà mà vẫn đạp lên cho té*." Nghe tiếng ông gắt, bà cảm thấy càng đau hơn và tức tối rên la. Ông vẫn vô tình tưởng bà nằm ăn vạ, nên càng gay gắt: "*Thôi chứ bà, ngồi dậy đi, già rồi đừng có giở trò trẻ con ra hờn dỗi* ". Bà ngừng rên, bặm môi cố nén đau ngồi dậy, chợt bà thấy đầu nhức, tim đập nhanh và hơi thở đứt quãng. Thân bà như trôi bồng bềnh trong cơn đau, bà mơ màng nghe tiếng ông gắt gỏng nhỏ dần và mọi thứ trước mắt bà cứ mờ mờ ảo ảo...Rồi bà không còn biết gì nữa.

***

Bà giật mình tỉnh dậy khi cảm nhận sức nóng đang lan trong cơ thể với cái đầu đau buốt lại thêm chóng mặt. Bà nghiêng mình qua bên trái, cơn nhức nhối từ bả vai chạy dài xuống tận những ngón tay như muốn co quắp lại. Bà quay sang bên phải, cánh tay vướng víu những sợi dây truyền nước biển và ống thở oxy, nhướng mắt nhìn quanh, chợt thấy ông đang ngồi ngủ gà, ngủ gật trên cái ghế ở góc phòng. Một nỗi thương cảm dậy lên trong lòng bà. Bà mấp máy môi gọi ông: "Ông xã.." Tiếng gọi của bà tan loãng trong tiếng máy đo "heart rate", bà gọi thêm lần nữa, chỉ mỗi mình bà nghe. Nước mắt bà chợt ứa ra thất vọng, mình yếu đến thế này sao, gọi chồng còn không được thì làm gì bây giờ. Một cô y tá xuất hiện đúng lúc, cô nói như reo:

- A, bà tỉnh rồi, bà thấy trong người ra sao?

Bà gật đầu thều thào:

- Tôi đau đầu quá cô à.

Cô y tá nhìn máy đo tim nói:

- Nhịp tim bà còn nhanh quá, bà có vẻ sốt nữa, để tôi đo nhiệt độ cho bà.

Nói rồi, cô y tá lấy ống đo nhiệt độ đặt vào miệng bà. Vừa lúc ông đứng dậy, bước đến bên bà hỏi giọng lo lắng:

- Bà sao rồi, có đỡ tí nào không? Tôi hối hận quá, không biết bà đau đến độ ngất đi... May mà còn đến bệnh viện kịp...

Tiếng cô y tá ngắt lời ông:

- Bà đang bị sốt cao 100.8, áp huyết máu cũng cao, để tôi báo cáo với bác sĩ sẽ cho bà thuốc nhé!

Rồi cô quay đi, ông tiến đến gần giường bệnh hơn, đặt tay lên trán bà:

- Trời ơi bà nóng quá, trong người đau lắm không?

Bà gật đầu nói nhỏ:

- Mấy giờ rồi, ông xã về nhà nghỉ đi mai còn phải đi làm nữa.

- Để chờ xem bác sĩ bảo sao đã, còn sớm mà.

Vừa nói ông vừa lật cái mền trên người bà sang một bên, rồi tiếp:

- Bà đang sốt thế này thì bỏ bớt mền ra, đừng đắp nhiều quá.

Bà đưa tay giữ lấy cái mền ấp úng:

- Em... thấy lạnh.

Ông cằn nhằn:

- Lạnh gì lúc này bà chỉ tưởng tượng, nào đắp một cái mền mỏng thôi.

Cô y tá trở lại đem cho bà hai viên Tylenol uống, sau đó cô rút ba ống máu từ tay bà đem đi thử. Cô nói vì bà đang sốt, nhịp tim lại cao, oxygen thấp nên họ sẽ giữ bà lại để theo dõi. Bà sẽ được chuyển lên lầu, rồi cô đưa cho bà bộ đồ của bệnh viện bảo bà thay trước khi có người xuống giúp bà chuyển phòng. Ông đỡ bà dậy đi thay đồ, bà nói bà tự làm được, bà giục ông về nhà nghỉ sớm để mai đi làm. Ông vẫn không chịu về, loanh quanh trong phòng chờ bà... Một lát sau, một anh chàng y tá trẻ đẩy xe lăn đến, anh chàng thu dọn áo quần của bà bỏ vô trong cái bao nylon có đề sẵn tên bệnh nhân, anh ta bảo ông đỡ bà ngồi lên xe để anh ta đẩy bà lên lầu. Ông nhanh nhẹn làm theo lời anh y tá và đi theo xe.

Phòng của bà nằm ở tầng bốn cuối hành lang. Phòng sạch sẽ chỉ có một giường, một TV gắn trên cao. Có hai cái ghế dựa và một cái ghế bành to. Có phòng vệ sinh riêng ngay cửa ra vào bên tay trái. Khi bà đã nằm yên trên chiếc giường, ông mới nắm tay bà xoa nhè nhẹ bảo:

- Thôi, biết phòng bà nằm ở đây rồi tôi về nhé, sáng mai tôi ghé qua sớm thăm bà.

Bà mệt mỏi gật đầu nhìn theo cái dáng gầy guộc của

ông đi khập khiễng theo mỗi bước chân. Bà chợt nhớ ra là chân ông cũng đang bị đau. Ông có khoẻ gì hơn bà đâu.

Cơn đau hành hạ bà suốt cả đêm, bà thấy chóng mặt buồn nôn, người nóng sốt. Trong trạng thái nửa mơ nửa tỉnh, bà thấy mình đang đi vào một vùng tối sâu thẳm, văng vẳng chung quanh là những tiếng khóc, tiếng rên. Sau đó bà lạc vào nơi chan hoà ánh sáng, có đèn hoa rực rỡ, người qua lại đông vui. Ở nơi này, bà tình cờ gặp lại cha mẹ mình. Một cuộc gặp gỡ đầy nước mắt, bà ôm chầm lấy cha mẹ chẳng nói được lời nào, một lúc sau mẹ bà mới hỏi: "*Mấy chục năm nay con sống hạnh phúc không? Chồng con tốt với con chứ ?*" Bà ngạc nhiên trước câu hỏi của mẹ. Ôi, bao nhiêu năm rồi từ ngày bà lấy chồng, bây giờ mới được nghe mẹ mình hỏi về hạnh phúc. Hạnh phúc ư, bà cười mếu máo, con chỉ thấy hạnh phúc với những đứa con thôi. Nay các cháu đã lớn, mỗi đứa một cuộc sống riêng, hạnh phúc còn lại của con là vui với những gì mình đang có. Mẹ bà cười hiền từ: "*Ừ thế cũng được con nhỉ, thôi con về nhé, bố mẹ phải đi đây.*" Bà nắm tay mẹ: "*Cho con theo bố mẹ với.* " Mẹ bà ngoắc tay: "*Con chưa đi theo bố mẹ được, ở lại lo cho chồng, nương nhau mà sống đến già.*" Bà nức nở: "*Không mẹ ơi con sống như vậy đủ rồi... đủ rồi... đủ rồi..*" Tiếng đủ rồi lẩm bẩm trên môi khiến bà tỉnh giấc, cơn đau thể xác như càng gia tăng với cơn sốt. Nhắm mắt, bặm chặt môi cố dằn cơn đau xuống, bà bỗng thấy thương mẹ mình trong những năm đau ốm sau năm 1975 khi còn ở quê nhà. Với nền y tế lạc hậu thời đó làm gì có thuốc giảm đau trợ giúp, mẹ bà đã can đảm nhắm mắt chịu đau cho đến ngày cuối cùng. Bây giờ bà nằm đây, trong phòng bệnh đầy đủ tiện nghi này có thuốc giảm đau liều cao bà vẫn không chịu nổi cái đau như đang rứt từng thớ thịt trên người. Bà lại miên man nghĩ đến cuộc sống cô đơn hiện tại không người thân, không bè bạn, không người đồng hương, không đền chùa chung quanh làm bà ngày càng buồn chán. Đôi khi bà muốn tận dụng thời giờ nhàn rỗi đi theo bạn bè ở xa về Việt Nam làm từ thiện cho vui nhưng ông không muốn bà đi Việt Nam và bà thì không thể tự ý làm một việc gì nếu ông không đồng ý. Nỗi buồn bị "phong toả" đã cho bà thêm mặc cảm về cuộc sống không hữu ích của mình. Nghĩ đến đây, bà chợt ao ước nếu được ra đi lúc này thì bà cũng vui lòng vì đã chu toàn bổn phận làm vợ, làm mẹ suốt hai mươi bảy năm giữ cho một gia đình ấm êm hạnh phúc. Chết là hết, bao nhiêu cảm giác đau đớn rồi sẽ chấm dứt, bao nhiêu phiền não trong đời sẽ tiêu tan...Ông nhà bà sẽ tha hồ bày bừa cái nhà, không lo ai cằn nhằn gì ông nữa. Biết đâu chừng vài tháng sau khi bà mất, ông lại tìm được một bà bạn mới lo cho ông nhỉ. Số ông còn đào hoa lắm, lần nào đi hội ngộ khoá cũng có mấy bà độc thân đến bắt chuyện. Những lúc ấy ông thường quên đi sự hiện diện của bà và hào hứng tham gia tán gẫu với các người đẹp. Bà chẳng quan tâm gì mấy đến chuyện ông đi lang thang xã giao. Trong thâm tâm, bà thường nghĩ ông và bà là một sự ráp nối rất gượng gạo từ mối duyên nợ tiền kiếp nào đó.

Hồi ấy, khi ông vừa mới ra tù trong hoàn cảnh hết sức bi đát thì chương trình H.O cũng đang bắt đầu xúc tiến cho những người tù cải tạo trên ba năm được đi Mỹ. Nhờ thông tin đó, ông liên lạc được với anh Huân, một chiến hữu cũ cùng tiểu đoàn Biệt Động Quân với ông khi trước và là người anh họ của bà. Xót thương cho bạn ở cảnh cô độc cũng như cảm thông với mối lo âu của người dì cho đứa con gái út (là bà) đã gần ba mươi mà hãy còn độc thân. Anh Huân hứa giúp ông tìm một người bạn đời trước khi đi Mỹ và anh đem chuyện này bàn bạc với cha mẹ bà. Thế là một cuộc mai mối diễn ra nhanh chóng. Có lẽ một phần do ông tin tưởng anh Huân về tài "quảng cáo" cô em họ và một phần nhìn thấy bà là người "dễ ăn hiếp" nên dẫu lớn hơn bà đến một giáp, ông vẫn không chê bà là con nít. Ông còn tuyên bố rất tự tin rằng; với người con gái như bà, ông có thể "điều khiển" được. Trời ạ, thật vô duyên hết biết... Rồi, chuyện hôn nhân sắp xếp theo ý cha mẹ và anh Huân, một đám cưới đơn sơ vội vàng để ông kịp làm giấy tờ hôn thú và bổ túc hồ sơ...Cha mẹ bà là người vui mừng hơn hết vì đã cho đi một "trái bom nổ chậm" rất an toàn. Cả họ ai cũng nói bà là:" *Người ngớ ngẩn như con Tâm vậy mà có số đi Mỹ, đúng là thánh nhân đãi kẻ khù khờ*." Dạo đó, bà đâu có thiết tha gì đến đi Mỹ, bởi bà còn bận rộn lo chuyện cơm áo giúp cha mẹ hơn là thấu đáo chuyện đi tìm tự do theo lý tưởng của ông. Vả lại bà còn đang nuôi nhiều mơ ước về một người bạn đời tương lai, dĩ nhiên là người mơ đó không giống như ông rồi.

Ngày theo ông về căn chòi nhỏ, bà thấy lo lắng và sợ sợ làm sao, chỉ nhìn khuôn mặt nghiêm nghị và nghe giọng nói cứng rắn khô khan như ra lệnh là bà mất cảm tình với ông. Bà thấy tủi cho phận mình, chưa đến ba mươi mà đã mang tiếng ế, cha mẹ phải vội vàng gả cho một người chưa qua một lần quen biết, trong khi ông đã bốn mươi, lại nghèo, chỉ có cái "mác" sắp đi Mỹ thôi mà vẫn còn lấy được vợ. Ông trời thật ưu đãi cho nam giới, bất công nằm trong cả chuyện hôn nhân.

Ông là người chồng có máu chỉ huy (đã từng là tiểu đoàn trưởng mà) thích điều binh khiển tướng mọi việc trong nhà theo ý ông. Cuộc sống quân đội cho ông tính kỷ luật cao trong cung cách làm việc ngoài xã hội cũng như giữ vững tư cách đạo đức trong đời sống lương thiện. Song, ông lại rất cẩu thả việc nhà, thờ ơ với vợ con. Thời gian đầu về làm vợ ông, bà rất buồn vì tính độc tài, khô khan, nói chuyện cộc lốc, khi bực mình thì hay lớn tiếng la lối làm bà tủi thân khóc hoài. Ông lạnh lùng, chẳng bao giờ biết dỗ dành, bà khóc chán thì thôi. Nhiều khi bà phải tự dỗ mình để vui sống, vốn là người thụ động, an phận, ông bảo sao thì nghe vậy, không bao giờ muốn tranh cãi. Nếu có cãi cũng không thể nào thắng được ông, một người ăn to nói lớn và lý luận đầy mình... Nhưng rồi, mọi việc đều thay đổi khi thằng con trai ra đời, nó là một niềm vui lớn và là nguồn an ủi vô biên cho bà, là sợi dây siết chặt tình nghĩa vợ chồng vào bổn phận, trách nhiệm. Giòng nước tình cảm giữa hai người nhân đó cũng lan rộng ra. Nhất là hằng đêm, bà được nghe ông kể lại những kỷ niệm gian truân về đời lính, những năm tháng tù đày, những lần vượt trại bị bắt, bị cùm, bị đánh đập. Bà buồn theo câu chuyện, bà đau với nỗi đau của ông và cả cho biết bao chiến sĩ Việt Nam Cộng Hoà đã hy sinh tuổi trẻ để bảo vệ miền nam đến giờ phút cuối cùng. Khi súng đã hạ, quân đã tan, miền nam đã rơi vào tay cộng sản. Chồng bà, anh Huân và bao nhiêu người chiến sĩ ấy đã phải trả giá cho sự hy sinh vì chính nghĩa trong cảnh tù đày. Qua câu chuyện, bà cảm phục ông như một người hùng với sự chịu đựng bền gan không cùn lý trí dưới một chính thể bạo tàn... Càng nghe bà càng thấy thương ông nhiều hơn...

Tiếng cell phone reo nho nhỏ kéo bà về thực tại, bà trườn người lên với cái phone, ông gọi đây mà, bà mệt mỏi trả lời:

- Ông xã hả, có gì không anh?

- Bà thấy sao rồi?

- Em vẫn còn đau hết cả người đây.

- Có đói không? Muốn ăn gì không, sáng tôi nấu đem vô cho bà.

Bà cảm động giọng run run:

- Nấu... cho em bát cháo hành, bỏ tí gừng vô cho thơm nhé.

- Ừ, có muốn gì nữa không?

- Dạ ..thôi.

- Bà ngủ được không?

- Em đau quá, ngủ cứ chập chờn. Còn ông xã, khuya rồi sao chưa ngủ đi?

Giọng ông ngập ngừng :

- Tôi ngủ không được, mới có... hai tối mà... nhớ bà quá!

- Thôi đừng giỡn nữa, nói làm em thêm đau quá đây nè.

- Tôi nói thật mà giỡn cái gì.

- ....

- Hello, bà ơi.

- ...

- Hello, bà còn đó không?

- Em ngủ rồi... Giọng bà đứt quãng

- Bà khóc hả?

- Dạ... Y tá... đến lấy máu.

- Ừ vậy thôi nhé, nghỉ ngơi đi, mai tôi đem cháo cho bà.

****

Bà bị đánh thức dậy sớm bởi người y tá xét nghiệm vào lấy hai ống máu từ trên mu bàn tay bà đi thử. Bà nhìn đồng hồ, năm giờ sáng. Bình thường ở nhà giờ này bà đã dậy chuẩn bị đi làm rồi. Bà vịn thành giường cố ngồi dậy, cơn choáng váng bắt bà phải nằm xuống lại, bà thấy tay chân mình run rẩy và cái lạnh thấm vào cơ thể. Cô y tá xuất hiện thay bình nước biển khác, bà xin cô cho bà thuốc giảm đau. Cô bảo sẽ đem *Motrin* cho bà nhưng bà phải ăn chút gì trước khi uống thuốc, cô hỏi bà có muốn ăn đỡ mấy cái bánh lạt không để cô đem vào luôn. Bà nói:

- Cám ơn cô, tôi không quen ăn bánh lạt, cô cứ đem thuốc cho tôi, khi nào chồng tôi đem thức ăn đến tôi ăn rồi sẽ uống sau.

Cô y tá vừa quay đi thì ông đã xách giỏ đồ ăn vào. Ông tươi cười chào bà:

- Good morning bà. Có cháo nóng cho bà đây.

Thấy ông, bà như tỉnh hẳn, cơn đau tự nhiên cũng dịu xuống. Bà cố ngồi dậy nói giọng vui vui :

- Ồ, may quá em đang cần ăn để uống thuốc.

- Thế à, thì cháo đây. Vừa nói, ông vừa mở giỏ đồ ăn lấy tô cháo bự để lên bàn, ông đưa bà cái muỗng và khăn giấy rồi giục:

- Đây, bà ăn đi cho nóng.

Bà nhìn tô cháo bự chợt cảm giác ngan ngán, liền hỏi:

- Sao ông xã nấu nhiều quá vậy, em ăn đâu có hết nổi.

- Gì mà không hết, cháo lỏng bà húp vô rồi đi thải ra chứ có no nê gì mà sợ không hết. Ăn đi!

Ông mở nắp tô cháo, mùi củ cải dậy lên làm bà hơi thất vọng, bà đang mong đợi một bát cháo thơm hành và gừng. Ông lại bỏ củ cải khô vào nấu, không có tí hành nào, cháo có màu đỏ, bà hỏi, ông xã bỏ gì vào cháo mà đỏ vậy? Ông bảo ông nấu với nước củ dền trong hộp cho ngọt. Bà thở dài ngao ngán, cố nuốt muỗng cháo đầu tiên, bà biết bao giờ ông cũng làm theo ý ông. Bà nhớ lại những lúc ông dùng củ cải phơi khô nấu canh súp hoặc nấu phở, bà có nhắc nhở ông đem rửa trước khi bỏ vào nồi thì ông gắt gỏng bà, việc gì phải rửa, bỏ vào nồi nấu là nó chết vi trùng rồi. Củ cải phơi khô mấy ngày xong ông cất ngay vào lọ nhựa, chẳng rửa, chẳng sấy như mẹ bà ngày xưa vẫn thường làm. Vì thế, bà không thích ăn những món ông nấu với củ cải nhưng bây giờ bà đâu có sự lựa chọn nào khác, bà phải cố ăn cho ông vui. Tô cháo tình nghĩa, mặn muối nhiều hơn là ngọt củ dền và củ cải như ông nghĩ. Bà không dám nói gì chờ đến khi ông hỏi:

- Bà ăn được không?

Bà ngập ngừng:

- Dạ ... cháo ... mặn ông xã à.

- Thôi chết, tôi lỡ tay nêm nhiều muối quá.

Chắc thấy bà có vẻ ngán món cháo, ông lấy ra hộp bánh Pecan pie nhỏ bảo bà ăn, ông biết bà thích ăn ngọt, bà lắc đầu. Ông lôi thêm ra hai gói "corn chip" sea salt nói dỗ dành:

- Thôi, bà ăn chip này đi vậy, chiều tôi nấu món khác.

Bà cầm bịch chip lên ngó, rồi lại để xuống:

- Em đang đau đâu có ăn được chip này, cứng quá. Hay chiều nay ông xã nấu cho em chén canh súp khoai tây cà rốt nhé, bỏ hành ngò vào cho thơm.

- Ừ, chiều tôi về sớm nấu. Bà thấy trong người thế nào rồi? Còn đau không?

Bà gật đầu, cô y tá bước vào đưa thuốc cho bà, ông nhanh nhẩu chào cô và xã giao vài câu thăm hỏi, ông ngồi chơi với bà một lát rồi đi làm.

Buổi chiều, bà cảm thấy khoẻ ra một chút sau khi đi tắm và bao tử tự dưng đói cồn cào. Nhân viên nhà bếp vừa gọi bà khi nãy hỏi bà có muốn order bữa chiều không. Bà bảo rằng chồng bà sẽ đem thức ăn tới cho bà. Bên ngoài trời đã chạng vạng tối, bụng bà càng lúc càng bị cào xót thêm vì chất acid tiết ra. Ở nhà bà vẫn phải uống thuốc acid reducer mỗi ngày, bà nhìn ra cửa mong cho ông mau tới. Giữa lúc sự mong ngóng cùng với cảm giác thèm ăn hành hạ bà tới cao điểm thì ông vừa tới. Bà không chờ ông mở giỏ mà tự bà đón lấy nó rồi vội vàng lấy thức ăn ra. Bà đang chờ tô súp ngon do ông nấu, nhưng rồi như lúc sáng bà lại thất vọng ngay. Tô súp giống như tô cà rốt luộc với khoai tây không gọt vỏ, cũng chẳng có hành ngò, tiêu gì hết. Ông đơm theo cho bà một chén cơm khô khốc. Bà đang đói, phải ăn trệu trạo vài miếng để trám cái bao tử đang kêu gào. Nhìn bà ăn ông hỏi:

- Bà ăn được rồi đấy, canh đâu có mặn phải không?

Bà cố nuốt muỗng cơm canh nhạt nhẽo trả lời:

- Chắc ông xã quên nêm canh rồi, cơm thì hơi khô.. Sợ ông buồn, bà tiếp- nhưng không sao em ăn được mà.

Bà vừa ăn chầm chậm, vừa tưởng tượng ra bát súp ngọt khoai và thơm hành ngò để cố gắng ăn hết chén cơm canh, vậy mà cũng không hết nổi đành bỏ dở. Bà nói với ông:

- Miệng em sao đắng quá, ăn gì cũng không thấy ngon, muốn ói ra.

- Bà hãy còn đau mà, thôi ăn được bao nhiêu thì ăn.

Rồi ông lấy trong giỏ ra một túi nho và trái chuối đưa cho bà:

- Này, hay ăn nho, chuối đi cho nó ngọt miệng.

Bà vặt nhẹ mấy trái nho ăn, ông bảo bà ráng khoẻ về nhà sớm với ông. Ông kể chuyện con mèo ở nhà, mấy hôm nay dường như nhớ bà hay sao mà nó cứ vào ra kêu meo meo. Sáng hay tối cũng nằm trước cửa phòng đợi bà. Nhắc đến con mèo, bà mới nhớ ra là bà chưa thay tro mèo một tuần rồi, chắc chắn là ông không để ý việc này giúp bà. Bà nhắc ông thay tro mèo, ông chặc lưỡi bảo:

- Bà cứ lo chuyện vớ vẩn, lo tịnh dưỡng cho khoẻ đi.

Bà biết thế nào ông cũng gạt đi, một tuần không thay tro mèo thì cái garage hôi ghê lắm. Nhắc ông không được, bà đành im lặng nằm xuống. Ông kể chuyện chỗ làm, chuyện ông tẩy hồ bơi, chuyện sửa chữa, chuyện tranh cãi về phân chia ca tối, ca sáng giữa sếp và nhân viên .. Những câu chuyện của ông đưa bà vào giấc ngủ dễ hơn uống thuốc.

***

Tối qua, bác sĩ cho biết kết quả MRI bờ vai trái của bà không bị gãy xương hay rách bắp thịt mà chỉ bị sưng gân thôi, do bị sưng nên mỗi cử động cánh tay đã làm cho bà rất đau. Bà không bị nhiễm trùng máu, không còn sốt cao, nhịp tim, áp huyết và oxygen đã trở lại bình thường. Bác sĩ cho bà giấy giới thiệu đi tập therapy ba lần một tuần và khuyên bà không nên khiêng vác nặng. Sau đó ông bảo bà sẽ được xuất viện trưa nay, bà vui mừng thấy mình khoẻ hẳn ra. Buổi sáng bà dậy sớm gọi cô y tá hỏi rằng, bà có thể thay đồ bệnh nhân ra được chưa? Cô y tá nói bà vẫn phải mặc đồ bệnh viện cho đến khi nhân viên hành chính hoàn tất thủ tục xuất viện và bà nhận giấy tờ thì mới được thay đồ. Bà xin cô mang cho bà một bộ đồ khác để bà đi tắm. Vào lúc nửa đêm, bà bị chảy máu cam nhiều, không kịp lấy hộp khăn giấy, bà hốt hoảng quệt lung tung nên dính ra ngực áo, còn thấm vào cả áo ngực bên trong một vệt dài. Bà định tắm xong sẽ gọi báo cho ông đến đón bà vào khoảng trưa. Bà vội vã vào phòng tắm rửa, xong xuôi, bà giặt luôn cái áo ngực dính máu rồi máng trên cái móc, bà lẩm bẩm với chính mình không được quên cái áo nhỏ này. Bà tỉnh táo, lòng vui vui kỳ lạ, bước ra ngoài giường bệnh tìm cái phone, bấm số gọi cho ông:

- Ông xã ơi, trưa nay em được về rồi, tới đón em nhé.

- Mấy giờ?

Bà ngập ngừng:

- Ô, em cũng không biết, họ chưa nói.

- Vậy mà gọi, tôi tưởng bà về liền. Thôi chừng nào bà sắp ra khỏi phòng thì gọi cho tôi.

- Dạ, à mà ông xã ơi, chút nữa anh có vào nhớ ghé về nhà mang cho em bộ quần áo sạch em mặc nha.

- Bộ quần áo hôm bà mặc vô cấp cứu đâu?

- Dơ rồi, hôi ình à...

- Có sao đâu, mặc đỡ đi, ngồi trong xe chút xíu là về tới nhà rồi thay. Hôi bao nhiêu tôi cũng chịu được.

Bà thở dài, nói nữa thì ông sẽ đổ quạu, thôi thì mặc lại bộ đồ đó cũng được. Bà định cúp phone, nhưng chợt nhớ ra cái áo ngực ướt. Bà giật mình, chết phải có cái áo trong. Bà liền nói:

- A, ông xã phải mang dùm cho em cái "bra" vào em mặc, cái kia em giặt ướt rồi.

- Ôi giời ôi, thôi đi, tôi không có về lấy đâu, bà đâu cần mặc đâu.

- Sao không cần, cái áo pull mỏng dính à, không mặc "bra" coi sao được. Người ta dòm kỳ lắm, làm ơn dùm em đi.

- Ai mà ngó bà, già rồi.

- Sao không ai ngó, đi bộ từ lầu bốn xuống cửa chính của bệnh viện xa lắm, phải mặc cho đàng hoàng. Ông xã không nhớ có một cô y tá lúc vô chích cho em nói sao với anh hả?

- Nói sao?

Bà nhấn mạnh:

- Cô ta nói vầy nè: "Chúng tôi nói với nhau là chúng ta có một bệnh nhân năm mươi lăm tuổi mà trông bà nhỏ bé và rất trẻ". Ông xã nhớ chưa, chứng tỏ là họ cũng có chú ý tới bà lão năm mươi lăm này lắm đó.

- Thì so với mấy bà Mỹ mập bự họ nói bà nhỏ là đúng rồi, còn cãi vào đâu nữa. Bà sợ họ dòm thì lúc đi xuống khoác cái áo len vào.

- Trời ơi, bên ngoài chín mươi mấy độ mà ông xã biểu mặc áo len cho người ta tưởng mình điên.

- Thôi, bà cứ lằng nhằng mãi, tôi không đem cái "của nợ" ấy vào đâu.

Bà nói giọng giận dỗi:

- Không mang thì thôi, em biết không bao giờ em nhờ ông xã việc gì mà anh làm hết.

Nói rồi bà cúp phone. Bà trở vào phòng tắm xăm xoi cái áo nhỏ, ráng vắt kiệt nước để cho nó mau khô. May sao, thủ tục xuất viện làm cũng khá lâu, nên khi bà vừa nhận giấy thì cái áo ngực chỉ còn ẩm một chút. Bà lẩm bẩm, phải mặc đại thôi, rồi hấp tấp thay đồ và gọi cho ông.

Ông vừa đậu xe trước nhà là bà vào ngay garage xem cái thau tro mèo, đúng như dự đoán của bà, mùi hôi thối xông ra, bà vội vàng kiếm cái bao bự để đổ thau tro mèo vào.Vừa mở nắp thau thì một bầy muỗi đen bay ra cùng mùi hôi. Bà nhăn mặt, bịt mũi:

- Khiếp quá ông xã, anh ở nhà mấy ngày nay không chịu thay...

Không để bà nói tiếp, ông giằng lấy thau tro mèo:

- Đưa đây.

Rồi ông bưng ra đổ hết vào thùng rác, bà nói với theo:

- Ông xã đổ như vậy còn hôi thùng rác thêm nữa .

- Thùng rác nào mà không hôi, bà ngớ ngẩn quá, thôi vào nghỉ đi.

Bà bước vào nhà, cảm giác thư thái nhìn lại căn bếp nhỏ. Song, bà chợt khựng lại khi nhìn thấy cái bồn đầy những chén và chảo dơ. Quay sang cái bếp lò thì thấy nhiều vệt vàng dính đầy hai bên, dưới sàn nhà quanh chỗ ông hay ngồi xem laptop, bừa bãi những đồ điện, đinh, ốc, dây cắm lòng thòng. Trên đầu cái võng, một cái quần của ông máng vất vưởng với một ống trái ra ngoài và một ống phải bên trong. Tiếng ông phía sau bà:

- Bà vào phòng nằm nghỉ cho khoẻ đi.

Bà lắc đầu :

- Em bịnh có năm ngày mà nhà mình sắp thành nhà rác rồi, nhìn nhà mình như vầy em không khoẻ nổi.

Ông buông một câu cộc lốc:

- I know !

Bà thở dài, rón rén men theo những chỗ trống để bước đi, bà sợ bị vấp lần nữa. Vào phòng ngủ, bà nhìn chiếc giường nhàu nát, gối, mền xô lệch rồi nói một mình: Dơ quá, phải thay khăn giường với bao gối. Bên ngoài phòng khách bà nghe ông mở speaker phone nói chuyện với thằng con trai mới gọi lại. Tiếng ông oang oang :

- Mẹ mày mới về tức thì... khoẻ rồi.

- Mẹ nói chuyện được không bố?

- Được, nhưng bố vừa bảo mẹ mày đi nằm nghỉ rồi, mới về là đã muốn bịnh lại.

- Mẹ yếu thế sao bố? Bịnh gì ạ?

- Thì bịnh dọn dẹp chứ bịnh gì ...

Tiếng thằng con trai cười trong máy khiến bà cũng cười theo, nụ cười héo hon lẫn những giọt nước mắt tự nhiên ứa ra.

*26/7/2015*

# BỨC TRANH TÌNH YÊU

Hồi ấy, đã lâu lắm rồi khi chị Trâm dẫn anh về nhà giới thiệu với bố mẹ chị thì Hà chỉ biết anh là một trung úy phi công. So với những anh bạn khác của chị Trâm thì Hà có cảm tình với anh nhiều hơn, bởi cử chỉ thân thiện anh dành cho mọi người trong nhà. Không biết anh là người bồ thứ mấy vì ngoài anh ra, chị còn có nhiều chàng bồ khác được phân ra làm hai loại: "*bồ ruột*" và "*bồ hờ*". Chị Trâm đẹp lắm, chị biết rõ điều đó nên không ngại ngùng gì mà từ chối nhiều cuộc săn đón của các chàng sĩ quan "*tuổi trẻ vốn giòng hào kiệt*" từ khắp các binh chủng Bộ Binh, Không Quân, Hải Quân, Nhảy Dù… Nếu chàng là sĩ quan cấp úy đổ lên, lại đẹp trai thì sẽ được chị mời về nhà chơi và xếp loại bồ "*hờ*". Còn phải kể đến những anh chàng sinh viên Khoa Học hay Phú Thọ si tình mà chị cảm thấy chưa thích mắt, chị vẫn cứ ngọt ngào hò hẹn để cho các chàng nếm mùi "*leo cây*" ca rằng: "*em cứ hẹn nhưng em đừng đến nhé*", cũng là "*hờ*" xa..xa tít luôn. Về tiêu chuẩn "bồ ruột" của chị thì Hà không rõ lắm, hình như chỉ có một anh sĩ quan Hải Quân là được phép lui tới thường xuyên thăm chị, thỉnh thoảng còn chở chị đi chơi nữa, không biết anh chàng là ruột gì, ruột non hay già???

Chị Trâm với Hà là chị em con cô cậu, bố chị (bác An) là anh trai của mẹ Hà. Ba Hà là sĩ quan Bộ Binh đã mất trong trận đánh ở An Lộc mùa hè năm 72. Mẹ thì bị lao phổi đã đi theo ba một năm sau đó bỏ Hà lại cho dì Tâm. Hà ở với dì được hai năm thì dì gửi Hà lên nhà bác An với lý do là Hà càng lớn ở với bác thì tốt hơn với dì. Số phận Hà trôi dạt vào nhà bác An từ ngày ấy, ngày Hà đúng sinh nhật mười lăm tuổi. Hà làm quen với các anh chị cũng khá dễ dàng, chị Trâm là con gái lớn đang theo học năm thứ hai đại học Văn Khoa, kế đến là anh Long đang học lớp 12, rồi đến chị Như học lớp 11 và Tuấn lớp 9 nhỏ hơn Hà một tuổi. Bác An trai hiền lành dễ dãi bao nhiêu thì bác gái lại nghiêm khắc, khó khăn bấy nhiêu.Tuy vậy, cả hai bác rất cưng chiều chị Trâm, chị xinh đẹp lại học giỏi. Chị Trâm có vóc dáng thanh cao, khuôn mặt trái xoan, làn da trắng mịn màng, đôi mắt to đen ẩn dưới hàng mi dài cong vút. Chị là điểm nhắm của nhiều anh chàng si tình thời đó, khi nào chị ở nhà thì y như rằng có khách đến thăm. Hà rất khó chịu phải túc trực bên ấm trà để pha nước, bưng trà ra mời khách đến mỏi cả tay nhưng, từ ngày có sự xuất hiện của anh, Hà thấy việc bưng trà là điều thú vị vì được anh hỏi chuyện học hành, lại được anh cho mấy gói xí muội cam thảo hay me ngào đường để nhâm nhi. Có khi anh còn mang đến những hộp bánh kem đủ loại mà lần nào Hà cũng được thưởng thức trước nhờ công pha trà. Hà thích nụ cười của anh, thích nghe giọng nói ấm áp qua những câu chuyện vui với chị Trâm. Điều làm cho Hà hơi ngạc nhiên thì anh Khôi không đẹp trai lắm, anh chỉ có vóc dáng cao với khuôn mặt dễ mến. Không biết anh đã nằm trong tiêu chuẩn nào của chị Trâm để được chị vời đến nhà. Một ngày, anh mang đến tặng chị Trâm một bức tranh do anh vẽ. Trong hình, anh vẽ khuôn mặt chị đang hướng về bầu trời nơi có chiếc trực thăng bay trên cao. Những đường nét bằng bút chì tô bóng rất đẹp, rất sống động, Hà chắc là anh đã bỏ công rất nhiều ngày để hoàn thành nó. Nhưng buồn thay, khi anh ra về, chị Trâm đã xếp xó bức tranh vào ngăn tủ và trề môi bảo:

- Cái anh chàng Khôi này chẳng có thực tế chút nào, đi cua đào mà không biết tặng quà, tặng ví tay, dầu thơm hay cái gì đó cho người ta xài được chứ ai mà đi tặng tranh. Đúng là đồ "dở hơi"!

Sau lời nói đó của chị, Hà biết anh Khôi đã bị rớt đài tuyển chọn. Chờ cho chị quay đi, Hà lục lại ngăn tủ lấy bức tranh ra ngắm nghía, lăn nhẹ ngón tay trên những đường chì được đánh bóng từng nét quanh chiếc trực thăng mướt láng, tinh xảo rồi trầm trồ một mình. Hình vẽ đẹp quá đi chứ sao chị lại chê! Nhìn khuôn mặt chị Trâm trong tranh là biết ngay anh đã bỏ bao nhiêu tâm huyết vào tác phẩm. Bên dưới phía trái anh ký tắt ba chữ là VMK PĐ 245 thật lả lướt. Ngắm bức tranh một hồi, rồi nhìn trước ngó sau như kẻ ăn vụng. Hà cắp bức tranh vào người chạy nhanh lên gác cất dưới gối… Không bao lâu sau đó thì tình hình đất nước thay đổi trong cảnh nhốn nháo điên cuồng của những ngày sắp tàn chinh chiến. Anh sĩ quan Hải Quân nhanh chân hơn anh Khôi nên đã rước chị Trâm, anh Long và Như theo anh trên chuyến tàu định mệnh rời xa đất nước. Anh Khôi đến tìm chị sau một ngày thì chị đã lênh đênh ra biển, trông anh thất vọng đến tội nghiệp, rồi anh đưa cho Hà mảnh giấy có ghi địa chỉ và nói:

- Đây là địa chỉ của anh nếu Hà có tin tức gì của Trâm báo cho anh biết nhé!

Hà gật đầu, không kịp nói thêm được câu nào với anh thì anh đã tất tả chạy đi.

***

Tin ba chị em chị Trâm đã đến được đảo Guam làm cho hai bác rất yên lòng. Giữ đúng lời Khôi dặn ngày nào. Hà vội vã tìm đến địa chỉ nhà anh để báo tin chị Trâm. Nhà anh cũng không khó tìm là mấy, nó tọa lạc trong khu chung cư Nguyễn Thiện Thuật, có điều phải đi lên lầu cao rất mỏi chân. Hà bỗng thấy lòng mình hồi hộp lạ lùng, một cảm giác vừa vui lại vừa sờ sợ…Nhưng niềm vui chưa kịp nở hết thì sự thất vọng đã lấn át khi Hà gặp cha anh với khuôn mặt lo lắng và giọng nói đầy chán chường:

- Khôi đi "học tập" mấy tháng nay rồi, hiện giờ cả nhà không ai biết nó ở đâu, cô có nhắn gì cũng vô ích thôi. Hà đành quay về lòng thấy buồn bâng quơ. Nghĩ đến hai chữ "học tập" kỳ quặc, Hà đặt cho mình những câu hỏi lẩm cẩm, "học tập" gì mà ghê thế, đến ngay cả cha anh còn không biết giờ này anh ở đâu thì làm sao mình có dịp gặp được anh? Có lẽ nào mình bị mất liên lạc với anh luôn không? Mà tại sao phải gặp anh ta làm chi? Biết anh có thực sự muốn nghe tin chị Trâm không? để rồi anh sẽ buồn thêm? Đạp xe qua đám đông Hà tưởng như chỉ một mình đi trên sa mạc vắng hoe, nóng bỏng, cô liêu làm sao!

Một năm, sau ngày Hà đậu vào trường trung học y tế, ngành y tá, nhân dịp tham gia công tác chích ngừa cho dân trong phường Nguyễn Thiện Thuật, Hà vô tình gặp lại cha anh và hỏi thăm tin tức về anh thì đã biết được địa chỉ hòm thơ của anh để liên lạc. Hà mừng rỡ cầm địa chỉ về nhà định bụng sẽ viết cho anh ngay để báo tin về chị Trâm, chắc hẳn anh cũng mong tin chị lắm. Rồi bỗng nhiên Hà thấy mình sao vô duyên quá, chuyện của chị Trâm dính gì tới mình mà phải hăng hái đến thế? Song, cứ nhớ đến khuôn mặt dễ mến và giọng nói ấm áp của anh là tim Hà lại rộn ràng lên một niềm vui như thôi thúc quyết tâm viết thư thăm anh. Theo lời người bạn có thân nhân đi "học tập" chỉ dẫn, Hà mua những thức ăn khô kèm theo thư; nào đường tán, nào đậu phọng, mì khô, muối mè, mắm ruốc...

Lần đầu Hà mang quà đến gửi chung với gia đình Khôi, cha anh có vẻ cảm động lắm. Nhìn ông cụ run tay xếp những món đồ vào thùng với sự cẩn thận, chan chứa tình yêu thương, Hà muốn rơi nước mắt. Có ghé qua thăm chừng tin tức của Khôi, Hà mới thấy hoàn cảnh của anh thật là tội. Mẹ anh đã mất, chỉ còn lại người bố già sống với hai cô con dâu và hai người con gái, cùng một đàn cháu nội, ngoại nheo nhóc. Nghe nói trước năm 75, các chị đều ở trong cư xá quân đội. Sau ngày CS vào, các chị đã bị đuổi ra ngoài nên giờ ngần ấy người phải ở chen chúc nhau trong một căn chung cư chật hẹp. Thảm thương thay cho cảnh nhà anh, những người đàn ông cột trụ trong gia đình đều bị tù đày. Tội cho thân già yếu của bố anh phải gánh vác trách nhiệm lo quà thăm nuôi Khôi, anh là con trai út còn độc thân. Hà ngẫm nghĩ nếu chị Trâm biết được hoàn cảnh của Khôi như vầy, không biết chị có dám chấp nhận yêu anh không? Hà nhớ có lần chị Trâm nói với Hà:

- Chị thích tính cương trực, cứng rắn của anh chàng Khôi hơn là anh Tuấn Hải Quân. Có điều Khôi chẳng thực tế chút nào, người dở dở ương ương sao đâu đó.

Ngừng lại, suy nghĩ một chút rồi chị nói thêm:

- Mà mấy ông Không Quân cũng nhiều đào lắm cơ, chị có đứa bạn quen với một ông Không Quân Khu Trục cứ gửi lộn thơ cho nó hoài.

Hà ngạc nhiên hỏi lại:

- Gửi lộn thơ là sao hả chị?

- Là nhiều đào quá gửi cho bà nọ thì lộn sang bà kia chứ sao. Mai mốt Hà lớn lên có quen lính thì tránh KQ ra nhé. Lấy ông chồng có số đào hoa chỉ khổ thân mình thôi. Chị Trâm là người sống thực tế lại khôn ngoan trong tình cảm, chị vẫn thường nói với Hà là con gái nên lấy người thương mình hơn là lấy người mình thương. Tiêu chuẩn về người thương chị phải khá giả để bảo đảm cho chị một cuộc sống sung sướng, nhàn hạ, điều mà chị đã quen từ tấm bé. Từ khi Hà vào gia đình bác An Hà chưa hề thấy chị làm một công việc nhỏ nhặt nào trong nhà. Quét dọn, nấu nướng, giặt giũ đã có bác gái và Hà. Chị Trâm như một tiểu thơ đài các chỉ ăn với học. Không biết rồi đây nơi vùng đất xa xôi nào đó chị có thay đổi tính tình để thích ứng với cuộc sống mới không? Chị có một phút giây nào nghĩ đến anh Khôi? Một anh chàng cựu phi công nghèo đang bị cầm tù không biết tương lai ra sao?

Thời gian lặng lẽ trôi qua trong bao nhiêu sự khó khăn của đất nước dưới nền kinh tế thời "bao cấp", gia đình Hà may mắn hơn vì bác An không phải đi "học tập". Dưới thời VNCH, bác chỉ là công chức ở nhà máy đèn vẫn đi làm, bác gái thì buôn bán lặt vặt lại có sự trợ giúp tiền, quà của chị Trâm từ bên Mỹ về, vì thế, tiền học bổng của Hà hai bác không cần đến, Hà cũng không chi tiêu gì nhiều cho bản thân chỉ dành dụm để mua quà gửi cho Khôi. Lần gửi đồ nào Hà cũng nói với bố anh là của chị Trâm gửi. Về đời sống của các anh chị bên Mỹ đã ngày một ổn định, chị Trâm báo tin sẽ làm đám cưới với anh Hải Quân. Nghe tin vui của chị, Hà cảm thấy buồn cho Khôi…

Ba năm sau khi Hà vừa ra trường trung học y tế thì giấy tờ bảo lãnh của chị Trâm gửi về. Do bác An nhận Hà là con trong gia đình nên Hà cũng có tên trong danh sách bảo lãnh. Nghe đến đi Mỹ, một cảm giác buồn buồn lẫn lo lắng khuấy động tâm hồn Hà. Hà lo sẽ không có dịp để gửi quà cho anh nữa, buồn vì không còn hy vọng gặp lại anh như Hà vẫn đang thầm mơ ước. Nghĩ thế, Hà lại tự trách mình thật vớ vẩn quá! Biết bao giờ anh mới được thả về mà mong gặp anh để làm gì kia chứ? Tuy tự trách mình như thế, Hà biết, từ nơi sâu thẳm của trái tim mình vẫn thường rung lên một âm thanh nồng nàn cảm mến, dịu dàng, êm êm mỗi khi nghĩ đến anh. Nhưng Hà tự dối mình và lúc nào cũng mượn hình ảnh chị Trâm để khỏa lấp vào chỗ nhịp rung nhẹ nhàng ấy, để rồi buồn, rồi ray rứt hằng đêm, rồi tiếc cho một tình cảm mơ hồ như sương khói. Những thùng quà nhỏ kèm theo những lá thư với lời lẽ Hà bịa đặt ra của chị Trâm vẫn đều đặn gửi đi hàng tháng, cho đến ngày Hà theo hai bác và Tuấn đi phỏng vấn. Nỗi buồn càng đầy lên trong lòng, Hà như người bị sốt đứng ngồi không yên. Linh tính cho Hà biết chắc Hà sẽ không bao giờ gặp được anh nữa. Loay hoay tự hỏi mình phải làm sao? hay là viết thư cho anh nói thật hết. Không, không thể nào, thư còn bị kiểm duyệt nữa đâu có thể viết chuyện riêng tư được. Ôi, sao Hà khổ tâm quá, bao nhiêu lần Hà tự hỏi có phải mình đã yêu không? Rồi tự trả lời bằng những ý nghĩ lập lờ. Không, ta không yêu, mà tình yêu là sao nhỉ, là một ẩn số không giải thích nổi. Có lẽ đây chỉ là một tình thương, một sự quý mến, một cảm phục, một... nhớ nhung… có hơi vô lý vì đã tiếp xúc hay chuyện trò nhiều lần với anh đâu và biết anh là người ra sao để nhớ, để thương chứ ...Đêm đêm trằn trọc với những suy nghĩ mông lung, Hà rối rắm thở vắn, thở dài, lại ngồi dậy lấy bức hình trực thăng ra ngắm nghía. Từng nét chì vẽ vô tri mà sao gợi nhớ nhiều đến thế. Hà nhớ những lần anh đến chơi lúc trước khi Hà bưng nước trà ra mời anh thì lúc nào anh cũng xoa đầu Hà khen ngoan…

Từ ngày anh bị tù đày, cha anh chỉ có khả năng gửi đồ mà chưa có dịp nào đi thăm. Nhắc đến đi thăm, lòng Hà chợt nảy ra một ý định muốn đi thăm anh. Tại sao không nhỉ, một lần thăm sẽ được nhìn thấy anh trước khi mình rời khỏi Việt Nam. Nghĩ thế, một ngày, sau giờ làm việc Hà hăng hái đạp xe đến hỏi cha anh về chuyện này. Ông cụ ngạc nhiên lẫn vui mừng không ngờ trước đề nghị của Hà. Ông mừng đó nhưng rồi lại lo lắng cho chuyến đi vì chỗ Khôi bị tù mãi ở trại Bù Gia Mập, một địa danh rừng rú hiểm trở, xe đò qua lại không có nhiều chuyến. Chỗ đó chỉ cách biên giới nước Miên vài chục cây số, nếu lỡ xe, lỡ đường bị lạc trong rừng không có lối ra thì thật nguy hiểm vô cùng. Ông nói với Hà điều đó, song Hà không chùng lòng vẫn một mực muốn đi thăm anh với ông. Hà còn trấn an ông đừng ngại gì về chuyện chi phí đi đường, Hà sẽ lo tất cả. Ông cụ cảm động lắm, với kinh nghiệm sống dưới mắt một người cha, ông hiểu được tấm lòng của Hà đối với con trai mình là một tình cảm đặc biệt tự lòng cô, chứ không phải là từ nơi chị Trâm như Hà hay nói.

Trước ngày dự định đi thăm Khôi, Hà phải nói dối với hai bác là mình "bị" cử đi công tác với đoàn y tế ở Phước Bình một ngày, hai bác tin ngay không hề thắc mắc gì. Sau đó Hà đi chợ mua nhiều thứ đồ khô cần thiết cho Khôi và để sẵn ở nhà anh để hai bác không nghi ngờ. Sáng hôm đó, Hà dậy từ 3 giờ sáng, đạp xe đến nhà Khôi phụ ông cụ xếp đồ vào những chiếc giỏ đệm, cột ràng cẩn thận rồi cùng ông đi tới bến xe miền đông mua vé xe từ Sàigon đi Phước Bình. Khi tới Phước Bình thì trời đổ mưa, đường từ Phước Bình vào trại phải băng qua một đoạn đường đất đỏ, chung quanh là rừng núi âm u. Cũng may hôm đó có nhiều người đi thăm nuôi thân nhân, nên mọi người gồng gánh giúp nhau từng chặng và những câu chuyện đời sống làm Hà quên đi bao gian nan mệt nhọc trên đường. Hà nắm chặt lấy tay bố Khôi, còn một tay kéo lê cái giỏ quà nặng trên đường, bố Khôi cũng thế, cả hai người nương nhau đi trên con đường trơn trợt. Cơn mưa rỉ rả làm trời u ám cùng với cái lạnh se thắt.

Đến trại, bố Khôi cùng đoàn người thăm nuôi trình giấy rồi ra ghế ngồi chờ một lát. Ông cụ ngồi xuống mà mắt cứ nhướng nhướng vào phía xa bên kia bờ rào, Hà biết ông cụ rất nóng lòng, Hà cũng nóng lòng không kém, còn thêm hồi hộp nữa. Hà nhìn những người đi thăm nuôi, có khoảng bảy người đàn bà cỡ ngoài ba mươi và ba người đàn ông trung niên, bố Khôi là người lớn tuổi hơn cả. Từng người tù đi ra, mọi người đứng lên nhốn nháo một chút. Hà đưa mắt chung quanh cố tìm ra Khôi mà không thấy, Hà nhìn sang bố Khôi trông đợi, hy vọng ông sẽ thấy anh trong đám người đàn ông lam lũ kia. Hà bắt đầu nghe những tiếng khóc nấc vang lên gần bên. Bố Khôi lẩm bẩm:

- Không biết Khôi đâu nhỉ, chưa thấy nó ra. Ông vừa dứt lời thì có tiếng gọi:

- Bố, bố, trời ơi, con mừng quá!

Bố Khôi và Hà cùng quay lại, Hà giật mình sững sờ nhìn người đàn ông trước mặt trong khi bố anh ngẩn ngơ nhìn anh vài giây rồi bật khóc:

- Trời ơi con đây sao. Tay ông sờ soạng khắp mặt mũi anh, tội con tôi, ốm quá thế này! Hà lặng người nhìn anh, thật Khôi đây sao! Bảy năm rồi không gặp lại anh kể từ ngày "hòa bình" chỉ có bảy năm thôi mà cuộc sống tù đày đã biến anh tàn tạ đến nỗi này. Anh gầy ốm da xanh mét, tiều tụy trong bộ quần áo màu xám cũ nát.Nhìn anh, Hà biết chắc anh vừa trải qua một cơn bệnh sốt rét. Anh choàng cánh tay khẳng khiu đầy những vết sước qua vai ông cụ mừng rỡ...Hà cảm động trước cảnh gặp gỡ của hai cha con và sự thương cảm lẫn vui mừng trong lòng Hà theo những giọt nước mắt tự nhiên lăn xuống. Quay đi, Hà ngập ngừng chặm nước mắt, chắc sự mừng rỡ quá đỗi khiến ông cụ quên sự có mặt của Hà vài phút, nghe hai cha con hàn huyên, Hà không thể hỏi anh được câu nào cho tới khi ông cụ gọi Hà:

- Này cô Hà lại đây. Con nhớ Hà chứ, ân nhân của nhà mình đấy!

Hà đến gần ông cụ ngồi xuống đối diện anh. Ôi khuôn mặt dễ mến trước đây bây giờ hốc hác, xanh xao, buồn bã. Mỉm cười nhìn anh trong nước mắt, Hà hỏi:

- Dạ chào anh, anh khỏe không?

Ngước nhìn Hà anh ngạc nhiên:

- Hà em của Trâm đây mà, trời ơi, Hà khác quá, trông em xinh ra đấy! Cám ơn Hà đã đến thăm anh, thật là quý vô cùng.

Hà bẽn lẽn vuốt mái tóc ướt, lí nhí:

- Dạ không có chi, được đi thăm anh, em vui lắm.

Khôi cười cười nói:

- Anh nhớ mới hôm nào đến nhà chơi, Hà còn nhỏ xíu à lúc đó em cỡ mười mấy nhỉ?

Hà tiếp:

- Dạ... mười lăm.

Khôi vừa nhìn ông cụ vừa nhìn Hà nói:

- Thời gian đi nhanh quá, nếu bố không nói thì con cũng không nhận ra con bé Hà này. Chắc bố với Hà đi đường vất vả lắm hả bố, con nghe nói đường vào đây rất khó đi.

Ông cụ chậm nước mắt:

- Khó bao nhiêu mà có điều kiện bố cũng đi gặp mày rồi có chết cũng đành. Con sống trong này ra sao?

Khôi lắc đầu buồn bã nói:

- Bố không cần biết đâu đừng lo cho con nhiều, con đã từng vào sanh ra tử, cực khổ quen rồi, con chịu được hết chỉ có điều nhục thì con đang cố mà cũng chưa được.

Giọng ông cụ nhỏ xuống:

- Ấy chết, cậu phải nhớ rằng cậu đang ở trong tay họ đấy, đừng ngang bướng quá chỉ thiệt vào thân, dù sao mình cũng là kẻ thua rồi. Lo cẩn thận giữ gìn sức khỏe để còn về với bố...

Khôi thở dài... Hà hết nhìn anh rồi nhìn sang ông cụ, lắng nghe hai cha con trò chuyện mà lòng cũng buồn theo mỗi câu nói. Nhìn Khôi một lúc, Hà nhận ra Khôi có nhiều nét giống cha anh, từ vầng trán rộng đến đôi mắt mí lót, sống mũi cao, cặp môi dày. Hà cố giữ lại hình ảnh này trong trí để khi về nhà sẽ được gặp lại anh trong giấc mơ.

Một chàng sĩ quan Không Quân oai phong năm nào và bây giờ là một người tù tàn tạ, tiều tụy, xác xơ... Bất chợt, Khôi đưa mắt nhìn về phía Hà chăm chú rồi anh hỏi thăm Hà về chị Trâm. Trong ánh mắt anh, Hà như thấy bóng hình của chị Trâm thấp thoáng. Hà lúng túng trước câu hỏi của anh, cúi xuống vân vê vạt áo mình thầm nghĩ, có nên cho anh biết chị Trâm sắp lấy chồng không, nếu nói thì thái độ của anh sẽ ra sao nhỉ? Buồn, chắc chắn là anh sẽ buồn lắm, nhưng nếu không nói thì mình phải tiếp tục dối trá hoài sao? Ôi, bao nhiêu háo hức chờ đợi gặp anh để phút giây đối diện này Hà thấy run rẩy, hồi hộp cho sự kịch tính mà Hà đã gây ra.

- Kìa Hà nói cho anh biết đi Trâm ở tiểu bang nào? Anh mong có dịp viết một lá thư thật dài cho Trâm để cám ơn những tình cảm mà Trâm đã dành cho anh... Anh không hy vọng một ngày sẽ được gặp lại Trâm. Cám ơn cả tấm lòng tốt của cô em nhỏ Hà nữa.

Hà vẫn im lặng, vẫn mân mê chéo áo đã nhàu dưới những ngón tay mình, lòng thì nghe nhoi nhói. Im lặng kéo dài vài giây khiến anh phải gọi Hà thêm lần nữa, Hà ngước lên, tránh cái nhìn của anh, ấp úng:

- Chị Trâm ở Virginia, chị...sắp ...lấy chồng rồi anh Khôi à.

- Trâm lấy chồng? Giọng anh ngạc nhiên- sao thư viết cho anh Trâm chẳng nói gì hết?

Hà im lặng, nhìn sự thất vọng và nỗi buồn lộ ra trên khuôn mặt anh, Hà thấy hối hận, thì ra anh cũng nói dối thôi, mới bảo không hy vọng gặp chị Trâm mà giờ nghe tin chị lấy chồng anh lại thất vọng. Hà nghe tiếng anh thở dài:

- Cũng phải thôi, Trâm không thể chờ anh được, Trâm còn trẻ đẹp lại ở một đất nước phồn hoa... Anh dừng câu nói rồi thở dài ôm trán.

Hà xót xa nói:

- Thôi anh đừng buồn nữa, phải giữ sức khỏe để còn về với bác.

Bố Khôi tiếp:

- Phải đó, mỗi người một số phận, vợ chồng cũng là duyên nợ mà nên, cậu phải cố sống khỏe để còn về…Khôi ngẩng lên nhìn bố và Hà:

- Con không buồn chỉ tiếc là con cả tin vào những tình cảm không có thật... Thư từ thì ngọt ngào thế mà lấy chồng cũng không nói, thà nói thẳng ra mà con không tiếc bằng phải qua trung gian em Hà.

Nghe anh nói Hà giật mình, chết rồi! sự hiểu lầm đã càng lún sâu chỉ tại Hà. Anh đã trách sai cho chị Trâm, anh có biết đâu chị chẳng bao giờ giữ hình anh trong tim chị. Khổ quá, chắc Hà phải đính chính cho chị thôi. Hà bỗng thấy lo sợ, ngập ngừng một hồi, Hà run run nói:

- Anh Khôi à, em... xin ... nói...một sự thật để ... đính chính cho chị Trâm rằng... tất cả... những thư từ trước đến giờ của chị Trâm gửi cho anh… là do...chính em viết... Chị Trâm không hề biết gì hết...

Lần này thì Khôi càng ngạc nhiên hơn nữa, vầng trán anh nhăn lại, đôi mắt ánh lên một sự tức giận.

- Hả, Hà vừa nói gì?

Hà sợ hãi lẫn xấu hổ cúi mặt ấp úng:

- Lỗi… tại… em...

Giọng Khôi gằn mạnh lên:

- Tại sao Hà lại đem tình cảm ra mà đùa giỡn với anh như vậy chứ, tại sao, tại sao?

Hà giật mình càng thêm run sợ, chưa biết trả lời anh ra sao thì tiếng kẻng hết giờ thăm đã vang lên, tiếng bố anh nói:

- Thôi, tại sao thì mày phải tự biết lấy, mày không còn là thanh niên mới lớn để không hiểu chuyện này.

Rồi ông buồn buồn dịu giọng tiếp:

- Thôi nhé, thăm con lần này không biết có dịp nào mà đi lần nữa không. Ráng giữ sức khỏe, đừng lo nghĩ gì hết. Trao hai giỏ quà nặng cho anh, hai cha con lưu luyến nhau một lúc. Tiếng xếp đồ và thúc giục của vài cán bộ trại làm Hà luýnh quýnh nói vội từng câu đứt đoạn:

- Đây… là lần đầu tiên… mà cũng là lần cuối cùng gặp anh, em mong… anh… không giận gì em trong chuyện này… vài tháng nữa là em rời Việt Nam rồi… Anh giữ gìn sức khỏe nha…

Nhìn đôi mắt anh đã dịu lại, Hà xúc động ứa nước mắt, hình như anh cũng sắp khóc thì phải. Bóng vài người cán bộ CS vây quanh những người tù, Hà nhón chân nhìn theo anh, thấy anh cũng ngoái cổ lại phía Hà cho đến lúc anh khuất sau đám người mang súng ống đó. Hình ảnh của anh đã theo Hà suốt con đường trở về nhà, và còn đeo đẳng mãi trong lòng Hà cho đến mấy chục năm sau.

***

Phải, mấy chục năm sau sống trên đất Mỹ, Hà vẫn thui

thủi một mình, vẫn ấp ủ bóng hình anh qua bức vẽ chiếc trực thăng vô tri. Thời gian đầu Hà ở với vợ chồng chị Trâm, làm "baby sit" cho con chị tới mấy năm rồi chuyển qua "baby sit" cho con anh Long. Trong thời gian ở với chị Trâm, những người bạn của anh Tuấn hay lui tới và anh cũng có ý làm mai cho Hà vài người nhưng chắc số Hà không mắc nợ ai hết nên chưa thể kết đôi được. Khi các con anh chị đã lớn, Hà xin ra riêng để đi học một nghề chuyên môn tự nuôi thân mình, Hà đã cố gắng học lại ngành y tá. tuổi xuân qua nhanh cùng năm tháng làm việc và học hành. Thấm thoát Hà đã lên hơn nửa hàng bốn của cuộc đời. Nỗi lo toan chiếm hết thời gian để nghĩ đến tình yêu vốn là một ẩn số mà Hà vẫn không tìm ra được câu giải đáp. Hà chuyển về Pagosa Springs ở Colorado, sống an phận với công việc y tá tại một clinic nhỏ.

Pagosa Springs nằm sát ngay biên giới tiểu bang New-Mexico về phía bắc chỉ khoảng 35 dặm. Một ngày nghỉ, Hà theo mấy người bạn đi chợ phiên của người Navajo ở Shiprock, bang New Mexico lân cận. Chợ phiên rất lớn, tề tựu hàng trăm gian hàng trưng bày các loại thảm, khăn, nón, áo, giày dép, những loại dụng cụ săn bắn xa xưa như giáo, mác, dao, rựa. Đặc biệt là nữ trang với nhiều loại đá Turquoise màu xanh tươi thắm cùng các thức ăn, đồ uống cổ truyền Navajo… Lướt qua những gian hàng quần áo sặc sỡ. Hà bỗng chú ý đến một quầy nhỏ trưng bày tranh vẽ nghệ thuật bằng đường chì đen bóng. Hà dừng lại để ngắm tranh, những bức tranh vẽ nhiều chiếc trực thăng ngang dọc, lên, xuống. Nét vẽ quen thuộc làm Hà giật mình, vội lật ra sau bức tranh tìm tên tác giả. Mắt Hà sáng lên, một cảm giác vui mừng lẫn ngạc nhiên khi thấy chữ ký VMK PĐ 245. Hà hồi hộp lẩm bẩm: Đúng là anh rồi! Nhìn quanh mong tìm ra anh, vừa lúc đó, một cô gái trẻ người Mỹ bước tới chào hỏi Hà vui vẻ mời mua tranh. Hà vội vã hỏi ngay:

- Where do you get these pictures?

Cô gái cười tươi tắn nói một hơi:

- Oh, from my dad, he drew them. He still has a lot of pictures at home. Do you like them?

- Yes, I do… I do like them, where is your dad now?

- He's home, he was here with me yesterday, today he doesn't feel well so he wants to stay home. We live in Farmington. Oh, what nationality are you?

- I am Vietnamese.

Cô gái đổi sang giọng Việt Nam mừng rỡ nói huyên thuyên làm Hà hết sức kinh ngạc:

- Ồ ba cháu cũng là người Việt Nam, bữa nào cô ghé chơi nha ba cháu lonely lắm. Ở Farmington không có người Việt Nam nhiều, gặp cô là người Việt Nam ba cháu happy lắm. A, cô ở đâu vậy?

Hà cười khen:

- Wow, cháu nói tiếng Việt giỏi quá, cô ở Pagosa Springs. Rồi ngập ngừng một lúc Hà hỏi cô gái:

- Thế mẹ cháu đâu?

- Mẹ cháu chết lâu rồi, bây giờ ba cháu có một mình thôi. Còn cô? Chắc cô cũng sống có một mình hả cô?

Hà cười cười:

- Sao cháu biết?

- Cháu guess thôi.

Cuộc trò chuyện giữa Hà và cô gái trẻ có phần thú vị, cô cho Hà biết cô tên là Helen, đang phục vụ trong quân đội, sẵn được nghỉ phép mấy ngày nhân dịp đúng lúc chợ phiên mở, cô theo cha ra chợ bán tranh cho vui. Helen nói thêm rằng, cha cô vẽ rất nhiều hình một cô gái và suốt ngày cứ ngắm nghía những bức tranh đó. Cô nghĩ, chắc cha cô phải có một tình yêu sâu nặng với người trong hình nên bao nhiêu năm nay ông không muốn lập gia đình lần nữa. Nghe Helen nói Hà tưởng tượng ngay đến bức tranh chị Trâm, chắc chắn là anh vẽ hình chị Trâm rồi! Chị luôn là hình bóng đẹp trong tim anh. Hà còn nhớ như in đôi mắt thất vọng, buồn bã của anh mấy chục năm trước khi nghe tin chị Trâm lấy chồng, và cái nhìn tức giận trút vào Hà lúc anh nghe sự thật về những lá thư Hà viết… Tự ái lẫn chút thất vọng xen giữa nỗi vui, Hà chần chừ không muốn cầm số phone và địa chỉ của Helen. Hà ngại ngùng với ý nghĩ gặp lại anh…chợt muốn khóc, Hà chẳng là gì trong cuộc đời của anh hết, còn anh mãi là cái bóng ảo Hà theo đuổi hoài… Tiếng Helen hỏi:

- A, mà cô tên gì?

Hà thẫn thờ trả lời:

- Cô tên là Nguyệt Hà.

- Nguyệt Hà, tên hay quá, Cô có thể cho cháu số phone của cô không?

Hà gật đầu lục túi lấy ra cái business card đưa cho Helen, cô gái nghiêng đầu đọc qua tấm card rồi nói tự nhiên:

- Cô là y tá, tốt quá, nếu có gì cần giúp cháu sẽ gọi cô, ba cháu lớn tuổi rồi hay bịnh vặt lắm.

Thấy Hà như không chú ý lời cô nói, Helen lay cánh tay Hà giọng như năn nỉ:

- Cô, cô nhớ tới nhà cháu chơi nha, tuần tới há cô. Nhìn lại bức tranh trực thăng trong tay mình, Hà ngập ngừng nói như mơ:

- Ừ,.. cô… sẽ đến!

***

Suốt cả tuần, lời hứa hẹn đó làm cho Hà suy nghĩ mãi tâm hồn bị xáo trộn với nhiều cảm xúc, hết vui mừng rồi lo ngại, chuyển sang hồi hộp y như lần đầu đi thăm anh, bây giờ lại thêm sự ngập ngừng. Nửa vui mừng thúc giục nên đi, nửa lo ngại thì lòng bảo thôi. Hà sợ nhìn thấy đôi mắt tức giận của anh ngày xưa. Đôi mắt hãy còn ấp ủ hình bóng chị Trâm một thời anh đã si mê...Hà thở dài bâng quơ nhìn ra mảnh vườn sau nhà, nắng sáng nay ùa đến sớm hơn, những cánh hoa hướng dương vươn cao đang cười tươi trong nắng, vài con ong bay la đà bên hàng Russian Sage tím tím, tiếng chim non ríu rít trên cây bàng xanh lá báo hiệu một ngày vui mới. Có tiếng chuông reo ngoài cửa, Hà đoán chắc là bà hàng xóm tốt bụng đem sữa qua cho mình, Hà quay vào bếp lấy cái bình rỗng cầm theo ra cửa để trả lại cho bà. Cửa vừa mở, một sự ngạc nhiên đến tột cùng... xuất hiện trước cửa, một người đàn ông tóc bạc lốm đốm, nụ cười hiền, một tay xách những khung to, một tay cầm bó hồng đỏ thắm. Đôi mắt mí lót, khuôn mặt dễ mến này đã làm Hà sửng sốt trong sự mừng rỡ:

- Trời ơi, anh... anh Khôi!

Anh cười vui:

- Chào Hà, hay thật đấy, không ngờ Hà vẫn nhận ra

anh ngay. Vừa nói Khôi vừa đưa bó hồng vào tay Hà - đây tặng em.

Vẫn chưa hết ngạc nhiên, Hà cầm lấy bó hồng run giọng hỏi:

- Sao… sao anh biết nhà Hà vậy?

Anh cười hóm hỉnh:

- Helen giúp anh tìm ra chỗ Hà ở, dễ quá mà, thời đại khoa học có số phone lên trên on line là tìm được hết. Thành phố này lại quá nhỏ bé, tìm một cô y tá người Việt đâu có gì là khó. Rồi anh nháy mắt- nào có cho anh vào nhà không, để anh còn nói hết nỗi vui mừng của mình nữa chứ.

Hà mở rộng cánh cửa cho anh bước vào, mắt vẫn nhìn anh đăm đăm ngớ ngẩn hỏi:

- Em... em...có mơ không?

Khôi cười:

- Không, em không mơ, đây là thực.

Nói rồi, Khôi đặt những khung hình xuống đất, tiến đến gần Hà đưa tay quay hai vai Hà lại phía anh:

- Xem nào mấy chục năm mà cô em Hà vẫn không thay đổi gì nhiều lắm, Hà này, đúng là trái đất tròn nên vô tình mình được gặp nhau đây anh vui lắm. Bao nhiêu năm nay, anh vẫn còn nợ Hà một lời cám ơn chân thành từ dạo anh đi tù. Anh luôn mong có ngày gặp được Hà để nói một câu cho nhẹ lòng.

Hà bối rối, cụp mắt nhìn xuống những cánh hồng, Khôi nâng mặt Hà lên tiếp:

- Hãy nhìn anh đây, anh đã được nghe bố anh nói rất

nhiều về tấm lòng của Hà. Lúc đó anh mới cảm nhận ra mình quá may mắn được một người con gái như Hà chú ý tới trong cảnh tù tội. Trong khi có vài thằng bạn tù của anh bị người yêu bỏ rơi... Giọng anh bỗng trầm xuống- ngày bố anh hấp hối, bố vẫn ao ước cho anh gặp được Hà... Từ đó, lúc nào anh cũng nghĩ tới Hà...

Nói xong anh cúi xuống vừa mở những khung hình ra vừa tiếp:

- Hôm nay anh mang những bức tranh này đến cho Hà xem, anh hy vọng Hà cũng thích.

Hà nhẹ nhàng đặt bó hoa lên chiếc bàn gần đó, rồi kéo tay anh chỉ bức tranh treo trên tường:

- Khoan, anh còn nhớ bức tranh này không?

Khôi nhìn lên theo hướng tay chỉ, nheo mắt cười:

- Ồ, nhớ chớ, bức tranh này anh vẽ tặng Trâm lâu lắm rồi, Hà vẫn còn giữ đến bây giờ quý thật đó. Nhưng thôi, để Hà xem những tranh này đặc biệt hơn chỉ dành cho Hà.

Anh mở ra ba bức hình khổ lớn là những bức hình vẽ chân dung Hà, những đường chì tinh xảo trông thật sống động, có một bức hình anh vẽ Hà như ngồi trong mưa, đôi mắt ươn ướt, Hà trầm trồ:

- Trời ơi, em đây sao, anh vẽ đẹp quá, đôi mắt có hồn ghê đi, nhìn ở ngoài em đâu có được như vậy!

- Sao không, ở ngoài em còn đẹp hơn nữa.

Xoa nhẹ ngón tay trên đường chì bóng mướt, Hà cười chống chế:

- Không có đâu, em luôn nghĩ mình là đứa xấu xí.

- Sao Hà lại nghĩ mình xấu, Hà có biết là em có một nét đẹp rất dễ thương không? Khôi xoay mặt Hà lại gần bên anh tiếp- dễ thương nhất là đôi mắt, nhìn đôi mắt Hà thì không ai có thể nói dối được.

Hà vui sướng nhìn những bức chân dung của mình nhớ lại lời Helen nói, "ba cháu vẽ nhiều hình một cô gái lắm, suốt ngày cứ ngắm nghía những bức tranh đó." cô gái ấy không phải là chị Trâm như Hà đã tưởng, mà lại là Hà. Ôi, thật không ngờ, không ngờ, không ngờ…

Anh chỉ cho Hà bức tranh có đôi mắt và mái tóc ướt; anh bảo đó là hình ảnh đầu tiên Hà đến thăm anh. Anh còn nhớ hôm ấy trời mưa, tóc Hà ướt, trông đẹp lắm. Hà hỏi:

- Sao gặp có mấy phút mà anh nhớ khuôn mặt em để vẽ lại hay vậy?

Nhìn Hà sâu lắng, anh chậm rãi nói:

- Anh vẽ bằng ký ức, bằng cả tấm lòng say mê khi nghĩ đến Hà.

Dừng một lát anh dịu giọng thì thầm- và bằng một tình yêu... muộn màng...

Hà chớp mắt cảm động, trời ơi, thật anh cũng yêu Hà sao?

Mấy chục năm trôi qua bây giờ Hà mới hiểu tình yêu không còn là ẩn số nữa, lòng Hà vui như sống trong mơ, Hà hạnh phúc với ước mộng đã thành. Cầm bức tranh lên, Hà hỏi anh:

- Em sẽ tìm chỗ treo những bức tranh này lên nha anh? Khôi gật đầu, rồi lặng lẽ đi đến lấy bức tranh vẽ hình chị Trâm bên chiếc trực thăng xuống. Hà ngạc nhiên hỏi:

- Sao anh lại gỡ bức tranh đó xuống làm chi?

Khôi thản nhiên nói:

- Đây không phải là bức tranh tình yêu.

Rồi anh nâng bức tranh vẽ chân dung Hà lên:

- Bức tranh này mới là những bức tranh tình yêu của anh dành cho Hà, phải nên treo.

Hà nhìn sững anh, dòng cảm xúc kéo nhanh lên mắt, Khôi tiến lại gần sát bên Hà, nhẹ nhàng đặt một nụ hôn lên đôi mắt đang ướt lệ ấy... Ngoài vườn sau, tiếng chim ríu rít rộn ràng hơn như đang hát mừng cho ngày vui hạnh ngộ của hai người.

*26/3/14*

# NGƯỜI ĐÀN BÀ GIỮ TRẺ

Ông Nam ngồi vừa nhâm nhi tách trà vừa ngó mông lung ra ngoài cửa sổ. Trời hôm nay có nhiều mây, những tia nắng yếu ớt không lan rộng trên thảm cỏ sau nhà là mấy. Chim chóc đi đâu mà không nghe chúng rúc rích trên cây như mọi ngày. Chung quanh yên tĩnh quá, ông cảm thấy buồn làm sao! Nỗi buồn bao quanh ông cả ngày nên ông biếng ăn, chỉ thích uống trà, uống cà phê thật đậm và ngồi mãi bên khung cửa để suy nghĩ mọi chuyện đời mình. Chuyện thời tuổi trẻ đi chinh chiến, lặn lội xông pha từ chiến trường này đến chiến trường khác trong không gian ầm tiếng súng đạn. Chuyện tan hàng rã ngũ ngày nghe lệnh buông súng đầu hàng, chuyện tù đày gian nan, khổ nhục… Mỗi câu chuyện là một nỗi buồn theo ông vào giấc ngủ, làm ông cứ nằm mơ toàn ác mộng, có đêm ông thao thức trằn trọc rồi lại nhớ bà da diết. Bà Nam đã bỏ ông ra đi vì căn bệnh ngặt nghèo mà cả thế giới đều bó tay. Hạnh phúc tan vỡ quá mau khi gia đình ông vừa định cư trên xứ Mỹ này theo diện H.O. Ông chưa kịp có một dự định gì cho tuổi về già của hai người. Từ ngày bà mất đi, ông như người mất một cánh tay, tâm tư trống vắng, người thờ thẫn và thường cảm thấy chán chường. Ông trở nên bẳn gắt, khó tính, nhất là lúc ông bắt đầu nghỉ hưu, ông tách biệt mình ra khỏi cuộc sống chung với các con, các cháu, không thích giao thiệp với ai. Căn phòng của ông đang ở hiện giờ lúc trước là garage. Hân, đứa con gái lớn đã sửa lại thành một cái studio nhỏ cho ông ở với đầy đủ phòng bếp, phòng tắm, phòng ngủ rất gọn gàng để ông có thể sống thu mình trong thế giới buồn của riêng ông.

Chợt có tiếng nhạc vọng xuống từ nhà trên, tiếng nói eo éo của người đàn bà giữ trẻ, tiếng dậm chân của mấy đứa cháu làm ông giật mình. Ông nhớ lại ngày đầu tiên khi Hân mướn người đàn bà này vào trông nom ba đứa cháu trai của ông (đứa lớn 5 tuổi, đứa kế 3 tuổi và đứa út 2 tuổi). Sự ồn ào của người đàn bà ấy làm cho ông khó chịu vô cùng. Chắc Hân đã không nói rõ cho bà biết sự yên tĩnh rất là cần thiết đối với ông trong nhà. Mỗi khi bà xuất hiện, thì ông đã nghe tiếng nói của bà liên tục không ngừng với mấy đứa bé, lúc thì lớn giọng la lối, lúc thì hạ giọng mềm mỏng, lúc thì đổi giọng đùa giỡn, y như bà đang chơi đóng kịch. Một ngày, ông bị nhức đầu vì tiếng nhạc và tiếng động rầm rầm đó. Quá bực bội, ông bước lên nhà trên thì thấy cả ba thằng cháu ông, mỗi đứa cầm một miếng vải voan trong tay cùng với bà giữ trẻ nhảy nhót theo điệu nhạc "Mambo" từ chiếc máy CD. Ông tức giận quơ đại cái chổi ở góc nhà, đập lên bàn quát lớn:

- Ồn quá, có im đi không?

Tiếng quát vừa dứt thì tiếng nhạc cũng ngưng. Người đàn bà nhìn ông sửng sốt, ba thằng cháu nép vào bên bà lấm lét.

Ông lớn giọng nhấn mạnh:

- Đây là cái nhà, chứ không phải là vũ trường, có biết tôi bị bịnh cần được yên tĩnh không?

Nói xong ông thở ra như trút được hết sự bực bội trong người định quay đi rồi thoáng thấy đôi mắt sợ sệt của ba đứa cháu ngó theo. Ông tự trách mình sao vô lý quá! Ngoảnh lại nhìn thằng bé út lúc đó đang ôm cái chân của bà giữ trẻ. Ông ngoắc nó dịu giọng nói:

- Lại đây với ông, chơi nhảy nhẹ nhẹ thôi.

Thằng bé vẫn giương to mắt nhìn ông không nhúc nhích, trong cái nhìn hoảng sợ lẫn chút xa lạ của nó làm ông thấy nhoi nhói lòng. Cháu của ông mà xa lạ với ông như vậy sao? Người đàn bà kia chỉ xuất hiện có mấy ngày thôi chúng đã gần gũi bà hơn cả ông rồi. Ông đứng bất động ngượng ngùng; người đàn bà đẩy đứa bé lại phía ông:

- Con lại với ông đi.

Thằng bé vẫn không rời chân bà. Quay sang hai thằng lớn, bà nói:

- Con lại với ông đi xem ông nói gì.

Hai thằng lớn cũng không di chuyển. Ông vẫy tay buồn buồn nói:

- Thôi chơi đi, đừng làm ồn quá.

Rồi ông bước đi.

Mấy ngày sau tiếng ồn đã không còn. Ông không biết bà đã cho ba đứa trẻ làm gì trên ấy để giữ im lặng, mà im lặng thì ông lại thấy như buồn hơn, cứ muốn nghe tiếng trẻ líu lo một chút cho vui. Ông lắc đầu lẩm bẩm: "Mình thật là mâu thuẫn quá!"

Giữa khoảng không gian yên tĩnh giờ này thì tiếng nhạc vang lên. Ông nghiêng đầu lắng nghe, nhưng chỉ được vài phút ngắn ngủi, sau đó tiếng nhạc và tiếng dậm chân đã ngưng. Thỉnh thoảng vào giờ trưa, ông có nghe tiếng bà giữ trẻ hát ru vọng qua bên phòng ông. Tiếng hát ngân nga âm điệu nhẹ nhàng của một bài hát nào đó về tình mẹ, mà ông nghe loáng thoáng được vài câu như:

"À á ru hời a hời ru, mẹ thương con có hay chăng, thương từ khi thai nghén trong lòng..."

Làn hơi thanh thanh của bà đôi khi cũng làm ông rung động và chìm dần vào giấc ngủ.

Một con chim Robin từ đâu bay đến đậu trên nhánh cây thấp ngang tầm nhìn của ông. Nó nghiêng đầu nghếch cái mỏ vàng lên cất tiếng hót. Nó hót âm điệu gì mà nghe cũng buồn quá! Trông cái dáng vẻ cô đơn của nó thật tội nghiệp. Dường như Robin biết tiếng hót của nó không có bạn đồng họa nên nó ngừng hót và vỗ cánh bay cao. Mây kéo về trong chốc lát rồi lại bỏ đi cho nắng dần dần lấn tới, trời thoáng dịu mát, thoáng nắng gắt. Từng mảng nắng đang lan trên lùm cây trắc bách diệp xanh um. Nhìn nắng, ông lại nhớ đến cái nắng nóng ở Việt Nam, nhớ những ngày đi chặt tre vất vả trong tù dưới ánh nắng thiêu gắt. Chặt đến mỏi cả đôi vai, còn phải khiêng vác tre về trại trên con đường nóng rát, nếu hôm nào mà đi chân đất, nắng như muốn bỏng cả hai chân… Có tiếng gõ cửa phòng ông cùng với tiếng gọi:

- Ông "goại" ơi!

Ông Nam ngạc nhiên khi nghe tiếng thằng Tuấn, đứa cháu lớn gọi, bởi có khi nào ông cho phép chúng nó sang bên phòng ông đâu. Ông ngóng cổ về phía cửa nói:

- Vào đi.

Tiếng ông vừa dứt thì bà giữ trẻ và ba đứa bé đã đứng ngay cạnh bên ông từ lúc nào. Bà giữ trẻ nhanh miệng nói:

- Chào ông ngoại, rồi bà quay sang lũ trẻ tiếp - con chào ông đi.

Ba cái miệng mở to đồng thanh:

- Chào ông.

Nghe cháu chào, ông Nam thấy lòng vui vui, ông cười xoa đầu thằng út là cu Bi hỏi:

- Có chuyện gì mà vô phòng ông đây?

Bà giữ trẻ mỉm cười nói:

- Dạ hôm nay em cho mấy cháu tập vẽ tranh tặng ông ngoại.

Nói xong, bà nhắc hai đứa lớn:

- Nào, con đưa tranh cho ông đi.

Thằng Tuấn tiến về phía ông đưa bức tranh vẽ những hình bầu dục to ở giữa và hai hình chữ nhật hai bên. Phía trước hình bầu dục là những gạch ngang dọc. Nó nói giọng trệu trạo:

- Con tặng ông cái máy bay con vẽ.

Thằng Tú là đứa kế cũng tiến đến đưa ông một tờ giấy vẽ những đường nghuệch ngoạc, bắt chước anh nó nói:

- Con tặng ông.

Ông Nam run tay cầm hai bức tranh nhìn, chưa kịp nói gì thì bà giữ trẻ đã nói:

- Cháu vẽ đẹp quá phải không ông ngoại?

Ông ngẩng lên nhìn bà. Lần đầu tiên ông được diện kiến bà rất gần, trông bà hãy còn trẻ, bà đang cười với ông. Ông nhận ra bà có hàm răng trắng đều lại thêm một cái răng khểnh lộ ra bên phải làm cho nụ cười của bà rất có duyên. Ồ, đôi mắt mới tuyệt vời làm sao, nó tròn to, đen nhánh dưới hàng mi dài cong tự nhiên. Dù đã có vài nếp nhăn lờ mờ hai bên đuôi mắt vẫn không làm giảm bớt đi sự tươi trẻ trên khuôn mặt bà, ông bỗng thấy rung động trước đôi mắt đẹp đang nhấp nháy với ông như muốn thoả thuận ngầm điều gì, bà nói:

- Ông ngoại nói mấy lời khuyến khích cháu đi, hai anh em ngồi chăm chú vẽ cả buổi sáng cho ông đó.

Tiếng của bà kéo ông ra khỏi cơn mê ngơ ngác; ông lúng túng:

- Ồ… đẹp... đẹp lắm. Cám ơn cháu nghen.

Thằng Tuấn nói:

- Ông "goại" nhớ "cheo" hình lên tường nha.

Ông gật đầu, mắt vẫn không rời nụ cười của bà giữ trẻ:

- Ờ, ờ, lát nữa ông treo lên liền.

Bà giữ trẻ nói với mấy đứa bé:

- Xong rồi, mỗi đứa hôn ông một cái đi rồi mình lên nhà chơi cho ông nghỉ.

Hai thằng lớn đến gần ông ôm cổ hôn cái "chụt" lên má ông. Thằng cu Bi thấp tủn, đang cố kiễng chân với tay để hôn ông, thì bà giữ trẻ đã nhanh nhẹn ẵm nó lên để mặt nó sát vào ông. Khuôn mặt bà lúc này cũng càng gần ông hơn, và một bên tóc của bà xòa xuống ngay trên phía vai ông. Một mùi thơm nhè nhẹ toát ra từ người bà cho ông chút cảm giác ngất ngây. Đã lâu lắm rồi, có đến hơn mười năm chứ ngắn ngủi gì, ông chưa nghe lại mùi đàn bà…Ông vui vẻ đón nhận nụ hôn của các cháu mà lòng không khỏi ngẩn ngơ, tiếng bà giữ trẻ:

- Thôi để em cho mấy cháu lên nhà chơi, khi nào ông ngoại buồn thì lên chơi chung với mấy cháu cho vui nghe ông ngoại.

Ông ầm ừ, nhìn theo bà giữ trẻ và ba đứa cháu đi ra khỏi phòng, tưởng như mùi hương của bà vẫn còn phảng phất quanh đây. Bất chợt ông mỉm cười.

***

Đã hai hôm nay bà giữ trẻ không đến, ông Nam nghe Hân nói bà bị ốm. Hân phải nghỉ ở nhà để trông con. Mới hai hôm vắng tiếng nói eo éo của bà mà ông đã thấy nhớ nhớ. Tính ra bà vào nhà này giữ mấy đứa nhỏ cũng gần cả năm rồi, mọi việc trong nhà đều thay đổi từ khi có sự hiện diện của bà. Nhà cửa ngăn nắp ra, những thằng cháu nghịch ngợm của ông ít đánh nhau hơn. Chúng hát véo von cả ngày những bài hát tiếng Anh, tiếng Việt, lại còn thích chơi vẽ tranh. Trong căn phòng gia đình, bà Mơ làm cho chúng một góc trưng bày tranh. Những bức tranh vẽ của hai thằng Tuấn, Tú, được bà lồng vào khung đàng hoàng trông thật ngộ nghĩnh. Có cả những hình con thú xếp bằng giấy mà ông dạy chúng làm cũng được bà treo lủng lẳng trên trần, ngó vui mắt lắm. Dạo này bà còn dạy chúng đọc và viết chữ Việt nữa. Hôm qua, hai anh em thằng Tuấn và Tú tranh nhau đọc cho ông nghe bài thơ chúng đã thuộc lòng. Thằng em vừa cầm cuốn sách chỉ vào hình cái cây, vừa hăng hái đọc:

*Hôm nay học về cây*
*Bài cô giảng thật hay*
*Rễ cây uống nhựa đất,*
*Như ăn cơm hằng ngày*
*Cây không hề biết đi*
*Chưa bao giờ cây nói*
*Cây chỉ biết thầm thì*
*Khi trăng lên gió thổi*
*Lá cây làm lá phổi*
*Cũng hít vào thở ra*
*Cành cây thường vẫy gọi*
*Như tay người chúng ta*

Thằng Tú ngừng đọc như để nhớ lại thì thằng Tuấn đã tiếp:

*Khi vui cây nở hoa,*
*Khi buồn cây héo lá,*
*Ai vặt cành bẻ hoa*
*Nhựa tuôn như máu ứa (1)*

Lúc này, thằng Tú đang cầm cuốn sách có hình cây xanh to ngoài bìa đến gần ông. Tiếng nó cắt đứt sự nghĩ ngợi của ông về bài thơ:

- Ông "goại," bà Mơ nói không được bứt lá, bẻ cây, cây cũng biết đau đó ông "goại."

Nghe Tú nhắc đến bà Mơ, ông lại mơ màng nhớ đến nụ cười của bà.Tiếng thằng Tuấn tiếp:

- Cây để làm đẹp đường thôi há ông "goại", con thuộc hết bài Cây luôn nè.

Ông Nam gật gù cười khen hai cháu:

- Giỏi quá, còn bài nào nữa không, đọc thêm cho ông nghe với?

Thằng Tuấn ngẫm nghĩ:

- Con hết nhớ rồi!

Hân đang lau bàn quay ra nhắc con:

- Hôm bữa má nghe hai đứa đọc bài "thương ông" gì đó, bài đó hay, đọc cho ông nghe đi con.

- Bài thương ông? Thằng Tú hỏi lại

Tuấn nói lớn:

- A, con nhớ rồi, dzầy nè - Tuấn đọc luôn một lèo:

*Cháu yêu ông nhất trên đời*
*Vì ông với cháu cùng chơi suốt ngày*
*Sáng ông dạy cháu tưới cây*
*Chiều ra nhặt cỏ dại đầy sân sau (2)*

Lần này cả ông Nam và Hân đều khen ngợi hai đứa bé, Hân lại gần bên Tuấn hôn lên má con nói thêm:

- Hay quá, con má thiệt là giỏi ghê.

Hân quay qua nói với ông:

- Ba thấy hông ba, từ hồi bà Mơ giữ tụi nó tới giờ, tụi nó học được nhiều cái hay quá há ba, con cũng mừng ghê đó.

Ông Nam gật đầu tán thành:

- Ừ, bà có vẻ là người có học đó nghen…

Ông chợt ngừng ngang câu nói, không biết dùng tiếp

chữ nào để diễn tả được hết ý của ông về bà Mơ. Ông cảm thấy bà quả là một người giữ trẻ tuyệt vời so với những người Hân đã mướn trước kia. Chỉ một việc bà tập cho thằng cu Bi «bỏ tã» thôi là ông đã thấy được tính kiên nhẫn của bà đến độ nào. Bà nhắc nhở nó đi "pee, pee" cách hai tiếng một. Sẵn lòng ngồi chờ nó bên cạnh cái «potty chair» hồi lâu, đọc truyện cho nó nghe. Khi nào nó đi được thì bà vỗ tay reo khen nó, lại cho nó mấy cái sticker dán vào áo để mang lên khoe ông thành tích đi "pee pee". Bà dỗ dành nó rất hay, nay thằng bé đã biết đi vào phòng tắm một mình. Còn chuyện tập cho chúng đánh răng sau bữa ăn nữa chứ, thật là một kỳ tích. Không như Hân phải réo gọi con năm lần bảy lượt, thỉnh thoảng còn phải cầu viện đến sự quát tháo của ông thì chúng mới chịu đánh răng. Ông chú ý cách bà tập cho ba thằng nhóc đánh răng giống như một trò chơi vậy. Khi chúng chải hàm răng phía trước thì bà và chúng đều đồng thanh nói chữ i, hễ đánh vào hàm răng bên trong thì cả ba cái miệng há ra chữ a, và chữ e thì để chà lưỡi. Ba thằng bé thi nhau chà răng một cách hào hứng. Mỗi lần nhìn bà Mơ với mấy thằng cháu đánh răng ông thấy vui nhộn quá!

Vợ chồng Hân cũng rất hài lòng và cho rằng mình đã may mắn gặp được một người giữ trẻ tốt như bà. Không những bà chỉ mang niềm vui đến cho mấy đứa bé, bà còn mang lại sự vui vẻ cho cha cô. Ông đã bớt khó tính không sống biệt lập như trước nữa, thường chơi với các cháu và hay ăn cơm chung với gia đình Hân vào ngày cuối tuần. Đặc biệt là ông hay hỏi Hân về bà giữ trẻ…Thấy ông chỉ gật đầu, lại dừng đột ngột sau câu nói. Hân cười tủm tỉm hỏi:

- Ba, ba thấy bà Mơ được hông ba?

Nghe con hỏi, lòng ông bỗng rộn ràng kỳ lạ, ông mỉm cười nói ngay:

- Bả dễ thương đó chứ, hồi còn trẻ chắc phải đẹp gái lắm à.

- Con cũng nghĩ vậy đó, bả 50 rồi đó ba, mà nhìn bả trẻ ghê hông, hổng biết lúc con tới tuổi 50 có được như bà Mơ hông đó, bả còn nhanh nhẹn quá trời à!

- Ờ, nhìn bả trẻ quá! Không biết bà đau ốm ra sao? Mày gọi hỏi thăm người ta chưa?

- Con gọi rồi, định chiều ông xã con về cho ảnh coi mấy đứa nhỏ con qua thăm bả một chút.

- Bà có ở gần đây không?

- Dạ gần đây nè ba, đi bộ chừng một block đường tới hà.

Ông Nam ngạc nhiên:

- Vậy sao? Rồi ông ngập ngừng - Ờ, mày… cho ba… đi thăm bả với được không?

Hân nhìn cha ngạc nhiên vài giây, rồi vui mừng nói:

- Dạ được chứ ba. Con còn ước phải chi ba với bà Mơ làm bạn lâu dài cho con vui.

Ông Nam cười ngượng nghịu:

- Ba già rồi…

Hân lại gần cha ngồi xuống nhỏ nhẹ nói:

- Ba à, má mất lâu quá rồi, ba cũng phải cần có người bên cạnh để chăm sóc bầu bạn với ba cho vui. Nếu ba có tình cảm với bà Mơ thì con sẽ cố gắng ráp nối bả cho ba.

Bà Mơ cũng goá chồng mấy chục năm nay rồi, bả ở vậy tới giờ luôn đó ba, không có con cái gì hết coi bộ hoàn cảnh bả cũng đơn chiếc lắm.

Đến lượt ông Nam ngạc nhiên:

- Bà Mơ goá chồng hả? Tội nghiệp không?

- Dạ, mấy chục năm rồi…

Ông Nam ngắt lời Hân:

- Biết lòng người ta ra sao, bả đã ở vậy tới mấy chục năm nay là cũng phải có lý do. Chắc gì bả đã chịu ba mày.

- Con nghĩ chắc bả cũng có cảm tình với ba, có lần bả khen với con ba đẹp lão.

Ông Nam phì cười. Hân tiếp:

- Mà con thấy ba đi với bà Mơ xứng hơn với má…

Ông Nam đánh lên đầu Hân gắt ngang:

- Ý trời, mày nói cái gì kỳ cục vậy?

Hân biết mình lỡ lời, vội bụm miệng nói:

- À, hông, hông. Má ở dưới suối vàng tha tội cho con nghe, ý con nói là về vóc dáng bên ngoài, ba đi với bà Mơ xứng hơn tại bả nho nhỏ. Má thì cao to, ba cũng cao, mà từ hồi ba đi cải tạo về ba sa sút, ốm yếu quá, lúc sau này má bị mập bịnh nữa nên má đi với ba không thấy ba đâu hết á.

Vừa lúc đó có tiếng la khóc của thằng cu Bi cùng với tiếng chân rượt đuổi nhau, thằng Tú chạy trước, tay cầm cái túi lụa màu tím cà trong tay vừa nói:

- Của anh mà, đâu phải của Bi.

Thằng Bi chạy theo sau anh mếu máo:

- Chả Bi, chả Bi

Cu Bi đã 2 tuổi, nhưng vóc dáng nó nhỏ như đứa bé mười mấy tháng, vì Bi sinh non gần tới 4 tuần. Thằng bé lững thững chạy theo anh, Hân chụp lấy tay con kéo lại:

- Coi chừng vấp đồ té con à, chạy đi đâu vậy?

Thằng Bi giãy giụa đẩy mẹ ra, nó chỉ tay về phía Tú khóc nói:

- "Ang"... túi

Hân quay về phía Tú, lớn giọng:

- Tú lấy cái gì của em trả cho em đi.

Tú gào lại:

- Của con chứ đâu phải của em.
- Cái túi nào mà của con, đem ra đây cho má coi coi.

Thằng Tú dơ cao cái túi vải nhỏ lên đưa cho Hân xem từ xa. Thằng Bi nhẩy lên đòi lại, Hân nói:

- À cái túi đó bà Mơ làm cho mỗi đứa một cái mà, đem lại má coi có tên con ở ngoài hông?

- Hông có tên mà có hình con ong là của con.
- Thiệt hông? Rồi còn của thằng Bi là hình gì?
- Của Bi hình bong bóng, Bi giục mất tiêu rồi, cứ đòi của con hoài à.

Hân dỗ ngọt Tú:

- Thôi đem lại đây cho em mượn xíu đi, chút má kiếm cái của nó rồi trả lại cho con.

Thằng Tú lắc đầu nói: Hông. Cu Bi lại giãy lên đành

đạch. Ông Nam nhìn cái túi nhỏ thằng Tú đang đong đưa trong tay. Ông dỗ thêm:

- Đưa cho em mượn đi con, lát nữa ông dạy con xếp cái máy bay.

Thằng Tú vẫn lắc đầu: Hông, em cũng có mà! Ông Nam đứng lên đổi giọng cứng rắn:

- Ông nói cho em mượn để má mày đi kiếm cái của em sau, mau đi.

Thằng Tú vẫn phụng phịu không chịu. Ông Nam chợt quát:

- Mau cho em mượn, nó khóc hoài nhức đầu lắm biết chưa?

Thằng Tú giật mình sau tiếng quát của ông, nó bước tới đưa cái túi cho em. Ông Nam nhìn chăm chú cái túi lụa tím mềm mại, nhớ đến hình ảnh bà Mơ hôm nào trong chiếc áo bà ba lụa màu tím hoa cà, cũng cùng một loại vải như cái túi lụa trên tay thằng cháu ông hiện giờ. Ôi, lúc đó, trông bà sao dịu dàng, trẻ trung quá! Chiếc áo may vừa khít với thân hình nhỏ nhắn, thon gọn của bà. Ông xúc động nhìn chiếc áo bà ba như được nhìn lại hình ảnh cô gái Việt Nam ở quê hương Bến Tre của ông mấy chục năm trước. Ông ngắm mãi từng sự di chuyển của Mơ từ nhà bếp ra phòng khách cho đến lúc bà ngồi xuống chiếc ghế sofa đối diện với ông thì thằng cu Bi đã nhảy lên lòng bà, bá lấy cái cổ trắng xinh đòi bà cho nó chơi đứng lên, ngồi xuống trên đùi bà như mọi lần. Chiều Cu Bi, bà xốc nách thằng bé cho nó nhảy hai ba lần. Sau một hồi, không muốn bà giữ nó trong tay, nó làm động tác đứng lên, ngồi xuống một mình. Làm được hai lần nó thích thú cười vui, nhưng đến lần thứ ba, nó hụt một chân ra ngoài, té ngồi xuống, hai tay nắm lấy cái cổ áo bà ba tròn của bà, bất ngờ làm bung hết mấy hàng nút bấm trước ngực áo. Sự việc xảy ra quá bất ngờ, quá nhanh khiến ông Nam giật thót mình. Vì lịch sự, ông quay mặt nhìn đi nơi khác, nhưng trước khi quay đi ông đã liếc nhanh qua khoảng ngực trắng hồng ẩn dấu sau cái áo ngực cũng màu tím cà có viền ren rất đẹp... Bà Mơ đã nhanh tay túm ngực áo lại và đặt thằng cu Bi sang bên cạnh. Ông nhìn theo dáng bà chạy nhanh vào phòng trong lòng bỗng nhiên rạo rực đến khó tả. Hình ảnh hấp dẫn kia vẫn ám ảnh ông mỗi khi ông nhìn thấy cái túi lụa màu tím cà, dù ông chỉ được chiêm ngưỡng trong vài giây ngắn ngủi …

Dạo này ông vẫn thường nằm mơ về bà Nam hồi còn sinh tiền, thuở bà gồng gánh đi thăm ông mãi tận trại Phú Yên xa xôi. Có khi ông lẫn lộn bà Nam ra hình ảnh bà Mơ thật hiền hoà, dịu ngọt chứ không nóng nảy, gắt gỏng. Nhớ lại những năm bà Nam đau ốm, sự nóng nảy cáu gắt của bà càng tăng cao. Suốt mấy chục năm sống với nhau, ông thường là người nhẫn nhịn nhiều để cho bà vui và cũng vì biết ơn tấm lòng tận tụy, hy sinh cho chồng của bà. Ông xót xa nghĩ đến những ngày bà sắp phải xa ông trong căn bệnh ung thư gan vào giai đoạn cuối. Đau đớn hành hạ thân xác làm bà rên xiết, khóc lóc, thảm thiết quá, mà ông thì không thể làm gì giúp bà qua cơn đau được…

- Ba ơi, đi thăm bà Mơ để trời tối bả ngủ đó.

Tiếng Hân bên tai kéo ông về thực tại.

- Ủa, ba khóc hả ba? Ba buồn nhớ má nữa hay sao vậy? Hân lo ngại hỏi

Ông Nam lắc đầu, đứng lên:

- Thôi đi.

***

Đến đón trẻ ở trạm school bus hàng ngày trong khu phố là vài khuôn mặt phụ nữ Việt Nam, Mỹ, Mễ. Họ biết Mơ là một người giữ trẻ như lời tự giới thiệu của nàng. Về cuộc sống riêng, họ biết thêm nàng goá chồng, không con cái, ở thuê một căn phòng nhỏ của hai vợ chồng già cách nhà Hân một block đường đi bộ. Thật ra, Mơ hãy còn độc thân do không muốn ai biết mình là "gái già" hoặc bị mang tiếng "ế" mấy chục năm nay. Mơ phải nói dối với mọi người mình góa chồng, còn "bịa" thêm chồng mình hồi xưa đi lính đã hy sinh trong trận chiến An Lộc vào năm 72 mùa hè đỏ lửa. Nói vậy cho oai và còn được tiếng là "chung thủy", "chính chuyên" hơn là tiếng "ế".

Mơ dọn đến đây từ thành phố Ignacio nhỏ bé ở phía Nam tiểu bang Colorado, một thị trấn biệt lập của người thổ dân Ute. Mơ đã sống lạc loài ở đó hơn mười năm với nghề dạy trẻ. Thời gian đầu, Mơ chỉ định dạy 3 năm như sở giáo dục liên bang đã qui định để được miễn trả lại tiền học. Nhưng sau 3 năm, Mơ không xin được việc ở thành phố nào khác, đành phải an phận nơi vùng hẻo lánh ấy. Thời gian cùng tuổi xuân cứ trôi đi lặng lẽ bên cuộc sống hết sức buồn tẻ và cô đơn của Mơ. Ngoảnh lại thấy mình mới đó đã tới tuổi năm mươi rồi! Năm mươi mà như "*còn ngơ ngác, giữa giòng đời cuốn xô…*" đúng là "*một đời quẩn quanh giành tranh chẳng qua một chớp mắt…*" (3) và, khi tuổi đời càng lớn, sự chống trả với cô quạnh càng yếu đi, lòng hăng say nhiệt tình trong công việc cũng giảm sút. Ước muốn về những nơi có đông người Việt sinh sống đã cho Mơ sự cương quyết ra đi, dẫu chưa biết mình có dễ dàng tìm việc làm ở chỗ mới hay không. Sẵn có thêm sự thuyết phục của ông Thanh, người anh trai cả nên một ngày hè, Mơ đã khăn gói về Nam Cali này sống với anh. Ở với anh chị một thời gian ngắn, cảnh chị dâu, em chồng không thuận thảo làm Mơ cảm thấy ngột ngạt với không khí «mất tự do». Chị Thanh, tính nết khó khăn, độc tài, thích điều khiển mọi việc trong nhà theo ý mình. Mơ thường bị chị la mắng và nói bóng gió về chuyện "ăn bám" sẽ kéo dài không biết đến bao lâu của Mơ. Anh Thanh rất hiền nhưng lại sợ chị Thanh, anh không dám nói đỡ cho Mơ câu nào chỉ an ủi Mơ sau lưng vợ. Mơ thương anh, không muốn anh phải khó xử giữa vợ và em gái, cũng không muốn là gánh nặng cho anh khi anh chị đều đã nghỉ hưu, Mơ đành phải dọn ra ngoài ở riêng. Ra sống riêng, Mơ gặp không ít khó khăn của người từ thành phố nhỏ đến sinh sống ở thành phố lớn, khó khăn nhất là lái xe. Trước kia, ở thị trấn Ignacio nhỏ bé, Mơ đi làm rất gần nhà, lái xe chỉ mất khoảng 10 phút, đi chợ thì chưa đến 15 phút. Đường phố nhỏ hẹp, vắng lặng, từ 3 giờ chiều trở đi trên đường chỉ lác đác vài chiếc xe chạy. Khác với Wesminster này, đường xá thênh thang, xa lộ dọc ngang, xe chạy ào ào. Mơ cố gắng thi lại bằng lái Cali mà vẫn còn nhút nhát chưa dám lái xe ra xa lộ lớn. Đã có mấy chỗ Mơ xin việc quá xa, định nhờ anh Thanh nhưng lại ngại ánh mắt khó chịu và lời chì chiết của chị dâu:

- Ôi dào, học nghề gì không học, lại đi học "baby sit" tốn kém mà chẳng kiếm được bao nhiêu, lại phiền hà cho người khác.

Mơ đành thôi, phải cố tìm cách giải quyết khó khăn một mình. Mơ đọc báo để tìm người thuê giữ trẻ, may ra có tiền chi phí ăn ở cho thời gian đầu, sau đó sẽ tính cách khác. Chặng đường đi xin việc giữ trẻ cũng gay go không kém. Mơ gặp những cặp vợ chồng Việt Nam khó tính, chẳng ai muốn tin vào bề dày kinh nghiệm dạy trẻ của nàng. Người ta quan niệm "giữ trẻ" nghĩa là một "baby sitter" thực thụ, chứ không ai cần người "dạy trẻ". Vì thế, nếu Mơ nói chuyện bằng cấp trong lúc mấy bà mẹ phỏng vấn mình chỉ là vô ích khi kinh nghiệm giữ trẻ tại nhà Mơ chưa hề trải qua, mặc dù nó chẳng có gì là khó. Cũng có vài gia đình muốn Mơ giữ trẻ kiêm luôn việc đưa đón con họ đi học, nhưng Mơ ngại lái xe xa, lại chưa biết đường xá nên không dám nhận. Một tháng trôi qua nhanh, tiếp tới tháng thứ hai, tháng thứ ba, tiền nhà đã phải chi hết một phần tư số tiền dành dụm rồi mà việc làm chưa tìm được. Mơ bắt đầu lo lắng định dọn về ở với anh Hoàng, anh kế của Mơ, song nghĩ đến tính khí khó khăn hay la mắng của anh, Mơ lại tự ái đành lắc đầu, thôi vậy. Mơ có hai ông anh tính tình hoàn toàn khác nhau, anh Thanh hiền thì chị vợ dữ, còn anh Hoàng được chị vợ hiền thì tính khí anh nóng nảy, cau có, khó chịu với vợ con, với em. Thật khổ thân! Tuy thương anh, Mơ chẳng muốn sống chung với các anh chút nào. Có lẽ do cuộc sống quá bận rộn, nhiều lúc cả hai ông cũng quên mình còn một đứa em gái nhỏ. Mơ mất mẹ từ thuở lọt lòng, sinh ra Mơ khó khăn ở tuổi đã lớn, mẹ qua đời sau một cơn băng huyết nặng. Mơ lớn lên trong sự nuôi nấng của cha và anh. Mơ thở dài nghĩ; phải cố thôi, mình đã tự lập mười mấy năm nay rồi, chẳng lẽ bây giờ đành chịu thua sao? Rồi dịp may cũng vừa đến cho Mơ vào tháng thứ tư, Mơ gặp được vợ chồng Hân đang cần người giữ ba đứa trẻ và họ đã nhận Mơ ngay không đắn đo, không hề đòi hỏi ở Mơ điều kiện gì. Hân kể cho nàng nghe nỗi lo lắng của cô về ba thằng con trai, trước kia không người giữ trẻ nào giữ con cho Hân quá sáu tháng. Họ thường than phiền ba đứa bé quá nghịch phá và lì lợm. Hân cũng lo rồi Mơ sẽ bỏ đi như những người giữ trẻ trước. Mơ trấn an bà mẹ trẻ rằng nên hiểu con trai đứa nào cũng hiếu động nghịch phá, đó là sự phát triển tự nhiên của chúng. Nếu có phương pháp đưa những trò chơi hữu ích như tô vẽ, chơi nặn đất sét, chơi cát, chơi nước, chơi cờ hình v…v… đến với chúng, làm cho chúng thật bận rộn thì sự phá phách sẽ giảm bớt. Mơ cũng cho Hân biết là mình có đến bốn thùng đồ chơi, và nhiều dụng cụ làm thủ công, cũng như màu nước để sơn, vẽ, làm Hân yên tâm ngay.

Khi Mơ bắt đầu làm quen với ba đứa trẻ, nàng cũng gặp nhiều khó khăn, vất vả để chỉnh đốn một nề nếp ăn, ngủ, chơi, học giống như trong lớp vậy. Biết thằng Tuấn rất ham mê chơi game trên computer. Mơ tìm tòi những game về toán và tập đọc cho Tuấn chơi. Thấy nó có vẻ chán, Mơ thuyết phục mãi và phải tưởng tượng thêm ra những câu chuyện cho mỗi game để hướng sự chú ý của thằng bé vào trò chơi. Mơ chỉ hạn chế giờ chơi game trên computer là 15 phút mỗi ngày, và thường dùng thời gian chơi game như một phần thưởng cho thằng Tuấn khi nó làm xong bài tập ở nhà. Còn hai thằng bé thì cũng được chơi theo giờ, Mơ cũng thường cho chúng sự lựa chọn trò chơi và khi chơi xong, Mơ luôn nhắc nhở chúng tự dẹp đồ chơi cho ngăn nắp. Dần dần ba đứa trẻ đã vào nề nếp, Mơ nhận thấy chúng đã không quá quậy phá hay lì lợm như Hân đã nói. Trái lại đó là ba đứa bé trai lém lỉnh, hiếu động, biết nghe lời. Mơ thấy chúng thật đáng yêu, nhất là thằng cu Bi cứ đi theo Mơ như cái đuôi. Tội nghiệp thằng bé sinh thiếu tháng, hai tuổi mà nhỏ xíu con, vậy đó, Bi leo trèo chạy nhảy nhanh như con chuột. Việc đưa đón Tuấn đi học kindergarten cũng rất tiện lợi. Buổi sáng Mơ dắt nó ra trạm xe "school bus" cách nhà khoảng nửa block đường đứng chờ xe đến, rồi trưa lại ra trạm đón Tuấn về. Chỉ có điều trở ngại cho Mơ là ông Nam, một "grandpa" khô khan, khó tính đến tội nghiệp! Thấy ông cứ lặng lẽ giam mình suốt ngày trong căn phòng tối om và yêu cầu sự yên tĩnh. Ông không hiểu rằng nhà có trẻ con thì làm sao mà giữ yên tĩnh được, nhất là con trai. Thỉnh thoảng, Mơ bắt gặp ông ngồi ngoài vườn sau đôi mắt nhìn xa vắng. Hình ảnh đó, gợi cho Mơ nhớ đến cha mình đã sống một thời gian dài trong cảnh gà trống nuôi con. Cha cũng buồn và hay ngồi im lặng một mình như thế để nhớ đến mẹ. Những lúc đó, Mơ phải cho ba thằng bé ngồi đọc sách và cố gắng giữ yên tĩnh lâu được chừng nào hay chừng ấy. Song, rất khó lòng để giữ ba thằng con trai ngồi yên lâu, thế nên khi chúng bắt đầu chán đọc sách thì Mơ phải ra thuyết phục ông Nam tham gia vào những trò chơi với mấy đứa cháu cho vui. Lúc đầu ông hay viện cớ mệt mỏi để từ chối, rồi càng về sau Ông Nam cũng đồng ý, ông kể chuyện cho chúng nghe, dạy chúng xếp hình giấy, Tuấn rất thích được ông dạy xếp hình giấy. Nhìn mấy ông cháu ngồi chơi bên nhau, Mơ cũng thấy vui lây, nàng thường nhân cơ hội đó lấy máy hình chụp lia lịa những tấm hình ông cháu cùng chơi, rồi làm một cuốn scrapbook riêng cho mỗi đứa, để chúng đem ra khoe với ba má và ông ngoại. Vợ chồng Hân và ông Nam thích lắm.

Sống một mình đã lâu, chưa lần nào bị bịnh kéo dài đến mấy ngày như thế này. Mơ cảm thấy lo sợ cho những ngày sắp tới nếu cơn bịnh tái phát, mà mình vẫn đơn chiếc một mình một bóng trong căn phòng nhỏ. Đã ba hôm nằm bẹp trên giường, toàn thân đau nhức, Mơ không nhúc nhích nổi, đói, khát không biết kêu ai. Mơ không muốn làm phiền đến hai anh mình, nghĩ hai anh đã đều lớn tuổi đâu có giúp gì được nhiều cho Mơ. Hôm qua, hai cha con ông Nam đến thăm Mơ bất ngờ khiến nàng cảm động quá. Chưa bao giờ Mơ thèm muốn một không khí gia đình như lúc đó. Nhìn cử chỉ lo lắng và ánh mắt thương cảm của ông Nam, Mơ càng tủi thân cho phận cô đơn của mình, chợt nhớ đến buổi chiều nào thằng cu Bi làm đứt nút áo Mơ trước mặt ông ngoại nó, một sự mắc cỡ ngượng ngùng lan toả trong người Mơ nóng ran như thể nàng bị lên cơn sốt nhiều hơn. Người Mơ đang sốt thật đây, Mơ thấy miệng mình khô rát và đắng nghét, nàng cố ngồi dậy mà vẫn không được. Cái đầu đau, tay chân cũng đau Mơ cảm giác như có ai đặt tay lên trán mình. Trong cơn đau nhức, đôi mắt Mơ sao nặng đến nỗi không mở ra được, bên tai nàng nghe loáng thoáng tiếng đàn ông nói chuyện, Mơ cố lắng nghe mà không nghe rõ, rồi một lúc Mơ thiếp dần đi.

***

Ông Nam cẩn thận đặt tô cháo nóng vào cái giỏ mây, lấy thêm vài cái khăn giấy, muỗng. Hân đưa thêm cho ông một túi cam và nói:

- Ba nhớ ép bà Mơ ăn nghe ba, trời ơi, nhà gì mà tủ lạnh trống lốc hà, tội nghiệp bà quá há ba.

- Ờ, mới bịnh có mấy ngày mà coi bà xanh xao quá.

- Ba, ba nhớ hỏi bà Mơ vụ dọn về ở chung với mình nghen ba, nhà mình dư phòng đó, thấy bà ở có một mình tội quá.

Ông Nam gật gù, Hân lại hối:

- Thôi ba đi qua bà Mơ lẹ đi, để thằng Cu Bi thấy nó đòi theo nữa.

Ông Nam ờ ờ, trước khi đi ông không quên bước vào phòng tắm, ngó sơ qua diện mạo của mình, sửa cặp kính và vuốt lại mái tóc trắng. Ông nghĩ bụng, con Hân này cũng tâm lý quá đi chứ, bữa nay giao cho ông đem cháo qua thăm bà Mơ một mình. Thiệt tình ông rất vui mà cũng rất hồi hộp, ông bước ra cửa rồi, Hân còn nói vói theo:

- "Take time" nghe ba.

Nghĩ đến hình ảnh Mơ hôm qua, khuôn mặt trắng xanh mệt mỏi, đôi môi khô vẫn ráng nở nụ cười đón hai cha con ông đến thăm. Nụ cười khô héo ấy lộ ra cái răng khểnh duyên dáng đã cuốn hút ông say đắm lẫn xót xa trước vẻ tiều tụy của nàng. Ông mỉm cười, từng bước chân như vui theo sự rộn rã trong lòng làm ông đi nhanh hơn. Ngang qua công viên, thấy vài người đứng chơi với đám trẻ ông vui vẻ chào họ. Ông đi theo con đường quanh co phía sau công viên, tới bảng stop 4 chiều rồi băng sang đường, quẹo trái, đi qua 3 căn nhà nữa, là đến cái nhà gạch, mái nâu, cửa trắng. Nơi Mơ ở là căn phòng nằm phía sau nhà có lối đi riêng rẽ qua mảnh vườn nhỏ. Đứng trước cửa phòng của Mơ, ông ngạc nhiên thấy cửa chỉ khép hờ, thấp thoáng có bóng người đàn ông bên trong. Ông Nam ngần ngại tự hỏi, ông nào trong nhà Mơ thế? Hay là bạn trai Mơ? Ông lúng túng, chợt thoáng buồn… Ngập ngừng một lát, ông định quay về nhưng lại tiếc không được gặp Mơ thì sợ thêm một tối mất ngủ vì nhớ nàng... Ông nói thầm, nhất quyết phải vào thăm Mơ mới được, coi lão kia là ai rồi đưa tay gõ nhẹ cánh cửa, không có tiếng trả lời. Ông gõ thêm tiếng nữa, vẫn im lặng. Ông lấy làm lạ, liền mạnh dạn đẩy cửa bước vào, ông đụng ngay người đàn ông sau cánh cửa. Hai ông già nhìn nhau lạ lùng, ông Nam nghĩ thầm: Trời, không lẽ bạn trai Mơ lại già như vầy sao? Người đàn ông trong nhà Mơ cất tiếng hỏi:

- Xin lỗi ông muốn tìm ai?

Ông Nam ngập ngừng nói:

- À,.. tôi qua thăm bà Mơ...

Người đàn ông ngắt giọng:

- Thăm Mơ, ông là bạn của Mơ à?

Ông Nam thấy khó chịu trước câu hỏi của người đàn ông, nhưng cũng bình thản trả lời:

- À không, Mơ giữ mấy đứa cháu ngoại nhà tôi, nghe bà bị ốm từ hôm qua đến giờ, con gái tôi nấu tô cháo nhờ tôi mang qua cho Mơ đây.

Người đàn ông ồ lên một tiếng thật to, rồi vui vẻ chìa tay ra trước mặt ông Nam nói một hơi:

- Ô, hân hạnh được biết ông, thật là quí hóa quá. Tôi là Thanh, anh trai của Mơ. Thế ra ông cũng là người quen với Mơ nhà tôi nó hay kể chuyện gia đình ông cho tôi nghe lắm, nó khen gia đình ông rất tốt với nó, nào mời ông vào chơi.

Ông Nam sững sờ vài giây rồi bắt tay người đàn ông vui vẻ nói:

- A, cũng hân hạnh được biết ông, tôi không biết Mơ có anh trai ở đây, bà không bao giờ nói chuyện về gia đình hết.

Ông Thanh vừa kéo ghế, vừa nói:

- Ôi, cái tính Mơ thế đấy, kín đáo lắm, đấy ông xem, cái thân nó ốm không biết mấy hôm rồi mà nào có gọi báo cho tôi. Nhân tôi chở bà nhà đi làm tóc, ghé qua đây thăm mới biết nó ốm.

Ông Nam đặt chiếc giỏ mây lên bàn nói:

- Bà Mơ bịnh ba bốn ngày nay rồi, hôm qua tôi với đứa con gái có ghé thăm. Bà mệt không nói chuyện nhiều được. Mấy đứa cháu tôi nhớ bà lắm, cứ hỏi chừng nào bà Mơ hết bịnh tới chơi với tụi nó.

Ông Thanh nói giọng lo lắng:

- Thế à, bịnh mấy hôm rồi cơ đấy, thật khổ thân. Rồi hạ giọng thân thiết ông tiếp Vâng, nó thích trẻ con lắm. À, Mơ nhà tôi so với chúng ta hãy còn nhỏ, nó cũng chưa bao giờ lập gia đình, ông gọi tên em nó nghe thân mật hơn, gọi bà làm chi nghe trịnh trọng quá. Tôi cũng mừng cho em tôi gặp được một gia đình tốt như gia đình ông.

Ông Nam ngạc nhiên hỏi:

- Ủa, ông nói Mơ chưa bao giờ lập gia đình, vậy sao tôi nghe là bà góa chồng?

Ông Thanh bật cười:

- Mơ nói với ông thế à? Nó hay mặc cảm tiếng ế, nên cứ bịa đặt vớ vẩn. Em tôi hiền lành lắm có giao tiếp nhiều đâu mà quen ai, số phận nó cũng hẩm hiu quá.

Rồi ông chặc lưỡi lắc đầu - thấy nó ốm tôi thật xót xa!

Ông Nam gật đầu như có vẻ đồng tình mà trong lòng ông vẫn chưa hết ngạc nhiên, một sự ngạc nhiên đang trộn lẫn với nỗi vui mừng. Ôi, Mơ không phải là góa phụ, lại chưa bao giờ có chồng. Thật còn gì hạnh phúc hơn cho ông nữa nếu như... Ông dừng lại ý nghĩ này rồi lắc đầu tự trách mình: Biết ra sao ngày mai mà nghĩ vu vơ. Mình ước mơ đơn giản chỉ cần được thấy mặt bà giữ trẻ mỗi ngày là đủ vui rồi. Nghĩ đến đây, ông Nam liền nói:

- Tôi cũng thấy tội cho Mơ đơn độc một mình. Nhà tôi có dư một phòng trống, chúng tôi muốn Mơ dọn đến ở chung cho vui. Mấy đứa nhỏ nhà tôi thương Mơ dữ lắm mà chắc Mơ cũng ít liên lạc với ông hả?

- Nếu được vậy thì tốt quá, tôi cám ơn gia đình ông đã lo cho em tôi. Nói nào ngay, nó sợ bà nhà tôi, bà ấy thì hơi khó tính nó lại tự ái nên ít khi nó liên lạc với tôi lắm.

Ông Nam hướng mắt vào phía trong hỏi:

- Hôm nay Mơ đỡ chưa ông? Xin phép ông để tôi đem cháo vô cho Mơ nghe, cháo hãy còn nóng...

- Vâng, ông cứ tự nhiên, để xem nó thức chưa, tôi đến đây nãy giờ thấy Mơ có vẻ yếu lắm, không muốn ngồi dậy, nói được vài câu rồi lại thiếp đi.

Hai người đàn ông cùng bước vào phòng trong, Mơ vẫn nằm thiêm thiếp trên giường. Ông Thanh đưa tay sờ trán Mơ lẩm bẩm nói:

- Vẫn còn nóng quá thế này!

Rồi ông vỗ nhẹ vào vai Mơ gọi:

- Mơ ơi, dậy đi có khách tới thăm đây này.

Mơ giật mình nhướng đôi mắt lên, mí mắt như đã nhẹ, cảm giác đau đầu cũng bớt, chớp chớp đôi mắt vài cái. Mơ mở hẳn mắt ra, nhìn thấy ông Thanh, Mơ vui mừng, giọng yếu ớt hỏi:

- Anh Thanh, đến hồi nào vậy?

- Đến từ nãy giờ rồi, cô ốm đau thế nào mà không gọi cho anh biết hả?

Mơ nói nhỏ:

- Em bị cúm xoàng thôi mà.

- Xoàng cái gì, lúc tôi đến cô ngồi dậy không nổi, cứ nhắm mắt ngủ thôi, rồi ông nắm tay ông Nam lại gần - nhìn này, xem người quen nào đây.

Mơ nhìn ông Nam mỉm cười chưa kịp lên tiếng thì ông đã hỏi:

- Bữa nay Mơ thấy trong người khỏe được chút nào không?

- Dạ em cũng đỡ đau chút rồi.

Vừa trả lời xong, Mơ cảm thấy ngượng ngùng khi nằm trước mặt hai ông, liền chống tay ngồi dậy. Ông Thanh đỡ vai Mơ hỏi:

- Cô ngồi được không hay cứ nằm đi, người cô còn nóng quá đây này.

Ông Nam nói thêm:

- Ồ phải đó, nếu Mơ còn mệt thì cứ nằm, để tôi hâm cháo cho Mơ nghen?

Mơ đẩy tay anh ra nói:

- Dạ không sao, em nằm ba ngày nay rồi, em muốn dậy đi ra ngoài, để em đi rửa mặt cho tỉnh táo cái đã, hai anh ra ngoài ngồi chờ em chút đi, em ra liền.

Cả hai ông gật đầu rồi bước ra phòng ngoài ngồi tiếp tục trò chuyện. Ông Thanh hỏi thăm ông Nam về gia đình con cái, được biết ông Nam qua Mỹ theo diện H.O, ông Thanh lộ vẻ vui mừng vì cùng có bạn nhà binh. Hỏi ra thì mỗi người một binh chủng khác nhau, ông Thanh trước kia là phi công trực thăng còn ông Nam thì đi lính Biệt Động

Quân. Hai ông kể với nhau chuyện binh nghiệp và chuyện tù cải tạo. Ông Thanh hào hứng nói, trong khi ông Nam lâu lâu mới góp vài câu. Vì lúc này lòng ông đang bận nghĩ đến Mơ, ông không có hứng thú để ôn chuyện binh nghiệp, dù rằng kỷ niệm một thời gian lao chinh chiến vẫn luôn theo ông trong từng nỗi nhớ. Giữa lúc ông Nam đang mơ màng đến Mơ thì nàng bước ra. Ông sững sờ nhìn Mơ không chớp mắt. Mơ thật xinh xắn, dịu hiền trong chiếc áo bà bà lụa màu huyết dụ làm nổi bật lên làn da trắng xanh, mái tóc kẹp gọn gàng phía sau tôn thêm vẻ thanh nhã của Mơ. Chiếc quần đen tha thướt theo từng bước đi chầm chậm, trông vẻ của Mơ hãy còn yếu lắm. Ông Nam nhanh nhẹn kéo chiếc ghế gần bên cho Mơ:

- Mơ ngồi đây đi!

Vừa lúc ấy tiếng cell phone của ông Thanh reo, ông vội vàng móc phone trả lời:

- Hello, bà xong rồi hả... được rồi, tôi đến ngay.

Mơ ngồi xuống ghế run giọng hỏi ông Thanh:

- Chị gọi hả anh?

Ông Thanh gật đầu:

- Ừ, anh phải đi đón chị đây, tối rảnh thì anh ghé chơi nhé, ráng nghỉ ngơi uống thuốc cho mau hết bịnh.

Quay sang ông Nam, ông Thanh chìa tay ra lần nữa:

- Thôi ông ở chơi với Mơ nhé, tôi phải đi đây, lệnh của bà là phải thi hành ngay không thì lại nghe lải nhải buốt tai lắm.

Ông Nam cười khà khà bắt tay ông Thanh, Mơ loạng choạng đứng dậy bước theo anh:

- Tối anh Thanh nhớ đến nghe.

- Ừ, có cần gì không, tối anh mang đến luôn.

Mơ lắc đầu:

- Anh đến chơi là em vui rồi, anh rủ thêm anh Hoàng tới thì vui nữa khỏi cần mang cái gì cho em.

Ông Thanh ôm vai em gái:

- Ừ, tối anh mang máy đo áp huyết sang đo cho cô, ráng giữ sức khỏe nhé, nghỉ ngơi là cần thiết đấy.

Mơ dạ nhỏ, nhìn theo anh đi ra cửa. Thấy cảnh bịn rịn của Mơ ông Nam càng xốn xang, lòng dậy lên một nỗi thương cảm. Mơ thật nhỏ bé trong tay ông anh già, nhìn cứ ngỡ như là hai cha con, trông vóc dáng và khuôn mặt của Mơ, ông Nam vẫn thấy một nét trẻ trung nào đó khó tin được Mơ là một phụ nữ đã năm mươi tuổi.

Ông buột miệng hỏi:

- Chắc Mơ là em út trong nhà hả?

Mơ vừa ngồi xuống ghế vừa hỏi:

- Dạ, sao ông ngoại đoán hay vậy?

- Tại tôi thấy ông Thanh lớn hơn Mơ rất nhiều.

Giọng Mơ buồn buồn:

- Dạ, ai nhìn em với anh Thanh cũng tưởng là hai cha con, tại lúc anh Thanh mười tám tuổi thì em mới ra đời. Nghe anh kể, lúc đó mẹ lớn tuổi rồi, sức khỏe yếu lắm nên vừa sanh em xong là mẹ chết.

- Ồ, tội quá hả, vậy là ông ấy lớn hơn tôi ba tuổi.

- Dạ, chắc ông ngoại bằng tuổi anh Hoàng của em rồi,

anh Hoàng năm nay sáu mươi lăm tuổi.

Ông Nam gật gù:

- Ừ, vậy thì bằng tuổi tôi đó. Ủa, mà sao ông anh của Mơ nói giọng Bắc, còn Mơ thì nói giọng Nam?

- Dạ, ba mẹ em người Bắc, em sinh ở Sài Gòn, lớn lên đi học chơi với bạn người Nam không à nên em nói giọng Nam luôn.

- Mơ thấy trong người ra sao? Hân có nấu cháo cho Mơ để tôi hâm cháo nguội rồi.

- Dạ, em cũng đỡ rồi, chỉ còn hơi đau hai vai chút thôi.

Nhìn ông Nam loay hoay với tô cháo, Mơ cảm động nói:

- Thôi ông ngoại à, khỏi cần hâm làm chi để em ăn luôn cũng được, em đang đói đây.

- Ờ vậy hả, cháo vẫn còn chút âm ấm.

Ông Nam đưa tận tay Mơ cái muỗng, âu yếm nhìn nàng nhè nhẹ múc từng muỗng cháo ăn. Nhưng nhấp được vài muỗng, Mơ đậy nắp tô cháo lại, ông Nam lo lắng hỏi:

- Sao vậy, Mơ không thích cháo hả?

Mơ lắc đầu ngao ngán nói:

- Dạ không phải, miệng của em đắng quá, ăn gì cũng không thấy ngon cảm giác ngán ...

Ông Nam ngắt giọng Mơ:

- Ngán thì cũng phải ráng ăn mới có sức mau khỏe để còn lại chơi với tụi nhỏ chớ, mấy đứa cứ nhắc Mơ hoài.

- Dạ, em cũng nhớ thằng cu Bi quá!

- À, Mơ nè, bên nhà có dư phòng đó, vợ chồng Hân muốn Mơ dọn qua ở chung cho vui, Mơ khỏi lo tiền nhà.

Mơ tròn mắt nhìn ông Nam, sự xúc động trào lên trong cổ nghèn nghẹn, Mơ run run:

- Thiệt hả ông ngoại...

Nhìn đôi mắt đen như hột nhãn mở to của Mơ, một cảm giác êm dịu nhẹ nhàng, lâng lâng như ông đang ở trong một khung trời xanh dưới bóng mát của hàng mi dài, bỗng ước sao mình có thể đặt lên đôi mắt ấy một nụ hôn thay cho câu trả lời. Ông mạnh dạn nắm bàn tay Mơ xoa nhè nhẹ:

- Mơ à, cả tôi cũng muốn Mơ dọn qua ở nữa, mấy bữa nay tôi cũng như mấy đứa nhỏ ở nhà nhớ Mơ lắm...

Mơ ngượng ngùng rút tay lại nhưng ông Nam đã giữ chặt tay Mơ trong tay ông. Hơi nóng từ ông truyền sang Mơ, chạy dọc lên cánh tay, qua bả vai và lan vào tim chút gì hồi hộp, không phải. Chút nồng nàn sao đó, không phải, chút thân tình ấm áp, có lẽ. Trong đôi mắt nhăn nheo sau cặp kính trắng ẩn chứa một sự ngắm nghía say sưa, đắm đuối, mơ màng. Mơ thấy lúng túng trước cái nhìn của ông, liền quay mặt về phía cửa sổ, Mơ nghe tiếng ông dịu dàng hỏi:

- Mơ bằng lòng về ở chung với gia đình tôi chứ?

Gia đình, hai chữ ấy sao nghe ấm cúng lạ thường, vậy mà hơn nửa cuộc đời rồi Mơ vẫn chưa tìm được hai chữ ấy cho riêng mình. Nó mãi chỉ là một ước mơ, một giấc mộng đẹp với những đứa trẻ xinh xắn vây quanh... Bây giờ được nghe hai chữ ấy bên tai, Mơ thấy lòng mình đang nở ra một niềm vui trong sự xúc động. Tiếng ông Nam hỏi tiếp:

- Sao Mơ nói dối mình góa chồng làm gì?

Mơ giật mình nhìn ông Nam, đôi mắt thể hiện sự tò mò trên khuôn mặt và cái miệng cười cười của ông làm Mơ bối rối nghĩ: Chắc anh Thanh nói chuyện mình cho ông ta nghe rồi...

Mơ cụp mắt xuống ấp úng:

- Tại... em... không muốn... người ta nghĩ là... em có... "something wrong" vì từng tuổi này mà hãy... còn.. độc thân.

- Ai mà nghĩ kỳ vậy, theo tôi, Mơ là một người rất... đặc biệt.. rất... đáng yêu.

Mơ lại quay mặt ra phía cửa sổ, giấu sự thẹn thùng cố làm như không nghe lời ông Nam nói. Nắng chiều đang dịu bớt sức nóng ngoài vườn sau, một ngọn gió thổi qua lay nhẹ những tán lá xanh chao nghiêng. Trên nhánh cây xanh gần bên khung cửa, một con chim Robin từ đâu sà xuống đậu, nó ngơ ngác nhìn quanh rồi cất tiếng hót. Ô lạ chưa, một con chim Robin khác cũng vừa bay đến đậu gần nó. Mơ vỗ nhẹ tay ông Nam rồi đứng lên nói:

- Ông ngoại lại đây coi hai con Robin dễ thương lắm đây nè.

Không đợi ông trả lời, Mơ kéo ông đến khung cửa sổ nói giọng vui vui:

- Ông ngoại biết không, con chim này ngày nào nó cũng bay tới đây có một mình thôi. Em hay để nước với bánh mì cho nó ăn rồi nó bay đi. Hôm nay sao lại có hai con bay đến cùng lúc hay là nó đã tìm được bạn, ông ngoại thấy không?

Ông Nam nhìn đôi chim ngẫm nghĩ; sao lại có sự trùng

hợp đến thế, ở vườn sau nhà ông cũng có một con chim Robin bay đến đậu trên nhánh cây đơn độc mỗi sáng... Nhiều khi nhìn vẻ cô đơn của con Robin, ông nhớ đến câu thơ: *"con chim lẻ bạn bên đời quạnh hiu"* (4) mà cảm thấy buồn buồn. Ông nghe giọng mơ màng của Mơ như hòa vào một nhịp điệu suy nghĩ với ông:

- Mỗi khi em nhìn con chim bay đi, em tự hỏi, không biết con chim cô đơn kia có tổ ấm hay không? Rồi nghĩ đến thân phận mình...

Mơ bỏ lửng câu nói mắt vẫn chăm chú nhìn đôi chim. Ngắm khuôn mặt Mơ đang thả hồn vào hình ảnh đó, đôi mi dài cong cong, sống mũi thanh tú, cái miệng nhỏ xinh. Chắc Mơ đang nghĩ về một tổ ấm cho chúng chăng? Ông Nam thấy xao xuyến trong lòng, cúi mặt xuống gần trên vầng trán Mơ, ông hôn nhẹ lên đôi mắt nàng và thì thầm:

- Mình sẽ bắt đầu một tổ ấm nghe Mơ.

*5/2013*

------------------

(1) *Bài thơ trong sách tập đọc lớp 3, không rõ tác giả*
(2) *Thơ TL*
(3) *Lời mới trong bài "Không tên số 7" của Vũ Thành An*
(4) *Thơ TL*

# GIẤC MƠ TRONG MỘNG

*Cuộc đời ta MỘNG nhiều hơn THỰC*
*Bởi chán tình đời, THỰC đắng cay*
*Ta cố tìm quên trong MỘNG ảo*
*Làm thơ để MỘNG hóa mây bay...*

(Miên Du Đà Lạt)

Thời tiết đang vào thu, cứ mỗi chiều lại có những ngọn gió nhẹ thổi từ hướng đông lướt sang tây, lượn lờ về nam rồi hững hờ bay qua phía bắc đem hơi mát thấm vào cỏ cây, tỏa ra một hương nồng lành lạnh. Cái lạnh phảng phất mùi sương phủ như khói, bao quanh ngọn đồi cao gần bên dãy núi dài xa tắp.

Một đêm trăng, không gian yên tĩnh lạnh lùng dưới bầu trời lác đác vài ánh sao li ti, nhấp nháy với gió đêm vờn nhẹ. Xa xa về hướng nam trên ngọn đồi cao ấy, bóng một người đàn bà đứng bất động, đôi mắt mơ màng nhìn lên ánh trăng đêm tròn sáng. Người đàn bà ấy là Thi, Thi yêu những đêm trăng huyền hoặc, say sưa ngắm cái ánh vàng quyến rũ kia, như thể có một sức hút ma lực nào đó cuốn Thi vào cảm giác đam mê, bay bổng. Lòng bồi hồi rung động, xuyến xao. Phải rồi, chút rung động xuyến xao ấy bắt đầu từ những dòng thơ trăng của một chàng Văn tha hương, thích phiêu liêu ý tưởng.

Chàng cũng là người yêu trăng và yêu thêm rượu. Thơ của chàng luôn ướt đẫm những giọt rượu cay pha lẫn với hương trăng. Chàng trải mộng vào thơ trên chiếc thuyền con lênh đênh ngoài sông vắng, bên bình rượu và mái chèo khua thong thả cùng trăng. Thơ đơn độc với nỗi chán chường, say khướt, đôi lúc sắc lạnh kiếm cung, mang âm vang dũng khí của một thời xông pha chiến trận. Chàng phơi bày một tâm hồn bi quan, rời rã trong nỗi buồn tha hương quạnh quẽ, ray rứt với bao kỷ niệm thời tuổi trẻ, những tháng ngày hăng say chiến đấu, thuở ngụp lặn trong tình yêu, xót xa cho thân phận, đớn đau cho cuộc đời rồi đắm chìm vào mơ mộng...rồi... buồn… Cả một chuỗi buồn dài lê thê, trĩu nặng những mối sầu chất ngất trôi theo sông khi chàng gục say trong khoang thuyền nhỏ. Thơ in ánh trăng vàng lấp lánh trên hàng chữ dạt vào bờ vô tình gió thổi bay qua đồi và rớt dưới chân Thi. Nhặt những dòng thơ đượm màu trăng buồn lên đọc, Thi cảm nhận từng nhịp đập trong trái tim mình hòa theo mỗi lời thơ nhẹ nhàng, lâng lâng rung cảm. Thơ đã nối kết hai tâm hồn đến gần nhau qua thế giới ảo đầy mộng mị. Họ nhìn thấy nhau trong tư tưởng, họ hẹn hò trong giấc mơ, lắng nghe tâm hồn nhau bằng tiếng suối, trao lời bên ánh trăng và...gửi những nụ hôn qua rượu...

Một sớm tinh mơ khi trời còn phủ hơi sương mờ mịt trên những tán lá, đồi cây. Chim còn ngủ vùi trong tổ ấm mặt trời còn ủ mình sau làn mây xanh. Họ đã gặp nhau trong một khu vườn có những hàng cây thẳng tắp hai bên, rực rỡ màu cam, vàng, nâu, đỏ. Dọc theo lối đi chính giữa là thảm lá vàng dầy êm ái dưới chân. Thi ngơ ngác nhìn cảnh vật chung quanh, sững sờ không chớp mắt trước vẻ đẹp đủ màu của hàng cây. Trời chỉ vừa chớm thu thôi, sao lá đã vội vàng thay áo để gió vô tình tạt qua làm rơi những chiếc lá màu chưa kịp khoe sắc được lâu? Lá bám vài chiếc trên tóc Thi khi nàng dạo bước quanh hàng cây vàng tươi, lá đậu trên vai áo Văn như thì thầm với chàng; hãy quay mặt lại nhìn Thi đang đi tới kìa! Trời bỗng nhiên im tiếng gió, một vài phút yên lặng đọng trong niềm vui bất chợt, lẫn với sự ngạc nhiên hoang dã vương chút e thẹn thầm kín. Sương đang tan dần thành những làn khói mỏng bay bay, tiếng Văn thốt lên:

- Ồ, chào Thi, nhìn em trẻ hơn trong hình rất nhiều.

Vẫn đôi mắt mở to hết cỡ để nhìn người thơ đối diện. Chàng đứng đó sừng sững như một pho tượng, vóc dáng cao lớn, phong độ trong bộ quân phục Không Quân đã phai màu. Dưới mái tóc bạc cùng những nếp nhăn thời gian hằn trên vầng trán cao và rộng, khuôn mặt chàng vẫn phảng phất một nét đẹp cương nghị. Nụ cười vui chan chứa một tấm lòng thân thiện, cởi mở...

- Anh là Văn đây, Thi làm gì mà nhìn anh chằm chặp vậy, bộ anh lạ lắm sao?

Thi ngượng ngùng cúi xuống nói nhỏ:

- Dạ, không phải lạ, mà tại vì anh mặc đồ bay này trông đẹp quá!

- Bộ này cũ lắm rồi, anh đã mặc nó trong chuyến bay cuối cùng ngày di tản… Anh vẫn giữ nó cho tới bây giờ, cũng không ngờ được là anh hãy còn mặc vừa.

- Em thấy bộ quân phục nào dù cũ mấy cũng đẹp anh à.

Văn cười nhẹ:

- Thi nói như là thơ!

- Dạ, cũng nhờ anh đã truyền cảm giác thơ sang cho em đó.

Văn đưa tay gỡ nhẹ chiếc lá trên tóc Thi:

- Thi cứ nói thế, em cũng là người có đầy một hồn thơ đấy thôi. Thi viết văn khá lắm, anh đọc mấy bài Thi viết về gia đình rất cảm động. Trước khi gặp Thi anh không nghĩ là Thi còn nhỏ như vậy. Anh tưởng tượng ra chắc Thi phải là một mệnh phụ quí phái.

Thi bật cười:

- Anh giàu tưởng tượng quá, em chỉ là một người phụ nữ bình thường như bao nhiêu người khác. Mà anh an ủi em làm chi chữ "nhỏ", tóc em cũng bạc như anh rồi. Thời gian đâu có tha ai tuổi già.

- Ừ, thì cứ cho là Thi già đi, nhưng em già chậm hơn anh đến những mười mấy năm lận, nên trong mắt anh Thi vẫn như một con bé thôi.

Thi nhìn quanh hỏi:

- Ồ, đây là đâu mà đẹp quá vậy anh?

- À, mình đang ở trong vườn thu đây. Thi thấy không cảnh vật toàn một màu thu không đấy. Đi hết con đường này mình sẽ gặp một cái hồ, nơi đó có vài chiếc thuyền nhỏ để cho người đi câu. Thi có bao giờ đi thuyền trên sông chưa?

- Dạ chưa.

- Thế thì lát nữa anh sẽ cho Thi đi thử, thú vị lắm.

Họ sánh bước giữa hai hàng cây nhiều màu, những vòm cây nghiêng sát vào nhau tạo thành một hình cong như mái che. Văn kể về nhiều kỷ niệm đã đi qua trong trí nhớ chàng, vài mối tình dở dang thời chinh chiến. Những người bạn đã bỏ mình nơi trận địa, máu và nước mắt chảy từng giòng tang thương, thê thảm. Số còn lại, kẻ thì tàn tật sống đời cơ cực, người thì vướng vào đường tù đày phải chịu biết bao nhiêu sự hành hạ kinh khiếp, còn bị âm mưu của kẻ thù dùng miếng ăn như thứ vũ khí tàn độc đã nghiền nát dũng khí của người lính bại trận, vật ngã con người họ đến tận khốn cùng ô nhục. Nhìn chung quanh, đâu đâu chàng cũng thấy quê hương hiện về, những hình ảnh hoang tàn, đổ nát. Chàng nói huyên thuyên như đọc một bài thơ đầy uất hận, những dòng thơ biết nói thể hiện trên đôi môi dày vàng khói thuốc, vàng màu thời gian, vàng trong tiếng thở dài buồn bã... Chiến tranh và thân phận con người luôn là nỗi ám ảnh, giày vò tâm hồn chàng nhức nhối. Cuộc sống sao mãi là chuỗi dài khổ đau nhọc nhằn, có người đau khổ ngay cả lúc họ đang vui sướng, có người đau khổ cả đời chưa tìm ra được một giờ tươi sáng. Còn chàng, sự đau khổ đến từ hôn nhân, chàng tuyệt vọng với tình yêu, chán nản khi nhìn thế sự và tình người. Chàng trút vào thơ cả vạn nỗi sầu khổ miên man không biết bao giờ mới cạn…

… Nhưng, sau từng phút giây chia xẻ tâm tình đó với Thi, dường như sự gặp gỡ này đã làm dịu bớt buồn khổ trong lòng Văn. Đi hết con đường dài đến cuối vườn, rẽ qua một con dốc ngoằn ngoèo đầy sỏi vụn. Chàng hân hoan kéo tay Thi chỉ lên trời:

- Thi thấy không, mặt trời sắp dậy rồi mà trăng còn chưa lặn kìa.

Thi nhìn lên mảnh trăng mờ nhạt, một ngọn gió thoảng qua mang theo hơi lạnh đến làm Thi rùng mình, Thi nói:

- Trăng mờ quá! Nó sắp lặn vào áo mây rồi, nhìn buồn làm sao. Em thích ngắm trăng đêm hơn.

Văn mỉm cười:

- Anh lại thích trăng mờ buổi sáng, có Thi bên cạnh, anh thấy trăng này cũng đẹp, lòng càng vui hơn.

Một giòng nước nhỏ hiện ra trước mặt kéo dài bước chân họ đến hồ. Mặt nước xanh phẳng lặng, in bóng những hàng cây rũ mình bên bờ. Văn chạy đến chỗ đậu mấy chiếc thuyền gỡ dây ra khỏi cọc, quay lại Thi, vừa nói:

- Lại đây Thi, anh sẽ đưa em đi quanh hồ chơi, ra xa một chút sẽ thấy những đỉnh núi chìm trong sương đẹp lắm.

Thi ngần ngại, Văn thúc giục:

- Lại đây!

Thi bước đến gần con thuyền, Văn xuống thuyền trước, đưa tay cho Thi nắm rồi đỡ Thi bước vào khoang. Thuyền chòng chành khi Văn buông tay Thi ra quay sang với cây chèo, Thi mất thăng bằng, nghiêng ngả theo thuyền rồi chợt ngã chúi ra phía trước. Văn nhanh nhẹn ngoảnh lại, dang tay trái chụp lấy Thi, tay phải vướng cây chèo nên Văn cùng ngã ngửa ra sau. Thi luống cuống trên người Văn, cố ngồi dậy. Một cảm giác ngượng ngùng, tội lỗi, dấy lên trong lòng nàng. Thuyền vẫn đong đưa như chiếc võng, Thi chống tay ngồi lên thì lại ngã xuống. Trăng đang cười cợt họ bên mây. Thi sợ hãi nói như hét lên:

- Trời ơi, em sợ quá, thôi cho em lên bờ, em không đi thuyền nữa.

Văn đẩy nhẹ Thi sang bên cạnh, nắm vai nàng cố giữ

thăng bằng, chàng ngồi dậy đưa chèo nói:

- Có gì mà phải sợ, anh chèo mấy cái là thuyền trôi êm ngay.

Thi lắc đầu cương quyết:

- Thôi em không muốn đi nữa, cho em lên bờ.

- Đã ngồi trên thuyền thế này rồi mà lại đòi lên bờ. Biết thế anh cứ để cho thuyền trôi khỏi phải chèo, để Thi cứ ngã lên ngã xuống cho vui.

Thi quay mặt dấu sự ngượng ngùng:

- Em muốn lên bờ.

- Anh sẽ đưa Thi đi mãi về một nơi không có bờ. Anh ước gì Thi cứ bị ngã hoài cho anh đỡ.

Thi nói như khóc:

- Thôi, anh đừng đùa nữa, hãy quay lại đi anh.

Giọng Văn nửa châm chọc, nửa dỗ dành:

- Nếu anh không quay lại thì sao. Để anh chèo nhanh chút nữa tới gần núi, Thi sẽ không còn muốn lên bờ.

Thi bắt đầu tức tối, gào lên:

- Không, em không muốn xem núi, nhà em ở vùng núi, em nhìn núi mỗi ngày chán rồi anh biết không?

- Không. Văn buông một tiếng gọn lỏn.

Chàng vẫn nhẹ tay chèo, mắt hướng về phía xa, mảnh trăng nhạt đang theo họ trên mặt hồ trong vắt. Văn muốn nói với Thi rằng, anh đang sung sướng vì có em bên cạnh. Nỗi rạo rực khi em ngã vào anh vẫn còn đây. Ôi thần diệu sao giây phút ngắn ngủi ấy, anh nghe được cả nhịp đập từ trái tim em bấn loạn giống anh, cô bé dễ thương à. Em sẽ mãi là nguồn cảm hứng cho anh viết thành thơ trong khoang thuyền nhỏ bé này...Tiếng nói nội tâm của chàng bị ngắt quãng bởi tiếng khóc thút thít của Thi, khuôn mặt nhợt nhạt, lo sợ. Văn ngại ngùng chèo ngược thuyền lại, lúng túng nói:

- Thôi được rồi, anh sẽ quay vào bờ...Anh xin lỗi, thật tình anh muốn đi chơi thuyền với Thi…

Thi im lặng. Văn tiếp:

- Đừng giận nữa.

Thi vẫn im lặng. Hụt hẫng và bực bội tự nhiên bộc phát. Văn đẩy mạnh mái chèo nhanh hơn, những tia nước bắn lên theo mỗi nhịp chèo. Tới bờ, Văn quăng mái chèo kéo tay Thi lên...

Họ đi bên nhau trong im lặng, sự ngột ngạt, khô khan nghe rõ từng tiếng chân nghiến trên sỏi vụn. Đi được một đoạn, Văn chợt nắm tay Thi đứng lại, xoay đôi vai nhỏ nhắn về phía mình, Thi hốt hoảng:

- Anh làm gì vậy, đừng làm em sợ nữa nha.

Văn gằn giọng:

- Hãy nhìn thẳng anh đây này, Thi không thấy anh đang mặc trên người bộ đồ lính sao. Người lính Việt Nam Cộng Hòa năm xưa ai cũng thuộc mười điều tâm niệm, và một trong những điều tâm niệm nằm lòng ấy là «*phải đứng đắn với phụ nữ*”. Thi có thấy được điều đó trong mắt anh không?

Câu hỏi bất ngờ làm Thi ngỡ ngàng, Thi đâu có nghĩ anh là người “thiếu đứng đắn” để anh phải gằn mạnh câu hỏi này. Từ lúc chưa gặp nhau cho đến bây giờ, anh luôn là người thơ trong những giấc mơ khởi hứng để sáng tác kia mà. Thi nhìn sâu vào đôi mắt sáng của Văn, nghe âm vang có tiếng chim reo đâu đây, gió bắt đầu phớt nhẹ qua mái tóc, mặt trời đang lấp ló những tia nắng hừng đông màu hồng phấn... Thi ngập ngừng nói:

- Em… em chỉ thấy... hình em trong mắt anh.

Văn ngẩn người trước câu nói của Thi, làn gió nào vừa thổi mát lòng anh, những chiếc lá vàng đang lượn vòng với gió. Nhìn đăm đăm vào đôi mắt hai mí tròn to, đen láy dưới hàng mi dày, chút bâng khuâng lay nhẹ trái tim già. Văn nghĩ, đôi mắt này phải chở cả một thuyền mơ trôi hoài không tới bến. Văn nâng mặt Thi lại gần, Chàng cúi xuống nói nhỏ vào tai nàng:

- Còn trong mắt em anh thấy cả một giòng sông thu rất đẹp, giống như ông thi sĩ nào đó đã nói:

*Mắt em là một giòng sông*
*Thuyền anh bơi lội trong giòng mắt em.* *

Rồi nhanh hơn gió, chàng đặt môi mình lên đôi mắt ướt của Thi.

Thi giật mình xua tay:

- Thôi anh à, hãy để em trở về với bổn phận. Mình mơ bao nhiêu đó đủ rồi!

Bổn phận, hai tiếng ấy chợt thức tỉnh lòng người đang mơ để trở về đời sống thực. Văn buông tay thẫn thờ...Ôi, hôn nhân, cái lồng trách nhiệm giam giữ con người trong sự tù đày êm ái. Đạo lý như chiếc vòng xiết chặt đời người vào khuôn khổ bổn phận... Thi là một người vợ, nàng phải có bổn phận với chồng. Cảm giác nghẹn đắng trào lên trong cổ Văn.

Tiếng Thi dè dặt nhẹ nhàng:

- Anh biết không, cảm giác của em gặp anh từ phút giây này trở đi đã thay đổi rồi. Mơ mộng đã bay rất xa theo những chiếc lá vàng, chỉ còn lại đây sự quí mến và cảm phục hình ảnh người lính trong anh. Những gian lao khổ cực của một thời chinh chiến sẽ mãi là điều mà thế hệ em phải ghi nhớ, phải vinh danh và trang trọng đặt vào những dòng thơ của mình… Em sẽ… bắt đầu một ước mơ mới, ước mơ… viết sử bằng thơ... cho anh, cho một hình ảnh chung về những người lính.

Thi nghe tiếng thở dài não nề trong hơi gió… Giọng Văn từ tốn trầm buồn:

- Cám ơn em đã tỏ tấm lòng quí mến đời lính, em có một tâm hồn thật đáng yêu ẩn trong vóc dáng nhỏ bé cũng thật dễ thương! Anh tiếc đã không đưa Thi đi dạo trên chiếc thuyền mơ của anh được, đành chịu vậy, vì tất cả chỉ là mộng thôi… Chúc em luôn bình an trong bổn phận.

Họ chia tay nhau dưới vòm cây đủ màu sắc thu. Thi mơ màng thấy mình đang đi thụt lùi, khuôn mặt Văn nhạt nhòa sau cái vẫy tay tạm biệt… Khoảng cách xa dần sau dãy núi dài mờ ảo trong sương...

Ký ức trôi bên trăng mang Thi về lại ngọn đồi hướng nam, hồn bồng bềnh say say nghe trăng thì thầm với gió, ru lên một bài tình thơ đẹp như một giấc mơ, giấc mơ trong mộng…

*16/8/2013*

-----------------

* Thơ Lưu Trọng Lư

# CHỈ CÒN LÀ KỶ NIỆM

Người đàn ông ngồi đối diện tôi ngay bàn tiệc cưới trông rất quen. Ông ta cũng nhìn tôi chăm chú như đang lục lọi trong trí nhớ một hình ảnh cũ. Tôi bối rối trước ánh mắt của ông, liền đổi hướng nhìn qua người đàn bà đẹp ngồi bên cạnh. Bà mặc chiếc áo dài màu đen, cổ thuyền, nổi bật trên ngực áo là những hạt kim tuyến kết hình hoa màu vàng, màu đỏ. Trên cổ bà một xâu chuỗi trắng sáng lấp lánh, bà thật sang trọng, quí phái tuy có vẻ đẫy đà. Tôi cúi xuống dĩa thức ăn của mình ngẫm nghĩ, "Chắc chắn bà này là vợ của ông ta, hy vọng ông không phải là Phan, người giống người thôi." Vừa tự nhủ xong thì tôi nghe tiếng bà gọi người đàn ông:

- Kìa, ông Phan gắp đồ ăn đi chứ, còn đẩy tới cho người khác nữa.

Tôi giật mình sửng sốt: Phan… ngẩng lên nhìn ông vừa chạm ngay ánh mắt vẫn không rời tôi dù có tiếng nhắc nhở. Ông đưa tay đẩy nhẹ cái bàn tròn quay đi. Tôi lúng túng bỗng hồi hộp, nghe tim mình đập nhanh. Tôi choáng ngợp trong ánh mắt đó, ánh mắt ẩn chứa một sự nồng nàn, ấm áp, quen thuộc của thuở nào khi mái tóc ông chưa điểm bạc. Thời gian đã thay đổi gần như tất cả trên khuôn mặt ông, duy chỉ còn lại đôi mắt sáng và cái cằm vuông ương ngạnh để cho tôi đủ nhận ra là Phan, người cựu Đại úy Pháo Binh năm xưa mà tôi đã một thời yêu mến. Tôi gào lên trong cổ. Phan, trời ơi Phan đây sao!!! Miệng tôi nghẹn đắng, lòng như có ai đâm một mũi kim vào đau nhói. Tôi giấu đôi mắt mình qua ly nước trước mặt, run tay nhấc ly nước uống cạn rồi loạng choạng đứng lên bước ra ngoài… Tôi tưởng tượng có lẽ ánh mắt của Phan vẫn còn ở phía sau tôi như ngày nào chàng đã ngồi ở quán cà phê dõi theo bóng tôi đi về…Ngày bắt đầu ấy đã xa quá rồi, kỷ niệm đã nhạt nhoà phai úa. Vậy mà giờ đây, trong khoảnh khắc tình cờ này đôi mắt của chàng lại kéo tôi về một chân trời cũ hai mươi tám năm trước….

***

**T**ừ ngày cái xưởng mộc dọn đến căn nhà ở trước mặt ngôi trường mẫu giáo của tôi, thì không khí yên tĩnh trên con đường ngắn này đã mất hẳn. Mỗi ngày chúng tôi phải chịu nghe bao nhiêu là tiếng động ồn ào, nào là tiếng máy cưa gỗ, tiếng búa nện, tiếng xe hàng ghé qua chuyên chở, tiếng nói chuyện của nhân công mà hầu hết là nam giới lại thêm những lời bông đùa, chọc ghẹo phát ra như tên bắn vào các cô trong trường. Một quán cà phê cóc mọc lên ngay đó, những gánh bán rong quà vặt cho trẻ em cũng phát triển thêm, vì cách phía trái của trường tôi độ hai căn nhà là trường tiểu học Cộng Hòa.

Trường tôi năm đó có tất cả là hai mươi mốt nhân viên nữ (gồm mười lăm cô giáo, hai cô hiệu phó, một cô kế toán, bà hiệu trưởng và hai bà nấu bếp) mà đã có đến mười sáu cô hãy còn độc thân. Không biết thông tin nội bộ này ai đã loan xa đến tận xưởng gỗ phía bên kia, để cho các chàng công nhân được thể thường xuyên buông lời cợt nhả, tán tỉnh vu vơ các cô phía bên này. Thoạt đầu, ai cũng có vẻ khó chịu nhưng dần dần tất cả mọi thứ đều trở nên quen thuộc. Những lời cợt nhả đó đôi khi cũng được phe bên trường đốp chát lại vui vui, và những âm thanh hỗn độn bên ngoài không còn là điều phiền hà cho giấc ngủ trưa của trẻ lớp "bán trú".*

Giờ nghỉ trưa bên trong ngôi trường yên tĩnh bao nhiêu thì bên ngoài lại náo nhiệt bấy nhiêu. Có lẽ là giờ nghỉ của công nhân nên quán cà phê đông nghẹt và Phan đã là một trong số những người ngồi giữa đám công nhân ấy dõi mắt theo các cô mỗi ngày. Giờ ra về, các cô đi ngang qua quán cà phê thì lúc nào cũng phải nghe tiếng huýt gió loạn xạ, tiếng cười châm chọc nghe chẳng đâu vào đâu. Hồi ấy, tính tôi nhút nhát hay mắc cỡ, tôi rất sợ bị chọc. Phải đi bộ qua cái "ải" cà phê cóc trước bao nhiêu đôi mắt đàn ông ngó theo bình phẩm, diễu cợt là một cực hình đối với tôi, vì thế tôi không bao giờ dám đi về một mình mà thường chờ mấy người bạn để đi chung.

Một buổi chiều từ trường về nhà, tôi nghe Tân, em trai tôi nói rằng tổ hợp gỗ của nó sẽ sát nhập với xưởng gỗ gần trường tôi, tất cả công nhân ở tổ hợp sẽ chuyển sang đó làm việc. Tôi vui cho em mình nhưng lại e ngại xưởng gỗ sẽ có nhiều công nhân nam khác tới, tiếng ồn sẽ gia tăng, quán cà phê sẽ được nới rộng hơn. Những chiếc ghế sẽ lấn thêm ra lòng đường, lúc đó chuyện đi lại của chúng tôi sẽ càng trở ngại. Ngoài nỗi lo về sự phát triển ở bên ngoài, nghĩ đến Tân, tôi còn lo cho nó sẽ bị ảnh hưởng thêm những tính xấu khác bên trong môi trường làm việc đó. Tân bắt đầu có tính ngỗ nghịch từ lúc nó đi thanh niên xung phong về. Ra đời đi làm sớm, va chạm với đủ mọi thành phần, Tân đã vướng vào con đường rượu chè bê tha khi mới ở tuổi mười sáu. Tôi căn dặn nó vào xưởng gỗ làm phải cẩn thận trong giao tế, không nên theo mấy người khác nhậu nhẹt nữa và nhất là đừng "a dua" theo ai để chọc ghẹo các cô trong trường. Tuy dặn Tân như thế, tôi vẫn biết nó chỉ thích nghe và làm những gì nó muốn chẳng ai cản nổi. Tân gắt gỏng với tôi:

- Chị Hà làm như em còn con nít không bằng, dặn hoài!

- Mày lớn với ai chứ với chị mày đâu đã lớn.

Hai chị em tôi rất ít trò chuyện với nhau. Thỉnh thoảng tôi hỏi nó về công việc, nó chỉ trả lời cộc lốc: "cũng được", hỏi về xã giao thì nó bảo:

- Trong chỗ em làm, có một ông lớn tuổi đi "cải tạo" về, hiền mà đàng hoàng lắm tên là Phan. Em hay đi theo ông đó học việc, ổng chỉ em tận tình hơn mấy cha trẻ trẻ.

Tôi thở ra mừng thầm cho Tân đã trưởng thành một chút đã nhận ra được cái tốt, cái xấu. Một ngày, Tân đi làm về vui vẻ khoe với tôi:

- Chị Hà, ông Phan làm chung cho em 4 vé đi coi ca nhạc, tối nay đi với em nghe, ổng cũng có đi nữa đó cho chị nói chuyện với ổng.

Tôi trợn mắt:

- Lảng òm không, ai quen với ổng đâu mà nói chuyện.

- Xã giao thôi mà, ổng kêu em rủ chị đi đó.

Tôi giật mình:

- Trời đất, sao ổng gan vậy, không biết người ta mà dám rủ.

- Chị không biết ổng thôi chứ ổng biết chị đó.

Tôi ngạc nhiên hỏi:

- Sao ổng biết?

Tân cười tủm tỉm kể rằng:

Một buổi sáng, nó ngồi uống cà phê với ông Phan, sau một hồi chuyện trò về gia đình, nơi ăn chốn ở cùng ngắm ông đi qua bà đi lại, dĩ nhiên trong số người qua lại đó có những cô giáo đạp xe đi ngang. Ông Phan chợt hỏi Tân:

- Chú mày có biết cô giáo nào trong trường này không?

Tân gật đầu:

- Em biết vài người, anh muốn hỏi ai?

- Anh muốn hỏi một cô dáng nho nhỏ, hay mặc áo xanh, quần tây xanh đậm, xách cái túi đen, hay đi bộ, cô đó tên gì, chú biết không?

Tân lẩm bẩm:

- Dáng nhỏ, mặc áo xanh, túi xách đen.

Ông Phan gật đầu:

- Tóc dài cỡ ngang vai đó.

Tân ngờ ngợ:

- Sao anh tả giống chị của em quá vậy?

Giọng ông Phan hỏi tới:

- Phải chị mày không, cô đó nhỏ con, phải hãy nói

nghe.

- Đúng rồi, chị em hay mặc áo xanh. Chị dạy trong trường đó mà. Tân nói như reo.

Ông Phan cười hỏi giọng ngạc nhiên:

- Ủa, vậy hả, sao bây giờ mày mới nói?

- Em nói từ bữa giờ mà đâu có ai tin đâu.

- Sao lại không tin? Mày nói với anh là anh tin liền.

Tân cười cười:

- Chắc mấy cha kia thấy tướng em cô hồn quá sao mà có chị là cô giáo được.

- Chị mày dễ thương ghê đó, có bồ chưa?

- Chưa, chị em hiền lắm.

- Chắc mày ở nhà ăn hiếp chị dữ lắm hả?

- Đâu có đâu.

Ông Phan vỗ vai Tân:

- Ê, hôm nào anh mời chị mày đi chơi được không?

- Biết chị có chịu đi không? Mà đi đâu mới được? Tân hỏi lại.

- Chị mày thường thích đi đâu?

- Chị em ít đi đâu lắm. Ồ chỉ thích ca nhạc hay anh rủ chỉ đi ca nhạc đi, cho em đi nữa nghe.

- Vậy hả, anh không ưa ca nhạc lắm, nhưng nếu cổ thích thì anh cũng đi cho vui nhưng mà có chú mày đi kỳ đà làm sao nói chuyện đây?

- Em rủ bạn gái em đi nữa chứ, ai đi ba người kỳ vậy.

Ông Phan gật gù:

- Thôi được rồi, để anh tìm vé đi nghe nhạc.

Kể tới đây, Tân kết luận:

- Chuyện đại khái là vậy đó. Ông này tốt với em lắm, em thấy ổng cũng muốn làm quen với chị, hỏi em về chị hoài hà. Sáng nào ổng cũng ngồi uống cà phê ngó chị đó nghe.

Tôi tò mò ngượng nghịu hỏi:

- Trời đất, kỳ quá, mà ông đó có ở trong nhóm chọc ghẹo người ta không vậy?

Tân lắc đầu nguầy nguậy:

- Không, không có đâu, mấy cha hay chọc gái là mấy cha nhóm khác, nham nhở lắm. Ông này là sĩ quan hồi xưa, ổng cũng đi "học tập" như bố mình đó, người ta đàng hoàng mà.

- Tân quảng cáo cho đồng nghiệp hơi nhiều đó nghe.

- Em nói thiệt mà.

Tối đó, Tân chở tôi trên chiếc xe đạp ọc ạch của nó ra tới đầu ngõ. Tôi nghe có tiếng huýt gió đâu đó rồi tiếng huýt gió của Tân tiếp theo. Sau đó, từ trong bóng tối một người đàn ông đạp xe tới song song với Tân. Tôi nghe tiếng ông nói:

- Chào cô Hà.

Tuy trời tối, tôi vẫn thấy được đôi mắt rất sáng của người đàn ông. Tôi còn đang bối rối thì Tân đã ngoái ra sau nhanh miệng nói với tôi:

- Đây là anh Phan làm chung với em đó chị.

Tôi lí nhí:

- Dạ chào anh.

Chạy được một quãng, Tân ngừng lại ở một cột đèn quay bảo tôi:

- Chị qua cho anh Phan chở nghe, em đi đón bạn gái em.

Rồi không đợi phản ứng của tôi, nó nói với Phan cũng vừa ngừng xe lại:

- Anh Phan chở giùm chị em tới rạp hát trước nhe, em đi đón bạn gái em.

Ông Phan cười:

- Sẵn sàng thôi!

Tôi nhìn Tân bực tức, kéo nó sang một bên cằn nhằn:

- Tân kỳ cục quá, tự nhiên giao chị mình cho người lạ chở. Sao nãy Tân không nói đi đón bạn gái để chị lấy xe đạp của Uyên đi.

Tân gắt nhẹ:

- Ổng đâu phải người lạ đâu, chị lên xe đi đứng đôi co hoài, ổng nhìn kìa, kỳ quá!

Tôi ngại ngùng không biết nói sao, thì ông Phan đã lên tiếng:

- Cô Hà đừng ngại, tôi sẽ chở cô đi đến nơi về đến chốn cẩn thận.

Giọng Bắc ấm áp và nụ cười hiền của ông như thuyết phục tôi phải bước sang xe, tôi bực bội lẩm bẩm một mình:

- Thiệt là kỳ cục à!

Tôi vừa ngồi lên yên sau của Phan là Tân đã đạp xe đi mất hút. Tôi nghĩ chắc đã có sự sắp đặt của nó với Phan rồi. Ông Phan thong thả đạp xe đi, tôi nhìn bâng quơ lên bầu trời tối không có sao, chỉ nổi bật ánh sáng vàng từ những cột đèn đứng cúi đầu hai bên đường. Tôi nghe tiếng Phan nói:

- Cô Hà nhẹ quá, chở cô như là chạy xe không vậy.

Tôi chẳng biết nói gì chỉ dạ nhỏ, rồi ông tiếp:

- Lúc trước tôi hay chở bà chị đi lấy hàng, cả người, cả hàng, đạp phờ người luôn. Nhất là khi lên dốc cầu.

- Dạ.

- Cô Hà chắc ít đi xe đạp lắm hả, thấy cô đi bộ đến trường không à.

Tôi thật thà nói:

- Dạ, nhà em chỉ có hai cái xe đạp thôi, ưu tiên cho đứa nào đi làm hay đi học xa.

- À, vậy hả.

Cuộc trò chuyện trên đường không được liên tục cho lắm. Khoảng cách im lặng có lúc kéo dài đến nhạt nhẽo, khiến cho Phan phải hỏi:

- Sao cô Hà làm biếng nói chuyện thế?

Tôi bắt đầu quen Phan từ sự gặp gỡ đó, khô khan và gượng gạo, Phan cho tôi biết sơ lược về chàng. Trước kia chàng là lính Pháo Binh, chàng lập gia đình được hai năm có một đứa con trai thì chiến tranh chấm dứt. Khi Phan bị đi tù "cải tạo", con trai chàng chưa được một tuổi, sau sáu năm tù tội chàng trở về thì thằng bé lại không nhận mặt cha.Trong thời gian Phan ở tù, vợ chàng đã lấy người khác, một cuộc chia tay không hẹn trước thật buồn để khổ cho người mẹ già yếu phải xách giỏ đi nuôi chàng thường xuyên. Nghe câu chuyện của Phan, tôi cảm thấy xót xa cho chàng. Thời chinh chiến đã qua, nhiều thay đổi đến với đời sống con người quá bất ngờ, quá đau đớn, quá tuyệt vọng. Phan cũng như cha tôi và bao nhiêu người lính đã phải chịu chung một số phận đổi thay nghiệt ngã trong cảnh tù tội. Riêng chàng, còn thêm sự tan nát của gia đình tuy nhiên, sự chênh lệch tuổi tác, sự tương phản về vóc dáng cứ làm tôi thắc mắc: Không biết Phan đã chú ý đến tôi ở điểm nào? Tôi bình thường không đẹp, lại nghèo nữa. Năm đó tôi hai mươi lăm tuổi thì Phan đã gần bốn mươi, Phan cao ráo còn tôi thì nhỏ con và thấp, nếu tôi với chàng đi bên nhau thì không phải là một cặp tương xứng.

***

Sự quen biết giữa tôi và Phan dần dà tiến gần hơn do Tân sắp đặt. Nó cho Phan biết mọi thông tin về tôi, cả về giờ đi dạy kèm bên ngoài. Vào giữa niên khoá, bà Thoa hiệu trưởng đổi tôi lên dạy lớp sáng tôi lại bị mất thu nhập lớp kèm trẻ buổi sáng tại nhà. Cũng may, Trang, một đứa bạn dạy chung giới thiệu cho tôi một chỗ kèm trẻ tại tư gia buổi chiều, lương khá hơn nhưng tôi phải đi bộ đến chỗ dạy rất xa. Thời gian này, biết tôi đi kèm trẻ ở xa, Phan thường tình nguyện làm tài xế đón tôi ở chỗ dạy về nhà khi chàng đã xong việc ở xưởng gỗ, tôi đỡ được một đoạn đường dài đi bộ. Qua những lần cho tôi quá giang ấy, tình cảm của chúng tôi đã nảy nở một cách thầm lặng rồi trở nên thân thiết. Trên đường về nhà chàng hay dừng ở những quán nước bên lề đường để cùng tôi ngồi trò chuyện. Thỉnh thoảng chàng cũng chở tôi đi ăn chè hay ra bến Bạch Đằng ngồi chơi. Những lúc đó, chàng thường kể cho tôi nghe nhiều chuyện về đời lính của chàng. Phan có lối kể chuyện từ tốn, rõ ràng rất thu hút. Một lần, chàng kể về cuộc yểm trợ quân cho trung đoàn 47 bộ binh ở Bồng Sơn. Lần đó, chàng bị thương rất nặng, tưởng sẽ bị mất luôn cánh tay vì mấy mảnh B40 ghim vào cánh tay trái và đùi, mất máu rất nhiều, chàng đã ngất đi…

Kỷ niệm chiến trường của Phan kể không biết bao nhiêu thời giờ cho hết. Tôi lại là đứa con gái nhạy cảm, dễ xúc động nên nghe đến những đoạn bi thảm như di tản lính bị thương, bắn nhau, tôi hay chảy nước mắt theo và tới đó Phan phải ngừng kể. Tôi hỏi chàng về những chuyện tình lúc trước, đặc biệt là chuyện chàng quen với vợ chàng. Phan lắc đầu nói:

- Suốt thời gian trong quân ngũ, anh chẳng có mối tình nào đặc biệt hết. Quen vài cô rồi cũng chẳng tới đâu, phần tại anh cũng không đẹp trai, ăn nói dở.

Tôi tò mò hỏi:

- Rồi làm sao anh quen với vợ anh?

Phan buồn buồn:

- Cô vợ anh lấy là do hai bà mẹ sắp đặt, lúc đó anh đã gần ba mươi mà vẫn chưa có vợ, mẹ anh sốt ruột nên phải tìm vợ cho anh… Ngừng một chút để hút một hơi thuốc, nhả khói, rồi Phan chậm rãi tiếp:

- Cô ta nhỏ hơn anh có một tuổi thôi, chắc cô bằng lòng lấy anh cũng là do ép buộc của cha mẹ. Nếu có tình yêu thì người ta sẽ sống tốt với nhau hơn. Còn đằng này cả hai người lại không biết nhau trước vì vậy chỉ trong một năm mà đã có nhiều sự xung khắc xảy ra … Lỗi tại anh cũng vụng về cư xử… phần thì vắng nhà do đi hành quân luôn nên thì giờ dành cho gia đình ít ỏi lắm… Phan lại ngừng một chút rồi thở dài.

Tôi nhìn chàng e ngại, nói sang chuyện khác:

- Anh Phan à, hôm nào có dịp anh vào nhà em chơi đi, chứ lần nào chở em về anh cũng thả ở đầu đường cứ như là lén lút, em không thích như vậy nữa đâu.

- Anh cũng muốn vào nhà Hà chơi nhưng Hà sẽ giới thiệu anh với bố Hà làm sao?

Tôi nói ngay:

- Thì em nói anh là phụ huynh học trò.

Phan phì cười:

- Phụ huynh đến nhà cô giáo làm gì?

- Thì đến hỏi xin học cho con, cho cháu.

Phan lắc đầu:

- Nói ẩu không à, sao Hà không nói anh là bạn của Hà?

Tôi ngập ngừng:

- Em nói anh là phụ huynh thì… dễ dàng hơn. Bố em rất quí phụ huynh, còn nói anh là bạn… thì … thì …em cũng không biết thái độ của bố em ra sao.

Phan im lặng, dí điếu thuốc dưới chân. Tôi nói tiếp:

- Anh mà nói chuyện với bố em về đời lính, về chuyện cải tạo chắc hợp lắm.

- Anh nghe Tân nói bố Hà khó hay la mắng.

Tôi nói:

- Bố em chỉ khó với con cái trong nhà thôi với người ngoài thì rất dễ, nhất là với lính bố còn có cảm tình nữa à, anh Phan đến chơi nghe!

- Anh sẽ đến với điều kiện Hà giới thiệu anh là bạn của Hà.

- Làm phụ huynh trước rồi làm bạn sau.

- Không, anh không muốn làm phụ huynh.

Giọng Phan gằn xuống làm tôi bật cười, quay đi nơi khác.

Sau đó, Phan đã làm gan ghé đến nhà tôi chơi vài lần. Cha tôi tiếp đón chàng rất vui vẻ ngay từ ngày đầu, hai người nói chuyện thật tương đắc. Phan cứ khen cha tôi nói chuyện hay đúng là bậc thầy. Mỗi lần đến chơi là Phan lại mang theo một khung gỗ làm quà tặng khi thì khung khắc tên cha tôi, khi thì tên mỗi đứa em trong nhà. Ai cũng có được một khung gỗ xinh xinh nổi bật tên mình do chàng khắc chạm rất khéo. Chàng làm cho riêng tôi một cái hộp đựng bút có khắc tên "Tố Hà" bên cạnh một bông hồng, nét khắc nhìn đẹp và công phu lắm. Tôi nâng niu hộp bút như một báu vật hiếm hoi, đây là món quà kỷ niệm đầu tiên trong đời tôi nhận được từ người mà tôi cảm mến. Mỗi khi cầm hộp bút lên là tôi lại nhớ đến Phan, tôi tưởng như chàng đang ở bên cạnh tôi mọi nơi, mọi lúc...

Tôi bắt đầu thấy nhớ Phan nếu có những ngày không gặp nhau, nhung nhớ đã cho tôi nhiều giấc mơ đẹp về chàng. Tôi thường mơ đến cảnh chiều trên một ngọn đồi xa nào đó, Phan và tôi đi bộ lên tận đỉnh đồi hứng gió, nghe âm thanh của thiên nhiên hòa vào nhau một âm điệu nhẹ nhàng trong buổi chiều vàng đang chầm chậm đến. Ngoài những lúc gặp nhau trên đường đưa đón, tôi và Phan không có dịp đi chơi đâu xa vì thời gian dạy kèm trẻ của tôi rất bận rộn, mà tôi lại chưa bao giờ dám nghỉ dạy một ngày để đi chơi với Phan. Chàng hay nói với tôi rằng:

- Anh thấy Hà rất vụng trong vai người yêu nhưng Hà sẽ là một người vợ tốt.

- Sao anh lại nói như vậy?

- Tại anh thấy rủ Hà đi chơi khó quá, Hà lúc nào cũng lo đi dạy và chẳng nghĩ gì đến bản thân mình hết. Nếu như những cô gái khác có khả năng kiếm tiền thì đã lo may sắm và ăn diện rồi, đâu có như Hà. Trong con người Hà, anh đã thấy sự hy sinh cho gia đình rất nhiều. Ai may mắn lắm mới có được người vợ như Hà.

Câu nói cuối cùng của Phan làm tôi ngạc nhiên, tôi nhìn chàng thầm hỏi, "Thế còn anh, có nghĩ là sẽ lấy em làm vợ không?"

Ý nghĩ đó lóe lên trong đầu tôi một khoảng cách vô hình ngay giữa. Tôi không hiểu được làm người yêu với làm vợ khác nhau ra sao? Không biết Phan có nhận ra tình yêu của tôi dành cho chàng không? Sao chàng lại trách tôi rất vụng về khi làm người yêu? Không, chàng không hiểu lòng tôi đấy thôi, tôi yêu Phan, yêu chính cuộc đời thất bại của chàng, tôi yêu hình ảnh người lính thất trận sau ngày đi tù về. Hình ảnh đó cũng là hình ảnh của cha tôi, gần gũi và thân thiết biết bao! Sự oai dũng vẫn còn trong tư cách dù bộ áo lính đã rách nát, bạc màu. Tôi yêu đôi mắt nồng nàn, thể hiện sự cương trực, lòng can đảm đấu tranh với sự sống giữa khốn cùng, giữa đày ải trong chốn lao tù, sự chịu đựng đầy nghị lực để vượt qua một nghịch cảnh gia đình tan nát.

Tình yêu của tôi kéo dài trong sự chờ đợi một kết quả tốt đẹp như tất cả những người con gái đang yêu khác. Hơn một năm lặng lẽ trôi qua nhanh nó cũng là đề tài cho mọi người trong trường bàn ra tán vào. Mở đầu là bà Thoa:

- Sao, em với ông Phan chừng nào cho tụi chị uống rượu đây? Quen nhau lâu rồi, tính lẹ đi chứ. Chờ gì nữa.

Tôi ngập ngừng :

- Dạ.. em cũng không biết nữa, ông chưa nói gì với em hết.

Bà Thoa trợn mắt:

- Trời, cả năm rồi sao chưa nói gì hết, con gái người ta có một thời thôi, ai cho ông chở đi hoài, bộ ba em không nói gì sao?

- Dạ.. Tôi bỏ lửng câu nói, cha tôi chẳng quan tâm gì đến chuyện của tôi là mấy. Vì cha vẫn xem Phan như một người bạn trẻ của cha, và là một người bạn lớn của các con mình. Nghe chuyện, Trang đứng gần đó chen vào:

- Thôi Hà ơi, dẹp cái ông Phan già đó đi, quen con gái người ta cả năm rồi mà không chịu tính chuyện lâu dài. Để Trang giới thiệu Vũ, bạn Trang cho Hà, Vũ hỏi thăm Hà hoài cùng trang lứa với mình dễ quen hơn đó.

Bà Thoa đồng tình:

- Phải đó Hà, chị thấy so với ông Phan em còn trẻ quá. Quen với Vũ bạn Trang đi, chị ủng hộ đó.

Tôi tò mò hỏi lại:

- Vũ nào vậy?

Trang hào hứng nói:

- Vũ ngồi gần Hà trong bàn tiệc hôm sinh nhật Trang đó, Vũ khen Hà xinh lại hiền nữa. Má Vũ cũng hối chàng ta lấy vợ hoài đó.

Nghe Trang nhắc đến Vũ, tôi mới nhớ ra ngày sinh nhật Trang hôm đó, cô nàng tinh nghịch sắp xếp một bàn tiệc dài cho nam nữ ngồi xen kẽ, Vũ ngồi giữa tôi và Vân. Bữa tiệc hôm đó là do ông «bồ» của Trang tổ chức cho nàng, nghe nói chàng rất khá giả, làm chủ mấy tổ hợp sản xuất sơn. Tôi không nhớ rõ mặt Vũ lắm vì lúc ấy tôi thấy Vũ hay nói chuyện với Vân. Ngồi trong bàn tiệc nhìn vài người có cặp làm tôi càng nhớ đến Phan, chàng chẳng bao giờ thích tiệc tùng đám đông, nếu chàng có mặt lúc đó chắc chàng sẽ thấy lẻ loi lắm. Giữa lúc tôi đang thừ người suy nghĩ thì Vũ cầm ly nước cam đưa cho tôi và hỏi tôi vài câu, tôi cho đó chỉ là lời xã giao thường tình nên không chú ý. Khi tàn tiệc, Vũ còn tình nguyện chở tôi về nhưng tôi đã từ chối để đi với chị Thanh.Tôi luôn thấy Vân và Vũ gần nhau hơn... Nhớ đến đây, tôi liền hỏi Trang:

- À, Hà nhớ ra cái anh chàng Vũ rồi, ủa anh chàng đó không phải là bồ của Vân sao?

Trang trề môi:

- Vân muốn bồ với Vũ lắm đó, đeo chàng ta như sam nhưng chính Vũ nói với Trang là Vũ thích quen với Hà thôi, muốn Trang giới thiệu Hà cho Vũ. Bà nghe tui đi, nhà Vũ khá giả lắm, quen Vũ có tương lai hơn.

Tôi im lặng nghĩ đến Vũ và Phan, hai người đàn ông với hai khía cạnh khác nhau, Phan lớn tuổi trải đời nhiều hơn Vũ. Ở bên Phan, tôi luôn cảm thấy ấm áp và được chở che; đi với Phan, tôi không hề mặc cảm chút nào với vẻ nghèo nàn bên ngoài của mình. Bởi tôi biết, đôi mắt chàng đã dõi theo tôi mỗi ngày với màu áo xanh không thay đổi. Tôi cũng quen mắt với màu áo lính bạc phếch của chàng, quen với chiếc xe đạp cũ kỹ mà chàng đã chở tôi đi trên khắp ngả đường và đồng cảm với những câu chuyện gian khổ, hy sinh trong cuộc đời chinh chiến, cùng sự khổ nhục tù đày ở phía sau. Tất cả những điều quen thuộc ấy đã tạo nên một sự yêu thương, quí mến khó rời bỏ...

***

Rồi một ngày, một ngày đã để lại trong lòng tôi nỗi đau tím lòng, tôi choáng váng quay cuồng muốn ngã nhào. Hôm đó trên đường về nhà từ chỗ dạy kèm, một người đàn bà khoảng ngoài ba mươi tuổi, đẹp trang nhã đến gặp tôi. Bà tự nhận là vợ Phan và yêu cầu tôi phải chấm dứt ngay sự quen biết với chàng. Nỗi run sợ lẫn kinh ngạc vì sự không ngờ Phan đã nói dối tôi về người vợ đã bỏ chàng trong thời gian đi tù… Tôi đau xót nói với bà những điều tôi biết về Phan, bà không muốn nghe chỉ nhấn mạnh một điều là dù bà không ở với Phan nhưng trên pháp lý bà vẫn là vợ có hôn thú hẳn hoi. Họ đã có một đứa con chung và chuyện đi Mỹ nay mai của Phan tôi sẽ không có quyền dự phần. Nghe nói Phan sẽ đi Mỹ tôi càng ngạc nhiên hơn vì chưa bao giờ Phan nói với tôi chuyện này... Trong ánh mắt sắc lạnh của bà và lời nói thì ngọt gắt như từng mũi dao khứa nhẹ vào tim tôi rỉ máu, vừa răn đe vừa khích bác:

- Tôi thấy cô còn trẻ cũng dễ thương nhỏ nhẹ, lại là giáo viên thì chắc cô có đủ hiểu biết để nhận thấy việc "giao du thân mật" với một người có vợ là đúng hay sai.

Sự nhục nhã xấu hổ lan nhanh trong mạch máu tôi thêm nỗi uất ức trào lên. Tôi mím chặt môi mình cố không bật ra tiếng khóc. Bất động một lúc tôi mới lấy lại bình tĩnh để trả lời:

- Cám ơn chị đã cho em biết mọi sự thật một cách ôn hòa. Xin chị hiểu cho em rằng, nếu em biết anh chị vẫn còn là vợ chồng thì em không bao giờ quen với anh Phan hết. Đạo đức của người Việt Nam không cho phép em làm chuyện phá gia cang người khác. Chỉ tại em không biết…

Nói tới đó, tôi bỗng òa khóc rồi bỏ đi như chạy, tôi tưởng tượng ra bao nhiêu ánh mắt đang nhìn theo tôi khinh bỉ vì tội «cặp bồ» với người đã có vợ. Tiếng thị phi sẽ loan truyền một thành hai, hai thành ba. Thiên hạ sẽ ném vào tôi những từ dơ bẩn, hạ cấp. Những người bạn của tôi tha hồ mà châm biếm, xỉa xói tôi. Càng nghĩ, tôi càng đau từng khúc ruột, càng sợ, càng hoảng loạn, càng chạy nhanh hơn, tôi chạy theo gió, tôi gào lên trong cổ họng đang uất nghẹn:

- Ngu, ngu quá, ngu!

Bỗng tôi nghe tiếng thắng gấp của một chiếc xe, tiếng rú thất thanh, tôi cảm thấy mình bị ai đá văng ra xa đau ê ẩm, tôi cố vùng lên để chạy tiếp nhưng tôi không có sức. Trước mắt tôi là một cái hố đen thăm thẳm tôi còn ngửi được mùi máu tanh tanh gần bên… Mắt tôi mờ dần đi, hai mí nặng trĩu kéo tôi lịm vào giấc ngủ đau đớn …

Cuốn phim dĩ vãng chợt đứt ra từng khúc tối sầm rồi trắng xoá... Tôi chỉ còn nghe vài âm thanh cãi cọ đâu đó khi vừa tỉnh dậy. Những tiếng nói lao xao gần bên nghe rất quen thuộc sao giống tiếng của Phan quá!! Trong cơn đau nhức nửa bên đầu tôi vẫn còn cảm giác sợ hãi. Trời ơi, nếu Phan xuất hiện lúc này chỉ làm rối ren thêm mọi việc và lòng tôi càng thêm đau… Tiếp đến là giọng thì thào cho tôi biết rằng, tôi mới được khâu mười mũi trên đầu, tôi ngã trước một chiếc xe Honda đang phóng tới đã không kịp thắng gấp hất tôi vô góc đường, đầu va mạnh vào đá …

Sau lần bị thương tích đó, tôi mang một nỗi đau thể xác lẫn tinh thần thêm sự xấu hổ ê chề dằn vặt tôi hàng giờ, hàng ngày, hàng tuần làm sôi lên sự tức giận buồn phiền khiến tôi cứ khóc mãi. Nỗi buồn còn ám ảnh tôi cả trong giấc ngủ, đêm đêm nằm mơ toàn cảnh bị đánh ghen, bị chửi bới, bị bạn bè dèm pha. Tôi ước gì lúc đó, nếu mẹ tôi còn sống tôi sẽ gục đầu vào lòng mẹ mà khóc cho vơi bao nhiêu sự buồn đau. Để tránh gặp Phan, ngay mùa hè năm đó tôi xin thuyên chuyển về trường khác, nghỉ chỗ dạy kèm mà Phan vẫn đón tôi đi về. Tôi nhờ Tân nhắn lại với Phan câu chuyện vợ chàng đã đến tìm tôi và muốn Phan không nên gặp tôi làm gì nữa, hãy giữ cho tôi sự bình yên. Nghe chuyện, Tân cũng không khỏi ngạc nhiên, nó cho tôi biết thêm, hôm tôi bị tai nạn phải vào bệnh viện, Phan có mặt ở đó với một người đàn bà. Cả hai đã gây gỗ với nhau về tôi, Phan lớn tiếng binh vực tôi và cho rằng tôi không hề liên can gì đến chuyện của hai người, cuộc cãi cọ đến hồi gây cấn thì họ bị nhân viên bệnh viện mời ra ngoài. Qua chuyện này, Tân quả quyết Phan không phải là người dối trá, nó còn khẳng định chắc Phan có một uẩn khúc gì mà chưa thể nói ra, nó an ủi tôi rằng sẽ tìm hiểu cho ra lẽ…

Sau đó vài tuần, Tân xin được một việc làm khác ở công ty điện lực Thủ Đức. Ngày cuối cùng ở xưởng gỗ, Tân đã nói chuyện rất lâu với Phan. Điều nó tìm hiểu ra là vợ Phan không chịu ly dị vì nghe tin có chương trình định cư ở Mỹ cho những sĩ quan đi “cải tạo” từ 3 năm trở lên. Phan chỉ muốn mang con đi, nhưng vợ chàng đã giữ đứa con làm áp lực với chàng. Bà phải được đi cùng con, hoặc bà ở lại với đứa con.. Tôi nhớ lại lời bà nhấn mạnh hôm nào lúc gặp tôi:

"Chúng tôi là vợ chồng có hôn thú hẳn hoi, việc đi Mỹ sau này cô sẽ không có quyền dự phần, cô nghe rõ chứ? "

Tôi buồn bã, lòng đau một nỗi đau mất mát, một nỗi thất vọng và một sự lo sợ cho tai tiếng...Dù muốn hay không Phan cũng phải trở về với vợ con chàng. Phan có đến tìm tôi tại nhà vài lần, tôi đều lẩn tránh để chàng ngồi nói chuyện với cha tôi. Phan đề cập đến chuyện làm giấy tờ đi Mỹ theo diện H.O mà cha tôi còn trong tình trạng nghi ngờ không quan tâm mấy. Chàng cũng nói thật về hoàn cảnh vợ con chàng cho cha tôi nghe và lấy làm tiếc cho sự dang dở giữa tôi với chàng. Giọng Phan lúc ấy nghe buồn làm sao, chàng hút thuốc liên tục. Cha tôi chỉ cười hiền rồi vỗ vai chàng ra chiều thông cảm... Một năm sau, khi tin tức về diện H.O thật sự rộ lên, cha tôi mới bắt đầu làm đơn.

Lần cuối cùng, Phan đến chào gia đình tôi để đi Mỹ là lúc giấy tờ của cha tôi còn kẹt ngoài Hà Nội đang chờ cấp danh sách H.O. Hôm đó tôi không có nhà không biết đứa em nào của tôi đã chỉ cho Phan ngôi trường mới tôi đang dạy để chàng đến tìm tôi…

Đoạn phim lại đứt, một khoảng trắng mờ nhảy múa, nhòe nhoẹt trước mắt tôi rồi ánh sáng vụt tắt. Trong bóng tối, tôi thấy đôi mắt sáng đượm buồn của Phan nhìn tôi nồng ấm. Tôi sững sờ, run rẩy, lại như người sắp chết đuối trong đôi mắt ấy. Tôi không còn lòng dạ bình an nào để nghe chàng giải thích, quay đi cố kềm giữ sự tức tưởi, buồn giận đang trào lên. Thoáng từ nơi xa trong tiếng gió thổi lại, tôi nghe được vài câu của chàng mà lòng thêm buốt nhói:

- Anh biết mình có lỗi với Hà nên nói gì bây giờ cũng là vô ích, duy chỉ một điều thật lòng anh muốn Hà tin rằng anh rất yêu quí Hà, và sẽ không bao giờ quên được em. Anh gửi tặng Hà món quà này làm kỷ niệm, hãy giữ nó để nhớ mãi một thời mình đã có nhau…

Tôi run tay cầm cái khung gỗ có khắc hình hai người chở nhau trên chiếc xe đạp, mắt rưng rưng nhìn từng nét khắc, thấy được cả sự cặm cụi, chăm chút cho một tình cảm không trọn vẹn bên hàng chữ nghiêng nghiêng "Để nhớ mãi" … Rồi, đôi mắt sáng ấy đã chìm dần vào khoảng tối cùng hơi gió lào xào cuốn trong thanh âm của một cuộn băng bị rối…

***

- Xin lỗi, nếu tôi không lầm có phải cô là Hà không?

Tôi giật mình quay lại, ôi trời! Nỗi đau bất chợt thức dậy sau mấy mươi năm tưởng đã ngủ yên rất sâu. Bao nhiêu năm lao đao với những cơn mộng ảo tôi vẫn hy vọng có ngày gặp lại Phan ...không biết để làm gì...hay chỉ để lòng buồn hơn... Giờ đây, tôi không còn mơ nữa, người đàn ông trong bộ đồ vest sang trọng, cặp kính trắng gọng vàng trang nghiêm, đôi mắt nhìn hiu hắt, nửa tò mò, nửa mong đợi. Phan đây, Phan của thuở nào với chiếc áo lính bạc phếch, đạp chiếc xe đạp cũ kỹ chở tôi trên đường về nhà... Sự hồi hộp làm tim tôi đập mạnh, nỗi ám ảnh về chuyện ghen tuông của vợ Phan ngày trước còn hằn sâu trong trí nhớ.

Tôi bỗng cảm thấy mắt mình cay cay, cố mím chặt môi để giữ cho những giọt lệ vô duyên đừng rơi xuống. Tôi lúng túng định nói:

"Dạ không phải..." thì có tiếng gọi của cô dâu Hạnh:

- Chị Hà, sao đứng đây, ra chụp với em tấm hình đi. Thấy Phan ngay đó, cô vui vẻ tiếp:

- Ủa, có cậu Phan đây nữa, vô vô chụp hình chung với tụi con luôn.

Tôi còn đang sững sờ đến độ ngơ ngác thì Hạnh đã kéo tôi và Phan theo cô, đôi vai vô tình chạm nhau, tôi nghe tiếng Phan thảng thốt:

- Hà, đúng là Hà rồi.

Cô dâu Hạnh nhanh nhẩu:

- Dạ, ủa cậu biết chị Hà hả? Con quên giới thiệu với cậu, chị Hà làm chung hãng với con đó cậu.

Phan cười nhẹ:

- Ờ, cậu biết chị Hà từ hồi mày còn chưa đi mẫu giáo nữa kìa!

- Trời biết nhau lâu vậy sao cậu, wow, đúng là trái đất tròn, đi đâu, ở đâu rồi cũng có lúc gặp lại nhau há.

Cô dâu Hạnh kéo tay tôi lại gần Phan:

- Chị Hà là bạn cũ của cậu em thì đứng phía này với cậu.

Tôi ngượng ngùng đẩy tay Hạnh:

- Thôi để chị đứng gần Hạnh đi.

- Thì em cũng đứng gần cậu em mà, đây chị đứng ngay đây gần em, rồi tới cậu Phan.

Tôi ngẩn ngơ một phút, Hạnh giục:

- Chị Hà vô đây, quay qua Phan tiếp - cậu, đứng gần vô phía chị Hà một chút.

Tôi nghe hơi thở của Phan rất gần bên vai mình, tấm hình vừa nháy xong, tiếng Phan nói:

- Chụp thêm lần nữa đi cho chắc ăn.

Hình nháy xong lần thứ hai, tôi vội quay đi trốn tránh nhưng Phan đã nhanh chân ngăn tôi ngay lối đi:

- Không ngờ anh gặp lại Hà ở đây, anh mừng quá! Mấy chục năm rồi vẫn mong được tin tức của Hà. Bố Hà và các em vẫn khỏe chứ?

Tôi chớp mắt cảm động nói nhỏ:

- Cám ơn anh vẫn còn nhớ đến gia đình em, và đã nhận ra em, bố em vẫn khỏe ngoài tám mươi rồi, các em vẫn đi làm...

- Anh nhận ra Hà từ lúc ngồi vào bàn, khuôn mặt, vóc dáng Hà không thay đổi nhiều lắm, nhất là màu áo xanh dạo nào.

Tôi giật mình nhìn lại mình, tôi đang mặc trên người chiếc áo dài xanh cổ điển may đã lâu...

Tiếng Phan tiếp:

- Gặp Hà ở đây anh mừng quá, muốn nói chuyện nhiều với Hà mà không biết bắt đầu từ đâu. Cuộc sống gia đình của riêng Hà thế nào? Hà có mấy cháu?

Tôi lắc đầu:

- Em không có đứa con nào hết, em hãy còn độc thân.

Phan ngạc nhiên:

- Độc thân? Sao vậy?

Tôi cúi xuống buồn buồn, bao nhiêu năm tất tả với

sinh kế, cuộc sống luôn đầy ắp nỗi lo toan chồng chất. Tình yêu và hôn nhân ngày một xa trong sự bận rộn lo toan ấy, tôi đã không thể tìm lại được cho chính mình một hình ảnh người lính trong chiếc áo bạc phếch, đôi mắt sáng với tia nhìn nồng ấm. Tôi chỉ biết vui sống với hình ảnh kỷ niệm quẩn quanh trong một khung trời buồn, lẩn khuất những nỗi đau dĩ vãng...

Tôi nghe giọng Phan run run:

- Anh thật là tiếc... Có dịp nào mình gặp nhau riêng không? Anh có nhiều chuyện muốn nói với Hà.

Tôi nhìn Phan lắc đầu, buồn bã nói:

- Mình chẳng còn chuyện gì để nói tiếp nữa, em không muốn vợ anh lại tìm đến em lần thứ hai khi em đã không còn trẻ.

- Hà cay đắng với anh làm gì, anh biết mình có lỗi … Anh đã cố tìm kiếm Hà nhiều năm, chỉ tại số phận mình long đong, không duyên nợ với nhau...

Phan thở dài tiếp:

- Người đàn bà đến gặp Hà năm xưa đã bằng lòng ly dị với anh sau khi tới Mỹ một năm. Anh đã sống độc thân một thời gian dài, lúc nào cũng nghĩ đến Hà, không biết Hà đã ở đâu, sống ra sao? Ước mong có Hà bên cạnh thật là mong manh…Cách đây mấy năm, anh bị ốm nặng đã gặp một người phụ nữ tốt giúp anh qua cơn đau, người ấy bây giờ là bạn già của anh thôi, không phải là vợ...

Tôi đảo mắt nhìn vài người qua lại chung quanh để dấu sự xúc động khi nghe những lời của Phan. Chút nồng nàn đang sưởi lại tình cảm trong lòng tôi vốn đã nguội lạnh từ lâu... Tôi ngập ngừng không biết nói gì với Phan chỉ muốn trốn tránh chàng, chỉ muốn rời khỏi chốn này về lại với sự bình an. Vừa lúc đó cô dâu Hạnh đi ngang, tôi kéo tay Hạnh nói nhanh:

- Hạnh ơi, chúc mừng Hạnh nha, chị xin cáo từ về đây.

Hạnh đứng lại:

- Ủa, sao về sớm vậy chị, chưa cắt bánh mà?

Tiếng Phan cũng ngạc nhiên:

- Sao Hà lại về?

Tôi nói với Hạnh:

- Chị hơi nhức đầu một chút, phải về thôi, chúc mừng cô dâu chú rể trăm năm hạnh phúc nhé. Hẹn gặp Hạnh sau.

Hạnh gật đầu:

- Dạ cám ơn chị, vậy thôi chị về trước há. Chị nhớ đường ra parking không? Xuống basement chứ không phải tầng 1 đâu nghe chị.

Tôi ngại ngùng hỏi lại:

- Mình đang ở lầu mấy đây?

- Lầu 5!

Phan nhanh nhẹn nói:

- Hay để anh đưa Hà ra parking vậy, chỗ này hôm nay có nhiều phòng cho mướn đám cưới nên dễ bị lộn lắm.

Hạnh cười ủng hộ:

- Dạ dạ phải đó, cậu Phan thiệt là “ga lăng” với bạn cũ à. Thôi bye chị nha.

Tôi chào Hạnh lần cuối rồi nói nhanh với Phan:

- Thôi không cần đâu, em đi xuống một mình được, có bảng chỉ dẫn hết mà.

Phan cương quyết:

- Thì cứ để anh đi với Hà một đoạn đi, bao lâu nay mình mới gặp lại, anh chỉ xin có vài phút bên Hà cũng không được sao?

Tôi bặm môi bước đi không nói, Phan theo phía sau một lát rồi tiến lên đi song song với tôi. Phan hỏi:

- Hà làm chung với Hạnh lâu chưa?

- Dạ được 2 năm. Em không ngờ Hạnh là cháu anh.

- Ờ, anh tiếc quá, phải biết Hạnh làm chung với em sớm hơn hai năm trước thì có lẽ mình đã gặp nhau lâu rồi.

Tôi im lặng không biết nói gì, nhìn thẳng phía hành lang trước mặt mong cho mau tới cầu thang máy. Vài người nấu bếp trong bộ đồ trắng đẩy những xe thức ăn ngang qua chúng tôi cười vui với câu chào: "Hello"...

Đi bộ hết một hành lang dài, tôi và Phan đến gần thang máy đã có khoảng năm, sáu người đứng chờ...

Đến nơi đậu xe, tôi đứng lại nói với Phan:

- Thôi tới đây được rồi, em về nhé. Chúc anh nhiều sức khỏe.

Phan hỏi:

- Hà đậu xe ở đâu?

Tôi chỉ tay về phía trái:

- Ở dãy D bên kia.

- Anh đi với Hà đến đó nhé!

Vừa nói, Phan vừa bước theo tôi. Tới chỗ đậu xe, tiếng Phan reo lên:

- Ồ, xe anh cũng đậu gần xe Hà đây! Vô tình mà thành ra hữu ý thật đó.

Tôi hỏi:

- Xe anh ở đâu?

Phan chỉ tay vào chiếc Toyota trắng bên tay trái:

- Đây này, cách Hà một chiếc xe.

Rồi Phan móc túi lấy chìa khóa bảo tôi:

- Chờ, chờ anh một chút, anh có cái này cho Hà.

Phan vòng ra sau chiếc xe của tôi, tiến đến mở xe của chàng. Tôi thấy Phan cầm ra một chiếc hộp trên tay.Tới gần tôi, chàng nói:

- Anh mong chờ bao nhiêu năm nay để có dịp tặng lại Hà khung gỗ này, Hà mở ra xem đi.

Tôi nhìn Phan ngần ngại rồi mở hộp ra. Một khung gỗ khắc hình hai người chở nhau trên chiếc xe đạp, sơn bằng dầu bóng, mướt lên một màu nâu đỏ láng mịn. Tôi buột miệng:

- Trời ơi, đẹp quá, kiểu này giống như khung gỗ hồi xưa anh tặng em trước khi đi.

- Phải rồi, Hà vẫn còn giữ khung gỗ đó chứ?

- Dạ còn, nhưng nó gẫy đôi rồi, em có dán băng keo cho dính lại.

- Anh rất vui khi biết em vẫn còn giữ nó. Gỗ ở Việt

Nam mình hồi đó mềm quá, nên phải nâng niu dữ lắm, bây giờ ở bên này anh sưu tầm được nhiều loại gỗ cứng, đẹp, tốt nữa tha hồ mà làm hình. Lại còn tìm được đủ loại sơn cho gỗ.

Tôi chớp mắt:

- Cám ơn anh. Chắc anh làm nhiều hình lắm hả?

Phan lắc đầu:

- Anh chỉ làm có mỗi kiểu hình này thôi vì đó là kỷ niệm một thời anh hạnh phúc nhất, được chở Hà trên chiếc xe đạp cọc cạch của mình. Hà biết không, anh làm tất cả là hai mươi tám hình như vậy đủ cỡ hết. Nếu có dịp nào Hà đến nhà anh sẽ cho Hà xem hai mươi tám bức hình gỗ anh khắc, mỗi tấm hình là một nỗi nhớ giày vò anh, cho nên tấm hình nào anh cũng có ghi một câu để lại.

Tôi nhìn sâu trong mắt Phan, hình ảnh thuở nào bên nhau thấp thoáng lên ánh nhìn xa vắng, tôi hỏi:

- Tại sao anh lại làm hai mươi tám cái hình gỗ hả anh?

Phan cười buồn:

- Là vì đã hai mươi tám năm rồi từ ngày mình không còn gặp nhau. Khung gỗ Hà cầm trên tay là cái hai mươi chín, anh luôn giữ nó trong xe mình và mong ước có một ngày nào đó gặp lại Hà để tặng cho em. Trời đã không phụ lòng mong đợi của anh cho anh gặp được Hà hôm nay.

Tôi nhìn cái khung gỗ, mân mê những đường nét khắc chạm nghe lòng mình xao động một niềm thương cảm. Tôi lại nhìn Phan, ánh mắt đã làm tôi chìm đắm vào một cõi say mơ suốt những năm dài nhớ nhung, suy nghĩ, vật vờ, tiếc nuối, uất hận, buồn đau. Ôi bao nhiêu là xúc cảm dâng lên trộn lẫn vào nhau, tạo thành những giọt mặn đong đầy trong mắt. Tôi làm theo lời Phan nói:

- Hà lật lại phía dưới tấm hình sẽ thấy một câu anh ghi ở đó cho Hà.

Hàng chữ nghiêng nghiêng dưới chân tấm hình gỗ đậm màu mực đen với nét thanh thanh:

"Điều làm tôi sung sướng nhất trước khi nhắm mắt là được gặp lại em và nói ba chữ: anh yêu em".

Nước mắt trào ra... Tôi nhìn Phan nghẹn ngào... bất động, Phan bước đến gần tôi, giọng chàng run run:

- Give me a hug… A big hug, please!

Không đợi tôi trả lời Phan ôm chầm lấy tôi, lần đầu tiên trong vòng tay chàng tôi quá xúc động. Dư âm của bao nỗi tủi hờn, yêu thương ngày cũ tràn về trong khoảnh khắc vắng lặng nơi đây. Chàng siết mạnh tôi tha thiết như thể đang trút hết bao thương nhớ vào cái ôm. Tôi nghe hơi thở ngọt ngào của Phan trên tóc mình, lời thì thầm rót nhẹ bên tai: "Anh yêu em" và cảm giác nhòe nhoẹt một bên má. Sau một vài giây, tôi đẩy Phan ra chợt nhìn thấy trên vai áo vest bên trái của chàng ướt đẫm. Tôi luýnh quýnh rút nhanh chiếc khăn giấy trong ví ra định lau vệt ướt trên vai áo thì Phan đã giữ tay tôi lại:

- Không sao, để tự nó sẽ khô mà. Rồi chàng hôn nhẹ lên tay tôi.

Tôi rụt tay lại:

- Thôi em về, chúc anh luôn vui khỏe nha.

Phan cười buồn:

- Chúc em sẽ gặp được nhiều niềm vui trong cuộc sống.

Tôi lê từng bước chân nặng nề về phía xe của mình, gót muộn phiền như trĩu xuống không nhấc lên nổi. Ngồi vào xe, tôi run tay mở máy ... Tiếng hát Khánh Ly vang lên theo tiếng máy xe phát ra từ cái CD, trầm buồn ray rứt đến não lòng:

*Thôi rồi còn chi đâu anh ơi*
*Có còn lại chăng dư âm thôi*
*Trong cơn thương đau men đắng môi*
*Yêu rồi tình yêu sao chua cay,*
*Men nào bằng men thương đau đây*
*Hỡi người bỏ ta trong mưa bay ...* **

Xe từ từ lăn bánh, qua kính chiếu hậu tôi thấy Phan vẫn còn đứng đó u buồn, lẻ loi, đôi mắt nhìn theo lưu luyến…

*23/8/2013*

---

* *Lớp học từ 7:30 sáng – 4:00 chiều*
** *Bài hát "Tình Lỡ" của nhạc sĩ Thanh Bình*

# LỜI TỎ TÌNH DƯỚI TRĂNG

Tôi gặp Thắng trong căn bếp nhỏ ở chùa Quang Minh. Lúc ấy, cả hai đều bận rộn với công việc "công quả" của mình. Thắng thì loay hoay sửa cái ống nước rỉ ở dưới bồn rửa chén, còn tôi và các chị bạn khác thì đang bận dọn dẹp những chén dĩa dơ sau một bữa cơm chay cho cả trăm Phật Tử đến dự nhân ngày lễ Phật Đản. Khi xếp lại những chồng dĩa sạch để cất lên một ngăn tủ trên cao. Tôi cố kiễng chân và nhảy lên hai ba lần để đặt chồng dĩa giấy lên ngăn tủ. Do sức đẩy mạnh của tôi nên có một chồng rổ nhựa, rổ nhôm trên ngăn tủ đã đồng loạt rơi xuống đúng ngay lúc Thắng vừa quay đầu ra khỏi cái bồn. Rổ rơi lốp bốp lên đầu chàng rồi mới chạm xuống đất vang lên một âm thanh lớn. Thắng ôm đầu la lên:

- Úi da, đau quá!

Tôi hốt hoảng nói lớn:

- Thôi chết, em xin lỗi, em xin lỗi!

Cùng với tiếng nói của tôi là mấy câu hỏi dồn của các chị bạn:

- Cái gì vậy? Làm sao để rớt đồ dữ vậy Như?

Tôi ngượng ngùng, ấp úng:

- Tại cái tủ cao em cố với…

Tiếng chị Thuận cắt ngang:

- Lần sau mà với không tới thì nhờ người khác lấy giùm, em đừng có ráng với, có ngày đổ hết chén là mệt đó. May là chỉ có mấy cái rổ thôi. Ủa, mà ai để rổ trên ngăn cao vậy? Rổ người ta để dưới gầm tủ này chứ.

Thắng nói giọng như rên:

- Tôi để đó, tại sửa cái sink nên tôi phải dẹp bớt mấy cái rổ ở dưới, bỏ nó lên cao cho rộng chỗ. Rồi xoa đầu mình Thắng tiếp- Ui da, đau quá.

Chị Thuận lại gần Thắng hỏi:

- Đâu, đưa chỗ đau tui coi chảy máu trắng chưa? Xạo quá, có mấy cái rổ mà làm như là gạch rớt xuống đầu hổng bằng.

Thắng cười cười:

- Sao chị biết tôi xạo?

Chị Thuận nói như diễu:

- Biết chứ sao không, tôi rành mấy ông cựu không quân như anh quá mà. Bây giờ anh muốn ăn vạ gì đây?

- Thôi nghe, đừng có móc tôi nữa, tôi muốn hỏi cái cô nào mà liệng rổ lên đầu tôi đó, giận tôi cái gì thì nói ra làm gì mà nặng tay quá vậy. Tôi muốn cô đó phải chuộc lỗi đó nhé.

Tôi ngập ngừng:

- Anh muốn em chuộc lỗi… làm sao?

Thắng đưa cái đèn pin cho tôi nói:

- Cô chịu khó cầm cái đèn này soi giùm tôi để tôi dán keo vô cái ống này coi. Nãy giờ tôi vừa làm vừa soi một mình, mỏi tay, mỏi mắt quá trời.

Tôi hăng hái:

- Ồ, tưởng anh bắt chuộc lỗi gì lớn lao chứ cầm đèn pin thì dễ quá.

Tôi cầm cái đèn soi cho Thắng, chàng bảo tôi soi bên trái, rồi sang phải, dơ lên cao chút nữa, lại hạ thấp xuống chỗ này. Chưa hết, chàng còn sai tôi đi lấy đinh, lấy vít, lấy kềm. Lấy không đúng cỡ cứ phải chạy lên chạy xuống tìm kiếm, mỏi cái chân. Làm thợ vịn để chuộc lỗi coi vậy mà cũng mệt ghê! Tôi chỉ biết làm nhiệm vụ cho đến khi chàng sửa xong cái ống nước rỉ. Mấy chị bạn đã về bớt, còn lại chị Thuận và tôi cùng hai người đàn bà lớn tuổi trong căn bếp.Tôi nghe Thắng bắt chuyện với chị Thuận. Lần này tôi không để ý đến câu chuyện của hai người, hình như chị Thuận cũng thân với Thắng lắm thì phải? Tôi lẳng lặng thu dọn tàn dư đinh, ốc mà Thắng vất bừa bãi trên sàn nhà vào cái thùng đồ nghề của nhà chùa, rồi quay sang nhặt những cái rổ xếp chồng lên nhau cất vào ngăn tủ phía dưới bồn.

Sau lần làm thợ vịn chuộc lỗi ấy, tôi chỉ xemThắng như một người quen giống như bao nhiêu người tôi quen đến chùa tự nguyện làm việc. Nhưng rồi, tôi đã bắt đầu chú ý đến chàng nhiều hơn khi tôi biết trước kia Thắng đã từng là lính Không Quân. Tôi rất có cảm tình với chữ “lính” bởi nghe qua chữ ấy, nó bao hàm một sự gian khổ, can trường, một đời sống kỷ luật gắt gao trong tập luyện. Nó còn hiển hiện một hình ảnh hào hùng, hiên ngang của những chàng trai mang trên người bộ quân phục. Với chữ "lính", tôi cũng thấy lại hình ảnh của cha, của anh tôi trong thời chinh chiến đã qua. Tôi còn nhớ vào năm mùa hè đỏ lửa 72, khi anh tôi đang chuẩn bị thi tú tài toàn phần mà anh lại lười biếng không chịu ôn luyện bài vở, cứ rong chơi suốt ngày. Mẹ tôi thì nuông chiều anh hết sức làm cha tôi tức giận nói:

- Mày mà thi rớt kỳ này tao "tống" mày vào lính cho mày nên người. Bằng tuổi mày đã có khối thanh niên trai tráng cận kề với súng đạn, chết chóc mỗi ngày, chứ đâu có phải sung sướng như mày nhởn nhơ, chỉ ăn rồi học mà cũng không chịu khó.

Mẹ tôi xót xa nói:

- Trời ơi, sao ông lại muốn đưa con mình vào chỗ chết vậy?

Cha tôi nói giọng bực bội:

- Sao lại là chỗ chết, đâu phải đi lính ai cũng chết. Bà nuông chiều nó cho lắm vào để nó hư thân, con trai từng ấy tuổi rồi mà cứ núp sau áo mẹ, học cũng không ra hồn thì làm sao nên người, tôi quyết định rồi, nó đậu hay rớt gì cũng vào lính.

"Đi lính để nên người" vỏn vẹn năm chữ ấy của cha tôi mà ý nghĩa cho anh trai tôi biết chừng nào. Anh đã thực sự trưởng thành sau chín tháng vào trường Bộ Binh Thủ Đức học. Lần đầu anh về phép thăm nhà tôi thấy anh thay đổi không ngờ được. Trông anh thật oai nghiêm trong bộ đồ lính. Tuy anh đen và gầy hơn hồi còn ở nhà, anh vẫn khoẻ mạnh, xách thùng nước nặng như không. Mẹ tôi là người ngạc nhiên nhiều nhất khi thấy vẻ công tử bột của anh đã mất hẳn. Đặc biệt là anh tôi lại hiền ra, không cáu gắt hay cú đầu tôi như trước nữa. Tôi thán phục đời lính quá chừng và tôi cũng đã thầm mơ ước nếu anh tôi mà giới thiệu cho tôi một ông "bồ" là lính thì vui biết mấy! Nhưng dạo ấy tôi chưa đủ lớn để nói chuyện bồ bịch, cũng chưa tới tuổi yêu thì chiến tranh đã kết thúc. Anh tôi mất tích luôn từ cái ngày "giải phóng miền nam", không biết anh đã ngã gục ở chiến trường nào? Hay anh bị bắt làm tù binh? Hoặc anh đã trốn thoát được ra hải ngoại? Mẹ tôi như người chết dở, buồn rũ rượi …Sau đó cha tôi bị lệnh đi tù, nỗi buồn lo, sợ hãi lẫn nhớ thương con trai và chồng dai dẳng làm mẹ tôi suy sụp tinh thần, mẹ đau ốm liên miên. Cuối cùng mẹ đã từ biệt tôi ra đi mãi mãi. Tôi bơ vơ giữa cuộc đời nghèo khó, sống dựa nơi cửa chùa làm đủ mọi nghề để nuôi thân và nuôi cha tôi ở trong tù.

Bao nhiêu khốn khổ của ngày cũ đã đi qua, sao hình ảnh người lính của thời chinh chiến vẫn còn phảng phất trong tôi mãi. Nhiều khi buồn, tôi hay lái xe xuống khu Wesminter đến chỗ tượng đài hai người lính Việt - Mỹ đứng hàng giờ nhìn bức tượng, tưởng nhớ đến cha và anh tôi rồi lại khóc một mình. Sau này, khi quen người đàn ông nào, tôi cũng hỏi người ấy trước kia làm gì, nếu không phải là lính thì tôi không muốn quen nữa. Thời gian trôi cho tôi cứ chờ đợi, cứ mơ mộng về một người lính xa xưa đến nỗi héo mòn cả tuổi xuân mà tôi vẫn phòng không gối chiếc. Nghĩ đến Thắng, người lính năm xưa lòng tôi thấy vui vui làm sao. Tôi hí hửng khoe với 3 bà bạn ở chung nhà:

- Mấy chị biết không, em mới quen được một anh chàng hồi xưa là lính không quân đó, oai chưa!

Tôi vừa dứt câu thì đã được nghe bao nhiêu lời diễu cợt lẫn cảnh giác kế tiếp. Đầu tiên, chị Hoà trề môi nói ngay:

- Ôi trời, lính không quân hả, "danh tiếng muôn đời", tiếng xấu không đó nghe. Hào hùng cũng dữ, mà trăng hoa cũng lắm.

Chị Thúy tiếp:

- Nè, hồi xưa Như có nghe câu "cầu nào cao bằng cầu ông Đốc, lính nào dóc bằng lính không quân không?" Lính không quân ghê lắm đó, cẩn thận đi em.

- Ê, bà còn quên câu "đường nào dài bằng đường Phi Đạo, lính nào xạo bằng lính không quân" đó nghe. Tiếng chị Hậu chen vào.

Chị Hoà lắc đầu, nhìn tôi châm chọc:

- Ờ, mà không quân nào thèm quen đứa nhà quê như mày hả Như? Mấy tay đó chỉ thích con gái đẹp, nhảy đầm giỏi thôi.

Câu nói của chị Hoà làm tôi nổi tự ái lên cãi:

- Thôi đi, ông đó bây giờ đâu còn là không quân nữa, ông cũng già rồi, đàn bà đẹp nào mà chịu quen mấy ông già, trừ khi là mấy ông già triệu phú.

Chị Hoà ngắt ngang:

- Ấy, ấy tại mày không biết đó thôi, mấy ông ỷ có cái "mác" không quân hồi xưa đó, đâu có nghĩ là mình già, nên hãy còn lả lướt lắm. Hỏi chị Thúy mày kìa kinh nghiệm tình trường với các chàng không quân ra sao, nói cho nó biết đi Thúy.

Chị Thúy cười cười:

- Mấy chàng đó chỉ thích "mì ăn liền" thôi.

Tôi ngơ ngẩn hỏi:

- Là sao hả chị?

- Là "ready lên giường" đó. Không có chuyện hẹn hò romantic đâu cưng à.

- Thiệt vậy sao? Ngừng một chút, tôi tiếp -Nhưng mấy chị ơi, theo em nghĩ thì đâu phải ông không quân nào cũng xạo. Mấy chị lên án lính không quân dữ quá.

Chị Thúy đổi giọng đồng tình:

- Ờ há, biết đâu chừng chàng của con Như hiền lành chất phác thì sao.

Chị Hoà lại trề môi:

- Úi trời ơi, tao chưa nghe lính không quân nào mà hiền lành, chất phác hết, toàn là "bán trời không mời thiên lôi" không hà!

Tôi chợt nhớ đến lời nói đùa của chị Thuận hôm Thắng than cái đầu bị đau: "Tui rành mấy ông cựu không quân như ông quá mà", lòng tôi chùng xuống một nỗi buồn vu vơ. Tôi nói:

- Em chỉ mới quen ổng ở chùa thôi chưa có gì hết mà, mấy chị nói làm em xuống tinh thần quá.

- Là dặn dò em theo kinh nghiệm của tụi chị để em cẩn thận chứ đâu có ai nói cho em nản làm chi. Chị Hậu ôn tồn nói.

Tôi nhìn chị Hậu hỏi:

- Ồ, hôm nào em rủ ổng lại đây chơi ăn cơm với tụi mình há, lúc đó cho mấy chị tha hồ mà phỏng vấn ổng về cái vụ "danh tiếng muôn đời" của không quân nghe, được không?

Chị Hoà hỏi:

- Mày dám rủ không? Mà ổng dám tới mới là không quân thiệt đó.

- Em rủ chắc ổng tới.

- Vậy chừng nào? Chị Thúy hỏi

Chị Hoà nhìn lên tờ lịch:

- Để coi, cuối tuần tới đi, chủ nhật mình đóng cửa sớm, tao sắp xếp thợ cho mày nghỉ ở nhà nấu nướng nghe Hậu, rồi chị cười, sẵn dịp tụi mình coi mặt chàng cựu không quân của em Như chúng ta luôn.

Giọng chị Thúy và chị Hậu: - OK!

***

Thế là Thắng đã trở thành người bạn chung của bốn đứa chúng tôi. Bốn người đàn bà độc thân cùng sống với nhau dưới một mái nhà. Chị Hòa là người lớn tuổi nhất trong nhóm, chị đang làm chủ một tiệm nail, căn nhà mà chúng tôi đang ở là của chị Hòa. Chị ly dị chồng, hai con gái lớn đã lập gia đình ra ở riêng. Chị Hậu là em họ chị Hoà hãy còn độc thân, chị đến từ tiểu bang Arizona để làm nail cho tiệm chị Hoà. Chị Thúy thì góa chồng, được con gái bảo lãnh từ VN sang khoảng năm, sáu năm gì đó. Do bất đồng về cung cách sống cũng như sinh hoạt trong gia đình các con, Thúy giận con dọn ra ngoài, tấp vào ở với chị Hoà và Hậu. Chị Thúy làm việc ở một tiệm bánh. Người nhỏ tuổi hơn các chị là tôi. Đời sống tôi cũng cô độc, tôi theo cha định cư ở Mỹ theo diện H.O. Thời gian đầu, hai cha con tôi sống ở Concord với một người bà con xa bên mẹ.

Sau đó vài năm cha tôi qua đời, tôi dọn về Nam Cali trôi dạt vào làm việc ở hãng medical vùng Irvine này, vì muốn đi làm gần nhà nên tôi đã mướn một phòng ở nhà chị Hoà cho tiện.

Cuối tuần nào Thắng cũng ghé qua nhà chơi, gọi là chơi chứ thường chẳng có ai ở nhà. Thỉnh thoảng thì Thắng gặp chị Thúy, có khi thì gặp chị Hòa vài phút rồi chị lại tất tả chạy ra tiệm. Hậu cũng thế, nghề nail cuối tuần là ngày bận rộn hơn cả. Còn tôi thì cũng hay làm "overtime" hiếm hoi lắm mới gặp được chàng ngày cuối tuần. Dù chẳng gặp được ai thường xuyên trong nhà, Thắng vẫn đều đặn ghé qua hàng tuần để "duyệt" một danh sách sửa chữa lặt vặt cho chúng tôi mà không hề nhận một thù lao nào. Có tuần chàng sửa cái sink bị nghẹt, cái lò nướng bị hư, cái máy giặt không chạy. Có tuần thì máy lạnh có vấn đề, máy tưới cỏ trục trặc... Tôi không biết Thắng siêng năng như vậy với mục đích gì, tôi đoán hoài không ra được mục đích của chàng. Tôi chỉ biết chàng là một người bạn tốt, bên cạnh tấm lòng tốt của chàng, sự "cảnh giác" về cựu không quân của các chị đã dần dà tan biến. Ai cũng khen Thắng nhanh nhẹn trong công việc, hoạt bát trong xã giao, tài giỏi trong những chuyện sửa chữa. Đồng thời tôi cũng nhìn thấy sự thay đổi đôi chút từ ba chị. Chị Hậu bắt đầu trang điểm nhiều hơn, chị Thúy tự nhiên thích diện đồ "fashion" cho trẻ ra. Chị Hòa vốn lười biếng chuyện bếp núc nay lại hay sưu tầm các món nhậu để ra tay nấu nướng đãi Thắng. Chỉ có tôi vẫn là "bà nhà quê" muôn thuở, có điều tôi cảm thấy vui hơn mỗi khi gặp chàng, niềm vui gặp một người bạn, một người đã từng là lính cho tôi có nhiều cảm mến. Thỉnh thoảng nhìn Thắng tôi lại nghĩ đến Long, anh trai tôi, chắc anh cũng cỡ tuổi Thắng hiện giờ.

Tình cảm con người thật là khó hiểu vô cùng, người ta có thể ghét nhau lúc đầu rồi lại thương nhau về sau. Tôi đã nhiều lần bắt gặp ánh mắt tha thiết của chị Hậu nhìn Thắng, cử chỉ làm điệu của chị thật khác thường lúc ngồi chuyện trò với chàng. Tội nghiệp cho chị, một thời xuân sắc qua nhanh với những mối tình không đoạn kết khiến chị lỡ hết tuổi xuân. Dẫu vậy, so với số tuổi của chị hiện tại thì mùa xuân hình như chưa qua hẳn, chị biết sửa soạn khéo léo từ cách ăn mặc, trang điểm nên nhìn chị trẻ trung lắm. Chị Hậu cũng là một người đẹp đó chứ, chị có khuôn mặt trái soan tròn nhìn rất phúc hậu, thêm nụ cười với hai cái lúm đồng tiền sâu sâu bên má duyên dáng làm sao. Đôi mắt chị hình chiếc lá được viền xăm rất khéo càng làm nổi bật lên một màu đen dịu dàng toát ra từ ánh nhìn. Tôi nghĩ chị Hậu mà quen Thắng thì cũng xứng, cả hai người đều có vóc dáng cao ráo, Thắng cao hơn chị Hậu nửa cái đầu. Chị Hòa cũng vui vẻ với Thắng không kém. Chị có khuôn mặt đẹp "after" như mặt pho tượng Mannequin, chị rất mãn nguyện với vẻ đẹp sau khi "sửa chữa" hoàn chỉnh của mình, gặp người phụ nữ nào thấy xấu một chút là chị khuyên đi thẩm mỹ. Chị hết sức tán dương sự mầu nhiệm của thẩm mỹ đã biến đổi cái xấu thành đẹp một cách nhanh chóng không ngờ được. Tôi cũng là người "bị" chị thuyết phục nhiều lần về chuyện sửa sắc đẹp. Có một lần, chị làm tôi bực mình khi chị bình phẩm tôi:

- Mặt mũi mày coi cũng được mà người mày ốm quá Như à, vú vê chả thấy gì hết, đi bơm lên nhìn cho hấp dẫn một chút. Hà tiện tiền làm chi chết có mang theo được đâu.

Tôi cau có gắt lớn:

- Kệ em đi, chị nói kỳ cục quá! Mẹ em sinh ra em chỉ có vậy thôi, không có khuyết tật là tốt lắm rồi. Người ta nhỏ con thì cái gì cũng phải nhỏ mới cân xứng chứ, cần gì phải đi bơm. Em không có muốn nghe chuyện sửa sắc đẹp nữa đâu đó.

Từ đó, chuyện sửa sắc đẹp của chị không còn dành cho tôi. Chị Thúy thì rất vui tính, chị hay nói chuyện tếu lâm. Chị không đẹp lắm mà nhìn rất có duyên, tôi thích chị Thúy và chị Hậu nhiều hơn chị Hòa. Không biết rồi trong ba chị này ai sẽ là người Thắng đặt vào trái tim chàng. Thắng sống độc thân đã lâu nghe nói chàng cũng ly dị, vợ chàng là người Mỹ, chàng có một đứa con trai cũng đi lính, hiện đang ở North Carolina với vợ con. Thắng làm thợ bảo trì cho một công ty cơ khí, chàng hay dành thì giờ rảnh rỗi đến chùa sửa chữa vặt. Chàng nối dây điện làm đèn chớp nháy chung quanh các tượng Phật, chàng chỉnh "timer" những bóng đèn tắt mở tự động ở ngoài cổng chùa.Chàng đóng lại cánh cổng gãy, sửa cái trần dột…Tóm lại, tất cả những hư hao từ nhỏ đến lớn ở chùa Thắng đều lãnh trách nhiệm làm. Tôi mến tấm lòng tốt đẹp và sự năng nổ nơi chàng.

Một chiều chủ nhật đẹp trời, Thắng mời cả bốn người chúng tôi lại nhà chàng chơi rồi sau đó đi ăn tiệm. Chàng ở trong khu town house Garden Grove, căn nhà nhỏ xinh mà cũng có được ba phòng. Mặc cho ba bà ngồi tán chuyện với Thắng, tôi hỏi chàng cho tôi đi xem chung quanh nhà, bởi tôi cũng đang dành dụm tiền để mua một căn nhà town house nhỏ cho riêng mình… Dạo một vòng, tôi thấy thích kiểu nhà town house ở khu này vô cùng, bên ngoài còn có cái hồ bơi xanh mát. Tôi cứ tấm tắc khen hoài, khiến chị Hòa phải gắt lên:

- Thôi Như à, mày giống như nhà quê ra tỉnh thứ thiệt đó, thấy cái gì cũng lạ, cũng đẹp. Ngồi xuống đi.

Tôi ngượng ngùng chống đỡ:

- Thì hồi nào tới giờ em có được đi nhiều như chị đâu mà biết.

Sau màn tán gẫu là đi ăn. Thắng nói sẽ chở bốn đứa chúng tôi trên chiếc xe của chàng. Khi ra xe, Thắng có ý muốn tôi ngồi phía trước thì chị Hòa đã nhanh nhẹn đẩy tôi ra băng sau nói:

- Mày nhỏ con ngồi sau đi, bự như tao ba đứa ngồi băng sau sao vừa.

Tôi nói:

- Ngồi đâu cũng được mà.

Thắng chọn một nhà hàng sang của Nhật, mọi người đều có vẻ chuộng món sushi, trừ tôi ra. Sợ bị chị Hòa lại "nhiếc móc" tôi là nhà quê, nên cũng đành phải gọi sushi theo mấy chị cho… sang. Nhưng khi món ăn bưng ra, tôi không chịu được mùi cá sống, phản ứng tự nhiên là tôi đưa tay che miệng để khỏi ụa. Chị Hòa cau mày hỏi:

- Mày sao vậy Như? Bất lịch sự quá.

Tôi ấp úng:

- Em… chưa quen mùi này, khó... chịu… lại muốn buồn nôn, tôi phải đứng lên chạy nhanh ra ngoài. Tôi nghe tiếng chân người phía sau, quay lại, tôi thấy chị Thúy. Chị hỏi tôi:

- Như làm sao thế? Có bị cái gì không mà không ngửi được mùi cá?

Tôi dựa lưng vào tường nói:

- Chắc tại em không thấy khoẻ trong người, nghe mùi

cá sống em ghê quá.

- Sao hồi nãy Như còn order làm chi.

- Em order đại thôi, người ta có món gì khác không chị?

- Có chứ. Tiếng Thắng chen vào, làm tôi và Thúy giật mình quay lại

Chị Thúy hỏi:

- Ủa, anh Thắng ra đây chi vậy, Như với Thúy vô bây giờ nè.

- Ờ thì ra coi Như làm sao, nếu Như không thích sushi thì anh gọi món khác cho Như, thôi vào đi. Thắng dịu dàng bảo.

Tôi bước vào bàn trở lại lén nhìn chị Hòa. Chị lườm tôi khó chịu nói:

- Làm mình làm mẩy quá vậy cô nường.

Tôi im lặng, Thắng gọi người bồi bàn nấu cho tôi một tô bánh canh Nhật, chàng bảo món này dễ ăn lắm Như à… Tôi cố nuốt từng muỗng bánh canh nhạt thếch… Bữa ăn cũng trôi qua trong sự vui vẻ của mọi người.

Lúc Thắng dừng xe trước cửa nhà chàng để chúng tôi chuyển sang xe của chị Hoà. Thắng cố ý giữ tôi lại trong xe và hỏi nhanh:

- Như à, anh có chuyện muốn nói riêng với Như, thứ bảy tới Như có làm overtime nữa không?

Tôi lắc đầu:

- Dạ không, có chuyện gì quan trọng không anh?

- Chuyện riêng thôi, à, hay Như cho anh số cell của

Như đi. Quen Như bao lâu rồi mà không có số phone của Như.

Vừa nói, Thắng vừa sờ túi áo rồi tặc lưỡi: - Ồ, mà anh lại không có cây viết nào ở đây. Để coi trong ngăn này coi.

Tôi nhìn Thắng loay hoay tìm cây viết, thầm hỏi không biết anh muốn nói chuyện gì với mình mà có vẻ cuống lên thế nhỉ?.. .Chợt tôi nghe tiếng chị Thúy gọi to:

- Như ơi, lên xe về.

Tôi nói vội: - Thôi thứ bảy anh tới chơi đi rồi Như cho anh số cell của Như sau.

Nói xong, tôi hấp tấp ra khỏi xe của Thắng, tôi nghe Thắng nói vói theo:

- Đợi tới thứ bảy cũng hơi lâu, thôi đành chờ. Bye Như nghe.

Thắng vẫy tay tạm biệt và nhìn theo xe chúng tôi cho đến khi khuất hẳn cuối đường. Trên xe, tôi bị chị Hòa cằn nhằn về chuyện tôi buồn nôn chạy ra ngoài, chị nói tôi làm như người thai nghén, ghê cơm tanh cá. Tôi bỗng thấy ấm ức cho mình và ghét cái miệng lải nhải của chị. Tôi nói chị Thúy mở nhạc lên nghe, tiếng chị Hòa cùng tiếng nhạc quyện vào nhau làm tôi thiếp đi nhanh trong giấc ngủ.

Đêm nay trời có trăng thật đẹp, bóng trăng tròn sáng rõ cả một khoảng sân rộng phía sau nhà. Tôi bước ra sau vừa đi, vừa ngắm trăng đang di chuyển theo mình. Tôi thấy lại thời thơ ấu, cũng một đêm trăng, anh Long và tôi đang đi bên cạnh nhau để thi đua xem ai đi mau hơn trăng. Đi một hồi tôi mỏi chân quá, đòi nghỉ chơi thì anh lại rủ tôi chạy để xem trăng có chạy nhanh như mình không. Tôi nghe lời anh chạy mà mắt thì cứ ngước lên nhìn trăng, không thấy những vật cản ở phía trước, nên tôi đã bị vấp té xước cả đầu gối… Lần cuối cùng anh em tôi gặp nhau là lần anh về phép đầu năm 75, anh cho tôi xem một cuốn thơ dày cũ nát, là cuốn thơ kỷ niệm của một người bạn trước lúc hy sinh đã tặng cho anh. Trong đó có bài thơ "Hoa Nở Để Mà Tàn" của Xuân Diệu là bài anh rất thích, anh dạy tôi đọc theo anh say sưa:

*Hoa nở để mà tàn*
*Trăng tròn để mà khuyết*
*Bèo hợp để mà tan*
*Người gần để ly biệt*
*Hoa thu không nắng cũng phai màu*
*Trên mặt người kia in nét đau.*

Tôi chầm chậm bước chung quanh vòng cỏ ngoằn ngoèo lẩm nhẩm đọc lại từng lời thơ cũ ấy lòng nhoi nhói đau. Tôi nhớ đôi mắt đỏ ngầu của cha, khuôn mặt mếu máo của mẹ. Tôi nghe rõ tiếng khóc nấc nghẹn của mình trong ngày nghe tin anh mất tích. Thẫn thờ thả mình xuống chiếc ghế, tôi ngồi bó gối, áp một bên má lên hai cánh tay, mắt hướng về bóng trăng. Nơi tôi đang cố tìm lại cảnh gia đình quây quần bên mâm cơm đạm bạc thuở nào…Rồi từ ánh trăng, tôi mơ màng thấy một luồng ánh sáng rực rỡ chiếu ra.. .Thấp thoáng trong vùng sáng đó là bóng dáng anh Long đang đi đến phía tôi cùng với một cô gái rất đẹp trong bộ đồ trắng, trên đầu cô cũng đội một vòng hoa màu trắng. Anh tôi gọi:

- Kìa Như, đứng dậy đi thay đồ chứ, hôm nay là ngày cưới của anh, có bố mẹ đến dự nữa nè.

Tôi mừng rỡ chạy lại gần anh hỏi: - Đâu, bố mẹ ở đâu hả anh Long?

Anh không trả lời, tôi ngơ ngác nhìn quanh, có một đám mây xanh nào vừa kéo tới lẫn trong luồng sáng rực kia, làm chói lòa cả một góc trời trước mắt. Tôi không còn nhìn thấy anh tôi và cô gái nữa, Tôi hốt hoảng gọi:

- Anh Long, anh Long.

Tiếng gọi của tôi đã đánh thức tôi. Mở mắt ra, tôi thấy một người đàn ông mặc áo trắng ngồi trước mặt mình mờ mờ, lung linh. Tôi dụi mắt:

- Ủa, anh Thắng.

Thắng mỉm cười:

- Trời ơi, Như ngồi ở đây mà sao không khoá cửa trước, ngủ kiểu này ăn trộm vô nhà khiêng chủ nhà đi chắc cũng không biết.

Tôi ngượng ngùng:

- Như mới chợp mắt một chút thôi, bộ anh đến lúc Như đang ngủ hả, sao anh không gọi Như dậy?

- Gọi làm gì, thấy Như ngủ ngon quá, trông giống con mèo cuộn mình trên ghế. Như mơ thấy người yêu cũ hả, Long nào thế?

- Long là anh trai Như đó, không biết Như chợp mắt từ lúc nào mới vừa thấy anh Long đây, rồi anh lại biến mất. Buồn quá.

- Như ngủ đúng 14 phút 20 giây tính từ lúc anh đến đây. Anh trai Như bây giờ ở đâu?

Tôi buồn bã nói nhỏ:

- Anh Long mất tích lâu rồi, không biết bây giờ anh ở đâu nữa. Rồi như sợ Thắng hỏi thêm, tôi vụt đứng dậy nói tiếp- thôi để Như đi rửa mặt đã.

Tôi chưa kịp bước đi thì Thắng đã nắm tay tôi kéo lại:

- Thôi đừng, Như rửa mặt làm chi mất hết nét hồng hào của cái mặt ngái ngủ.

Tôi gỡ tay Thắng ra:

- Anh chọc quê Như hoài.

Thắng nghiêm mặt nói chậm rãi:

- Như, anh muốn nói chuyện này với Như, ngồi xuống đi, mấy bà kia đâu hết rồi?

Tôi ngồi xuống nói:

- Chị Hậu với chị Hòa đi làm chắc tới gần mười giờ mấy chị mới về, còn chị Thúy thì về nhà con gái ăn sinh nhật cháu ngoại rồi. Tối nay chị ở lại đó.

Thắng cười cười:

- Anh có chuyện muốn nói với Như, đang lo mấy bà có ở nhà, may quá lại gặp được một mình Như ở đây.

Tôi tò mò hỏi:

-Có chuyện gì vậy anh?

-Ờ, là thế này, đầu tháng mười một này có cuộc hội ngộ khoá cựu sinh viên sĩ quan không quân của tụi anh ở San Antonio, anh muốn mời Như đi với anh. Như đi nhé.

Tôi hỏi lại:

- San Antonio ở đâu hả anh?

- Ở Texas cách Houston khoảng 3 tiếng lái xe.

- Vậy anh có mời mấy chị kia đi luôn không?

Thắng lắc đầu:

- Không, chỉ mời có mình Như thôi.

- Sao vậy anh? Như đi mà không có mấy chị kia Như ngại quá…

Thắng ngắt ngang lời tôi, giọng bực dọc:

- Anh nói lại là anh chỉ muốn có một mình Như đi với anh thôi, sao Như cứ muốn kéo mấy bà bạn vào theo là thế nào?

Tôi cúi mặt nhìn xuống chân mình nói:

- Tại anh là bạn của mọi người trong nhà, không phải chỉ riêng Như…

Thắng lại cắt ngang lời tôi, chàng cao giọng nhấn mạnh:

- Nhưng anh chỉ thích có Như, anh thích Như… Nói cho rõ là anh có cảm tình với Như nhiều hơn hết. Như biết không?

Tôi nhìn Thắng sững sờ… tưởng như có một mảnh trăng vừa rớt xuống chính giữa tôi với chàng. Ánh vàng phản chiếu rõ đôi mắt đắm đuối, nồng nàn kia đang xuyên suốt vào tận trái tim sầu héo của tôi. Ánh vàng rọi sáng trên vai áo chàng, trên mái tóc đã điểm bạc, trên vầng trán in dấu tích thời gian…Tôi bối rối di di ngón chân mình trên đất tự hỏi; có thật như lời anh nói không? Sao anh lại thích đứa "nhà quê" như mình mà không phải là Hậu, Thúy, hay Hòa… Thắng nhích ghế lại gần tôi, chàng chống hai khuỷu tay trên đầu gối, rồi đưa hai bàn tay nhẹ nhàng nắm lấy tay tôi nói tiếp:

- Như, hãy nghe anh nói; anh biết Như đã lâu kể từ khi

anh bắt đầu vào chùa làm đèn. Vẻ hiền dịu với tính giản dị của Như đã gây chú ý cho anh rất nhiều…Đã bao nhiêu lần anh muốn làm quen với Như, nhưng mà lúc nào Như cũng quanh quẩn bên mấy bà, nên anh chẳng có dịp nào để bắt chuyện được. Mãi đến cái hôm Như làm rớt rổ lên đầu anh, thì anh mới quen được Như. Rồi Như mời anh về nhà chơi, trời ơi, lúc đó anh vui biết là bao, nghĩ rằng anh sẽ được bày tỏ những tâm tình riêng tư của anh cho Như nghe, sẽ được đi chơi với Như, sẽ được ở bên Như hoài…Nào ngờ, Như biến anh thành bạn chung của mọi người trong nhà. Anh vì tha thiết muốn gặp Như cứ phải đến đây hàng tuần, cố tìm một việc gì làm để chờ Như. Còn dặn lòng mình phải kiên nhẫn. Đôi lúc, anh cảm thấy buồn vì Như thờ ơ quá, rồi anh lại giận chính mình sao Như ngay đó mà anh không thể bày tỏ những điều riêng cho Như biết. Sự kiên nhẫn nào cũng có giới hạn, anh không thể chờ đợi lâu hơn nữa, vì vậy anh đã quyết định phải nói với Như một lần... một lần như đêm nay… Nói thật với Như nhé, có nhiều đêm anh mơ thấy Như trong giấc ngủ… lại còn ao ước một ngày nào… Như sẽ… bằng lòng về sống với anh cho hết cuộc đời còn lại…

Tôi im lặng nghe từng lời của Thắng như đang tận hưởng một dòng nước mát từ từ thấm nhẹ vào những góc cạnh khô nứt trong tâm hồn mình. Hơn hai mươi năm qua, tôi đã đắm chìm trong cuộc hành trình mơ tưởng về một tình yêu với người lính. Tôi đã sống với những mộng ước viễn vông, với sự chờ đợi héo hắt, với niềm hy vọng thật mong manh. Tất cả đã vắt kiệt gần hết sự ướt át của thời tuổi trẻ trôi nhanh theo năm tháng, cho tôi ngỡ là trái tim lẫn tâm hồn mình đã chết héo tự lâu rồi. Thực lòng tôi cũng cảm mến Thắng, nhưng tôi vốn là đứa hay mặc cảm tự ti, cứ khép mình trong một thế giới an phận, biệt lập.Tôi không dám nghĩ đến một ngày nào có một người đàn ông, một người là cựu lính chiến sẽ đến bên tôi để nói những lời tỏ tình khi tuổi xuân của tôi đã ngày càng ở xa..Thế mà đêm nay, dưới bóng trăng, tôi đang có Thắng ở bên cạnh, đã cho tôi những lời tình êm như mơ, nhẹ như dòng nước đang lan rộng, tràn ngập lên môi, lên mũi, lên mi cho những giọt nước mắt hạnh phúc trào ra trên má tôi không kiềm được…

Thắng chuyển qua ngồi trên chiếc ghế cạnh sát bên tôi, chàng quàng tay qua vai tôi hỏi giọng lo lắng:

- Kìa, sao Như khóc vậy? Anh nói làm Như buồn sao?

Tôi bặm môi lắc đầu, lấy ngón tay chậm nước mắt.Tôi ấp úng nói:

- Như vui cũng... khóc… Như cũng sợ… không biết… anh nói… thiệt lòng không?

Thắng nâng mặt tôi lên:

- Như, nhìn thẳng vào mắt anh đi, anh không bao giờ nói dối Như. Tại sao lại nghi kỵ anh vậy, Như chạm tự ái anh rồi đó.

Tôi cúi xuống im lặng, nghĩ đến câu: "Đường nào dài bằng đường Phi Đạo, lính nào xạo bằng lính không quân"... Tiếng Thắng tiếp:

- Như à, trước khi anh lấy vợ, ngay cả lúc gặp người vợ trước, anh chưa từng có một cảm giác nào đặc biệt như cảm giác lúc gặp Như, nhất là bây giờ… Ngừng một lúc, Thắng chỉ lên mặt trăng nói, Như nhìn lên mặt trăng đi, hôm nay là ngày mười bốn sám hối đó, trăng mười bốn là mảnh trăng đầu cho hai ngày mười lăm, mười sáu. Nó trong sáng rõ ràng như tấm lòng của anh, tròn đầy như tình cảm anh dành cho Như.

- …

- Như có thể không tin anh… Như cũng có quyền không thích hay không thương anh, nhưng hãy cho anh cái quyền... thương Như, nghĩ đến Như, anh chỉ mong là Như sẽ đi dự họp hội ngộ với anh nhé?

- …

- Như nói gì đi chứ!

Tôi nhìn Thắng hỏi:

- Anh muốn Như nói cái gì bây giờ?

- Nói gì cũng được, nói là Như đi dự hội ngộ với anh.

Tôi gật đầu:

- Như sẽ đi, hôm đó anh có mặc đồ quân phục không?

- Có chứ!

- Hôm nào có dịp anh mặc đồ bay vào cho Như coi với. Như chưa bao giờ nhìn thấy quân phục của binh chủng không quân ra sao.

Thắng trợn mắt:

- Như nói thiệt không? Chưa bao giờ thấy quân phục Không Quân hả, sao vậy?

Tôi gật đầu:

- Như nói thiệt, hồi đó ba Như với anh Như đi lính bộ binh, Như chỉ thấy bộ đồ lính của ba với anh Như thôi. Như chưa thấy những người mặc đồ lính khác bao giờ. Sau năm 75, Việt Cộng vào Như mới học lớp tám à, đâu có biết gì về lính không quân như anh đâu.

Thắng cười:

- Ok, mai anh chở Như lại nhà anh chơi, anh lấy đồ bay mặc cho Như coi, chịu không?

Tôi mỉm cười gật đầu, Thắng nhìn tôi đăm đăm, ánh mắt biết nói của chàng sao tha thiết đến thế. Tôi hỏi chàng:

- Sao anh nhìn Như hoài vậy, bộ mặt Như còn ngái ngủ hả?

Thắng phì cười:

- Không, tại Như dễ thương quá!

Vừa nói chàng vừa đưa tay vuốt tóc tôi, rồi mạnh dạn hôn nhẹ lên trán tôi… Chợt có tiếng động phía sau, tôi và Thắng cùng quay lại, bóng chị Hậu vừa lướt qua cánh cửa. Chắc chắn là chị đã nhìn thấy Thắng hôn tôi. Tôi ngượng ngùng đứng dậy, bỏ mặc Thắng chạy theo Hậu:

-Chị Hậu, chị Hậu mới về hả?

Tôi nghe tiếng Thắng phía sau:

- Anh ra đằng trước hút thuốc một chút.

Không trả lời Thắng, tôi đi quanh tìm chị Hậu, thấy chị đang đứng gần cánh cửa phòng giặt. Tôi nói:

- Em cứ tưởng là chị với anh Thắng thương nhau…

Hậu cắt ngang lời tôi:

- Thương hồi nào, Thắng thương em thì có.

Tôi ấp úng một cách ngớ ngẩn:

- Ảnh mới vừa…

Chị Hậu lại cướp lời tôi:

- Mới vừa tỏ tình với em xong chứ gì. Thắng nhờ chị sắp xếp để gặp em riêng lâu rồi, nhưng chị bảo anh ta phải tự cố sắp xếp lấy.

Tôi tròn mắt ngạc nhiên:

- Sao chị không nói với em? Em đang phân vân vì cứ nghĩ đến câu: "đường nào dài bằng đường Phi Đạo..." mà chị nói hôm bữa.

Chị Hậu cười lớn:

-Không đâu, chàng cựu Không Quân của Như đặc biệt đó, chàng thuộc người chân thật nhưng chắc là chỉ chân thật với Như thôi. Ủa, mà ông trốn đi đâu rồi?

- Ông đi ra ngoài hút thuốc. Tôi vừa nói vừa xếp mấy cái chén sạch vào ngăn tủ.

Chị Hậu bước ra, giằng lấy cái chén trên tay tôi:

- Thôi, ra ngoài đó nói chuyện với người ta đi, đừng làm bộ luẩn quẩn ở đây nữa.

Tôi ngần ngại một lát, chị Hậu đẩy tôi tới giục:

- Đi đi!

Tôi bước ra ngoài sân trước, nhìn quanh tìm Thắng. Chàng đứng bên cạnh cây Tùng xanh cao mắt ngước nhìn lên trời. Tôi đi nhẹ đến sau lưng chàng hồi hộp hỏi:

- Ủa, sao anh bảo ra đây hút thuốc?

Thắng quay lại nhìn tôi mỉm cười:

-Anh định hút thuốc, nhưng thôi... Rồi Thắng quàng tay qua vai tôi siết nhẹ, chàng cúi xuống thì thầm. - Anh muốn hôn Như quá.

Tôi mắc cỡ quay đi, hỏi sang chuyện khác:

- Ngày mai anh có đến chơi không?

- Có chứ, ngày mai anh sẽ đến chở Như đi chơi, Như muốn đi chơi đâu?

- Như muốn đi ngắm biển, đêm trăng trên biển chắc đẹp lắm hả anh?

- Ừ, đẹp lắm.

Tôi nhắc thêm:

- Rồi anh sẽ mặc quân phục cho Như coi nữa.

Thắng cười cười:

- Ừ, sẽ cho Như thấy hình ảnh của người lính không quân… già.

Nói xong, Thắng nâng mặt tôi lên nhẹ nhàng đặt môi chàng lên môi tôi một nụ hôn dài say đắm. Tôi chơi vơi trong cảm giác lâng lâng, ngẩn ngơ nhìn bóng trăng đang lặng lẽ giấu một nửa mặt sau làn mây, chỉ hắt ra một chút ánh sáng mờ ảo kỳ diệu, ánh sáng của tình yêu vừa hé mở sau bao nhiêu năm dài u tối. Tôi nhắm mắt lại nghe trái tim đập từng nhịp bồi hồi. Đêm nay tôi sẽ mơ một giấc mơ đoàn tụ thật vui, thật ngọt ngào có cha mẹ, có anh Long và có Thắng.

*Tháng 4/2012*

# MÙA XUÂN ĐẾN MUỘN

Chuyện bắt đầu vào những năm tháng khó khăn nhất trong gia đình tôi. Những ngày mẹ tôi bị ốm, mọi việc hầu như rối tung cả lên khi thiếu vắng sự lo toan và bàn tay điều khiển của mẹ trong nhà.

Năm ấy, tôi hai mươi mốt tuổi, lần đầu tiên tôi được mẹ giao phó nhiệm vụ đi thăm cha tôi một mình ở trại "cải tạo" Suối Máu, Biên Hòa. Thường thì những lần thăm nuôi trước thỉnh thoảng tôi đi với mẹ, có khi mẹ tôi cho các em tôi theo mỗi đứa thay phiên nhau theo mẹ đi thăm cha một lần. Nhưng lần này, mẹ tôi đang bị bệnh, tiền vé tàu xe lại càng ngày càng lên giá nên việc hạn chế số người đi thăm cha tôi là điều tôi phải hiểu… Mẹ căn dặn tôi đủ điều và quan trọng hơn là hỏi ý kiến cha tôi về chuyện mẹ sẽ …gả chồng cho tôi. Nghĩ đến đó, lòng tôi lại hoang mang, bối rối. Hai hôm trước, mẹ sốt mê man, tôi biết chắc là mẹ đau trong người lắm, mẹ không ăn gì cả chỉ nằm rên khe khẽ. Tôi đến gần mẹ, lúng túng, lo sợ, hết sờ trán rồi nắm tay gọi mẹ cuống cuồng.... Mẹ ơi, mẹ đừng làm con sợ, mẹ ráng khoẻ lên nhé. Tôi nghe tiếng mẹ thều thào bên tai từng lời đứt quãng:

- Trân này, mẹ yếu lắm rồi… không biết sẽ còn sống được bao lâu… trước khi mẹ nhắm mắt, mẹ muốn con… lấy chồng, mẹ muốn… thấy được đám cưới của con.

Tôi run rẩy, lo lắng lẫn xúc động làm tôi không nói được lời nào. Lấy chồng, đám cưới, những chữ ấy nghe thật bình thường mà sao nó lại xa lạ với tôi quá chừng. Xa lạ là vì tôi chưa hề gặp mặt người đàn ông mà mẹ chọn cho tôi tuy biết ông là người châm cứu hằng ngày cho mẹ. Tôi chỉ nghe nói ông ta trước kia đi lính, lại lớn hơn tôi tới mười tuổi và nghe Châu, em gái tôi thường nhắc tên ông ta là chú Định. Châu biết ông Định nhiều hơn tôi vì nó có nhiệm vụ chở mẹ tôi đi châm cứu mỗi ngày. Mẹ ông và mẹ tôi quen nhau trong một chuyến đi thăm chồng rồi trở thành bạn bè. Do đồng cảnh ngộ hai bà mẹ đã thân thiết nhau hơn và chuyện làm sui đã được trao đổi qua lại. Một ngày, trước lúc mẹ tôi bị bệnh, câu chuyện dự tính hôn nhân với ông Định đã làm tôi giật mình, e ngại. Tôi giẫy nảy lên rằng, con không biết người ta là ai, sao mà chịu được rồi vùng vằng bỏ đi. Mẹ đã níu tôi lại ôn tồn bảo:

- Ngồi xuống nghe mẹ bảo đây. Ngày xưa mẹ với bố mày cũng không có biết nhau mà đã ăn ở với nhau thuận hòa đẻ ra một lũ tám đứa chúng mày đấy thôi.

Thấy tôi sụ mặt không nói mẹ lại dỗ dành:

- Mẹ xem ra anh ta là người tốt đấy, thời buổi khó khăn thế này mà đi làm châm cứu từ thiện. Con có thấy ai làm được như thế không? Bác Khánh người bắc mà lại hiền lành, phúc hậu, vụng về như mày về làm dâu nhà bác cũng không phải lo bị quở mắng nặng nhẹ.

Tôi vẫn lắc đầu nguầy nguậy, lần này mẹ tôi bực bội gắt:

- Mày cứ tự do yêu đương vớ vẩn rồi lại bỏ nhau sớm thôi. Mà có đứa nào thương mày chịu đến hỏi cưới mày chưa? Con gái có một thời thôi, vài năm nữa già đi còn ai hỏi nữa.

Tôi im lặng ngồi nghe mẹ thuyết giảng. Lấy chồng, dù không yêu thương nhưng rồi sinh con làm mẹ, bổn phận với con cái gia đình cũng làm mình vui ra biết chưa?

Tôi nhìn mẹ nằm thiêm thiếp trên giường, nghĩ đến cảnh nghèo của gia đình tôi, những ngày thiếu ăn, thiếu mặc. Lấy chồng rồi có khá hơn không? Hay vẫn rơi vào cảnh nghèo muôn thuở. Tôi thở dài buồn bã…

Buổi sáng tôi dậy thật sớm, chuẩn bị hai giỏ đồ ăn và một chai nước đi thăm cha tôi. Mỗi lần đi thăm cha là giỏ đồ ăn nhẹ đi một chút. Có lẽ cha tôi cũng biết được sự khổ cực của vợ con ở nhà nên cha chẳng xin gì nhiều. Chỉ có ba thứ cần thiết là một ký đậu phọng rang, một ký đường tán, vài bánh thuốc rê với một hũ mắm ruốc. Tôi cũng mua thêm mấy thứ bánh kẹo lặt vặt và nắm hai nắm cơm cho cha tôi. Để tiết kiệm tiền, thay vì đi xích lô, tôi đi bộ từ nhà ra ga Sài gòn, rồi mua vé xe lửa đi Biên Hoà. Ngồi trên tàu lòng tôi nóng như lửa đốt, mong sao cho tàu chạy nhanh để tôi gặp cha, tôi sẽ nói với cha nhiều chuyện lắm. Tàu ngừng ở nhiều ga nhỏ để đón khách càng lúc tàu càng thêm đông người.

Ga Biên Hoà cũng tấp nập người không kém gì ga Sài gòn. Hành khách tranh nhau xuống ga, những bà buôn bán lỉnh kỉnh rổ, thúng, quang gánh to tiếng nạt nộ người chen lấn. Tôi chán ngán nhìn cảnh tượng ấy rồi để mặc sự chen lấn, tôi cũng bị đẩy theo dòng người chen chúc đó ra khỏi tàu...Sau đó, tôi lại lẽo đẽo theo mấy người đàn bà đón xe lam đi Suối Máu, ngồi trên xe lam với tôi cũng có vài người đi thăm thân nhân làm tôi cảm thấy yên tâm hơn…

Đến nơi phải ngồi chờ một lúc lâu, ai cũng sốt ruột. Khi cánh cổng rào xiêu vẹo được kéo ra một người cán bộ xuất hiện với bộ mặt quan trọng vẫy tay ra lệnh cho mọi người vào trình giấy thăm nuôi. Tôi đợi tới phiên mình mà lòng hồi hộp vô cùng, khi thủ tục giấy tờ đã kiểm xong, những người thăm nuôi được chuyển vào ngồi trên những chiếc ghế băng dài ...lại ...chờ. Tôi nhìn cảnh vật chung quanh toàn những cây lá khô héo, mặt đất thì bụi mù. Không biết cha tôi sẽ đi từ đâu ra. Chợt tôi nghe tiếng một người đàn bà nói: “Kìa, mấy ổng ra kìa”, không ai bảo ai, mọi người đều tự động đứng lên, nhớn nháo nhìn. Tôi cũng đứng lên theo cố chen lên phía trước để tìm bóng dáng cha. Tôi chợt ứa nước mắt khi thấy cha tôi đi sau cùng, dáng cha vốn đã thấp và gầy người, giờ cha ốm yếu trông càng nhỏ hơn. Cha tôi chưa nhìn thấy tôi ngay, tôi phải đưa tay lên vẫy vẫy gọi to: “Bố ơi, bố ơi, con đây nè!”

Cha tôi bước đi xiêu vẹo đến gần bên tôi, hỏi ngay:

- Mẹ đâu?

- Mẹ ốm không đi thăm bố được, có một mình con thôi. Tôi nghẹn ngào nói.

Hai cha con tôi ngồi xuống một chiếc ghế băng sát tường, tôi run giọng hỏi:

- Bố có khoẻ không? Lần này con thấy bố ốm đi nhiều quá.

Tôi vừa nói vừa nắm lấy tay cha, nhìn khuôn mặt khắc khổ, mái tóc bạc trắng và chòm râu dài gần tới ngực của cha. Tôi cảm thấy xót xa, nước mắt lại rơi tiếp… Cha hỏi tôi chuyện ở nhà, chuyện mẹ tôi đau ốm…Rồi cha thở dài, mắt nhìn mông lung xa vắng, tôi nói:

- Tụi con mong bố về từng giờ từng phút, mấy đứa ở nhà đi học, hôm nào gặp bài toán khó không ai giảng lại nhắc đến bố…

Cha ngắt lời tôi, giọng buồn đau:

- Thôi mày đừng khóc nữa, cán bộ nó thấy là mệt lắm. Hôm nọ bố bị nó tịch thu mấy bài thơ "Nhớ Nhà" còn bị đưa ra "kiểm điểm trước tập thể" nữa đấy.

Tôi nhìn cha sửng sốt:

- Trời ơi, nhớ nhà là cảm xúc tự nhiên của con người mà sao họ lại cấm.

- Chúng nó là những người không có trái tim… thôi, không nhắc nữa, ở nhà chị em cố đùm bọc, thương yêu nhau, đừng làm gì cho mẹ mày buồn đấy. Trong này ai cũng khao khát được về mà biết đến bao giờ mới về.

Cha tôi nói trong tiếng thở dài nẫu ruột.

Tôi đưa giỏ đồ tiếp tế về phía cha:

- Mẹ mua những thứ bố dặn trong giỏ này…

Cha tôi gật đầu bảo để đấy. Tôi kể sơ cho cha tôi nghe về chuyện đi làm của tôi, chuyện học hành của các em ở nhà. Tôi dự định sẽ nói bao nhiêu điều mà bấy giờ ngồi gần cha, tôi lại ấp úng cứ nói chuyện nọ xọ chuyện kia, chẳng có đầu đuôi gì hết. Cha tôi chỉ ngồi im lặng nghe… Tôi hỏi cha:

- Bố có đói không? Con cắt cơm nắm cho bố ăn nha, có gói muối mè lục vị con làm nữa.

Cha tôi xua tay giọng buồn cay đắng:

- Thôi, thôi, có thì giờ đâu mà ăn, nó đánh kẻng đi vào bây giờ. Ở trong này thiếu thốn đủ mọi thứ, nhưng mà cứ luyện mãi chữ "khắc phục" của chúng nó thì cũng xong.

Tôi nhìn cha, lòng dâng lên một sự thương cảm dạt dào. Tôi biết cha tôi là người sống mẫu mực, giỏi chịu đựng. Ngày trước khi còn ở nhà, cơm dù ngon hay dở lúc nào cha cũng chỉ ăn có hai chén đều đặn. Cha rất ít uống rượu, chỉ thích hút thuốc lá Ruby Queen, cha còn dặn mẹ tôi thời buổi chiến tranh, một tuần phải cho các con ăn cực vài bữa để thích ứng với thời cuộc, lỡ có chạy giặc, thiếu ăn, thiếu uống thì cơ thể sẽ quen đi. Tôi còn nhớ những bữa ăn đạm bạc của gia đình tôi có khi chỉ là cháo đậu xanh với đường, hoặc cơm đậu đen với dưa giá, hay bí đỏ xào với khoai lang. Những ngày tháng gần tàn chiến cuộc, món ăn thường xuyên chúng tôi ăn mỗi ngày là su su xào với mì gói. Cha tôi cũng ăn như thế mà không hề phàn nàn gì trong khi tôi và các em thì cứ than ngán ứ lên. Thời đó, tuy còn nhỏ tuổi, tôi đã thầm mơ ước cho mình một người bạn đời sau này sẽ phải có tính liêm khiết, cương trực và dễ chịu như cha tôi… Tiếng người cán bộ nhắc nhở còn khoảng mười lăm phút nữa là hết giờ thăm làm tôi giật mình. Tôi nhớ đến chuyện lấy chồng mà mẹ dặn phải nói với cha tôi. Tần ngần một lúc tôi mới ngập ngừng:

- Bố ơi... Mẹ dặn con… báo với bố là… mẹ sẽ… gả chồng cho con, ý bố thấy sao?

- Lấy chồng? Cha tôi trợn mắt hỏi lại.

Tôi ứa nước mắt tức tưởi nói:

- Bố ơi, con chưa muốn lấy chồng đâu, bố nói với mẹ giùm con đi.

- Thằng đó làm gì?

Tôi lắc đầu:

- Con không biết, con chưa bao giờ gặp.

- Ôi giời, thế thì lấy làm sao được?

- Bố viết mấy chữ cho mẹ bây giờ đi, để con cầm về…

Cha tôi im lặng, đôi mắt cha như trũng sâu xuống. Tôi sụt sịt một lúc, rồi nắm tay cha lắc nhẹ:

- Bố, bố thương con, bố giúp con đi, con không muốn làm cho mẹ buồn, nhưng nếu bố nói không thì mẹ phải chịu.

- Tại sao?

Tôi nói trong nước mắt:

- Ở nhà khổ lắm bố biết không, bữa đói bữa no, con không yên tâm để đi lấy chồng, sợ đói khổ cứ tiếp nối hoài. Con thấy mình kiệt sức nếu lấy phải một ông chồng không có việc làm, phải nai lưng ra đi làm nuôi chồng, khổ lắm... con… con sợ khổ quá rồi…

Cha tôi thở dài không nói, tôi nức nở tiếp:

- Con cũng không biết ông ta là ai, tính tình ra sao. Nếu không có tình cảm thì không thể chịu đựng hay đối xử tốt với nhau được…

Cha tôi ôm vai tôi vỗ về:

- Đừng nói thế, hồi xưa bố với mẹ mày cũng không biết nhau nhiều…

Tôi nhìn cha ngắt lời giận dỗi:

- Sao bố nói giống như mẹ quá. Bố không có ý kiến gì sao?

Cha tôi lắc đầu:

- Bố chịu thôi, bây giờ bố không quyết định được điều gì bằng mẹ mày ở nhà. Nói với mẹ mày cứ sắp xếp sao cho thuận tiện thì làm..

Nghe cha nói, tôi nấc lên nghẹn ngào. Cha tôi vuốt tóc tôi tiếp:

- Bố trông con mới ở tuổi đôi mươi mà tiều tụy quá, cứ điệu này thì tuổi xuân biến đi nhanh lắm, thôi thì cố gắng vậy, bố chẳng muốn nhìn con gái mình chết già đâu.

Tiếng kẻng bỗng vang lên báo hiệu giờ thăm nuôi đã hết. Cha con tôi còn chần chừ, tôi cảm nhận sự run rẩy từ bàn tay cha đang nắm lấy bàn tay tôi như không muốn rời. Giờ thăm sao qua nhanh quá, giây phút chia tay nặng trĩu nỗi buồn lưu luyến. Không chỉ riêng gì cha con tôi, nhiều người đi thăm nuôi khác ai cũng chần chừ. Sự dùng dằng của cha con tôi rồi cũng phải chấm dứt. Cha tôi xách lấy giỏ đồ buồn rầu dặn tôi:

- Thôi bố vào đây, chị em ở nhà cố đùm bọc nhau mà sống, đừng làm gì để mẹ mày buồn đấy. Con đi đường về cẩn thận nhé!

Tôi nghẹn ngào:

- Bố giữ sức khoẻ nha bố. Tụi con lúc nào cũng mong bố được về sớm.

Cha tôi gật gù rồi lững thững bước theo đoàn người vào phía trong hàng rào. Tôi nhìn theo dáng người nhỏ bé của cha khuất dần mà nước mắt cứ rơi rơi… Không biết rồi sau hàng rào kia, cuộc sống của cha tôi và còn bao nhiêu người cha khác sẽ tiếp diễn ra sao trong cảnh khổ đọa đầy.

Nỗi nhớ thương gia đình, nỗi khao khát tự do cứ thiêu rụi tâm hồn con người cháy đen mòn mỏi, đầy ám khói tối thui... Tôi không nhớ mình đã đứng bất động bao lâu thì bị xua đuổi. Tôi quệt nước mắt bỏ đi lê từng bước chân nặng như đeo đá trên con đường đầy bụi cát. Hình dáng cha tôi với giỏ đồ trong tay vẫn chập chờn quanh tôi dưới ánh nắng chiếu lấp loé từ phía mặt trời xa đang sắp ngả dần về hướng tây.

**D**ự tính về chuyện hôn nhân cho con giữa hai bà mẹ đã không thành vì bệnh tình của mẹ tôi ngày càng trầm trọng thêm. Ngày cuối cùng mẹ tôi hấp hối trên giường bệnh cũng là ngày đầu tiên tôi gặp Định. Đó là một người đàn ông khoảng ngoài ba mươi tuổi, gầy, dong dỏng cao, ông có tật ở chân hay sao mà dáng đi trông khập khiễng. Định ghé qua thăm hỏi mẹ tôi về việc lâu không thấy Châu chở mẹ đi châm cứu. Tôi thấy được sự ngạc nhiên trên khuôn mặt ông toát ra từ cái nhìn lạ lẫm về phía tôi, và một sự xót xa trong ánh mắt không ngờ mẹ tôi bị trở bịnh nặng đột ngột như thế. Hôm đó ông cũng lấy kim và điếu ngải ra châm cứu thêm cho mẹ. Chúng tôi luôn có những cái nhìn tò mò len lén qua lại. Định có khuôn mặt hơi dài với hàm râu quai nón bao quanh, đôi mắt sâu sâu dưới cặp chân mày hơi rậm, cái miệng rộng kiêu kỳ ít cười làm cho gương mặt ông nhìn có vẻ khó. Tôi thất vọng ngẫm nghĩ, người có tật này sẽ là chồng mình sao? so với ông ta mình còn quá nhỏ bé. Không biết mẹ tôi đã chấm ông ở điểm nào cho tôi? Nhớ đến những trận đánh nhau của vài cặp vợ chồng trong xóm, tôi liên tưởng đến khuôn mặt khó khăn của Định trước mắt. Khuôn mặt khó và hơi dữ này mà nổi giận thì thế nào tôi cũng bị ăn tát tai như chơi… tôi chợt rùng mình! Tôi cầu mong ông cũng chê tôi, một đứa con gái ốm nhom, xơ xác, tiều tụy… Mỗi khi ông bảo tôi giúp ông cầm cây ngải đưa qua đưa lại trên người mẹ để ông đốt kim thì tôi lại cụp mắt xuống để tránh cái nhìn kỳ quặc từ đôi mắt sâu của ông. Bởi tôi có mặc cảm về đôi mắt lãng mạn của mình như mẹ tôi vẫn hay cảnh cáo. Theo mẹ, lãng mạn là một tính xấu của người con gái mà nó lại hiện trong đôi mắt tôi. Hồi ấy, tôi chẳng biết đôi mắt lãng mạn có cái nhìn ra sao nên tôi không dám nhìn ai lâu. Có người khen mắt tôi đẹp, có người thì chê mắt buồn quá.

Mọi sự cố gắng của Định hôm ấy đều thất bại, mẹ tôi yếu dần trong từng hơi thở. Mẹ nhướng mắt lên, nắm lấy tay Định rồi nhẹ nhàng đặt tay ông lên bàn tay tôi. Môi mẹ mấp máy khó nhọc:

- Mẹ mong… mẹ mong… hai đứa... sẽ…

Mẹ tôi chưa nói hết câu thì đã nấc lên một tiếng rồi nghẹo đầu sang bên trái… Tôi rút nhanh tay mình ra khỏi tay Định, nắm hai vai mẹ lay mạnh, tôi banh mắt mẹ tôi lên, tôi lắc khuôn mặt mẹ. Tôi vẫn còn chút hy vọng mong manh rằng, mẹ tôi sẽ mở mắt ra, mẹ sẽ mỉm cười với tôi, sẽ nói với tôi một lời nào đó. Nhưng, mẹ đã chìm vào giấc ngủ thiên thu thật rồi! Thật rồi! Tôi nghe tiếng gào thét của chính tôi như một người điên, tôi khóc la trong sự tuyệt vọng hãi hùng… Có bàn tay ai đã kéo tôi ra xa mẹ mặc cho tôi cố vùng vẫy, chống trả để lại gần mẹ tôi, tôi gọi mẹ đến khản cổ… và tôi lịm đi vài phút…

***

**N**ếu không có sự giúp đỡ tận tình của bác Khánh và Định thì tôi không thể hoàn tất được nhiều việc cho ngày mai táng mẹ, còn bao nhiêu phong tục cúng tế mà tôi chưa hề biết đến. Định giúp tôi đi đánh điện tín cho cha tôi, nhưng những con người cộng sản sắt đá, tàn ác kia đã không cho cha tôi về với chúng tôi để tiễn mẹ đi. Một bầy con nhỏ đi theo chiếc xe tang ra nghĩa trang, trời hôm ấy chuyển mưa mỗi lúc một lớn. Phần huyệt của mẹ tôi bị nước ngập một nửa, những người đào huyệt phải tát nước bớt đi để hạ áo quan xuống… Ngày tang lễ của mẹ ngập nước mắt các con và đầy nước mưa đến nhũn cả đất...

Mọi việc tạm ổn sau ngày cúng mở cửa mả cho mẹ. Định vẫn thường xuyên ghé qua thăm chúng tôi mỗi chiều, dần dần ông như người thân quen trong nhà. Tuy gần gũi như thế, giữa tôi và Định vẫn chẳng nảy nở được chút tình cảm đặc biệt nào. Tôi xem Định như một ân nhân với món nợ ơn nghĩa canh cánh bên lòng. Còn ông, vẫn cái nhìn xa lạ, thái độ lạnh lùng, cách xưng hô "tôi với Trân" khô khan. Các em tôi gọi Định bằng chú, tôi gượng gạo gọi ông bằng anh. Tôi không tin rằng tôi có thể yêu được một người đàn ông như Định cho dù ông là một người tốt.

Cuộc sống cơm áo vất vả làm cho tuổi xuân của tôi ngày càng tàn tạ nhanh hơn giữa cuộc đời khô khốc như buổi tàn thu. Lúc đó, tôi đang làm việc ở một lò bánh in đậu xanh, lương lãnh công nhật chẳng có là bao nhiêu. Tôi phải xin ông chủ cho tôi đi bỏ mối bánh dạo để có thêm tiền. Đồng thời, tôi cũng lấy bánh về cho hai đứa em gái đang học trung học đem vào trường bán trong giờ ra chơi. Mấy đứa em tôi xúm xít nhau mỗi đứa một tay tự đi kiếm tiền bằng đủ mọi cách sau giờ học. Thằng Tú, em út tôi mới lên 10 tuổi đã lang thang theo nhóm trẻ bụi đời đi bán quạt ở rạp hát. Tôi lo lắng sợ em hư đốn vậy mà nó không bỏ học một ngày nào, lại được cô giáo khen. Có lẽ tất cả chúng tôi đều thừa hưởng cái "gene" hiền hậu của cha mẹ dẫu ra đời sớm, đứa nào cũng ý thức được chỉ học điều tốt và phải tránh điều xấu. Mẹ con Định hay khen các em tôi ngoan... Vài tháng sau, Định bỏ nghề châm cứu từ thiện để làm thư ký cho một tổ hợp làm dầu thoa, như là dầu Cù là, dầu Khuynh Diệp, dầu Nhị Thiên Đường... Chủ tổ hợp là một người bạn cũ của cha Định. Nhờ Định xin giúp, ông cũng cho Báu, đứa em trai lớn của tôi vào làm chung tổ hợp với Định và nó được ưu tiên chỉ làm buổi chiều ở khâu đóng nút chai... Càng ngày tôi càng mang nợ Định, món nợ tình nghĩa không biết bao giờ mới trả hết được.

Đúng một năm sau ngày mẹ tôi mất, cha tôi trở về. Sự vui mừng không sao tả xiết. Bác Khánh ghé đến thăm cha tôi cùng với Định, biết chuyện hai mẹ con bác đã giúp đỡ chúng tôi tận tình trong thời gian mất mẹ, vắng cha. Cha tôi cảm động lắm, những giọt nước mắt lăn dài trên đôi má nhăn nheo, đau khổ. Chắc bác Khánh hiểu được nỗi buồn của cha tôi và bấy giờ cũng không phải là lúc để nói chuyện đính ước giữa tôi với Định. Hơn nữa, cha Định cũng chưa được thả về, vì thế chuyện ấy đã được xếp vào lãng quên. Bác Khánh đến thăm cha tôi thêm vài lần, sau đó những cuộc thăm viếng thưa dần rồi mất hút... Cha con tôi lăn lộn làm đủ mọi nghề để cầm cự với cuộc sống rách nát. Bận rộn vì sinh nhai, chúng tôi chẳng còn thì giờ để nhớ đến bác nữa, đành chịu thôi! Tuy vậy, tôi vẫn cầu nguyện vong linh mẹ phù hộ cho chúng tôi có được một dịp nào đó để đền ơn, đáp nghĩa mẹ con bác Khánh... Mười mấy năm sau, cũng như bao gia đình quân nhân khác, chúng tôi được định cư ở Mỹ theo diện H.O.

***

Thấm thoát đã hai mươi mấy năm lặng lẽ trôi qua kể từ ngày mẹ tôi mất… Một sự tình cờ kỳ diệu đẩy đưa cơ hội cho tôi chuyển từ công ty "*Institute on Aging – Older Adult Care*" ở Morgan Hill vào làm công ty "*Home Health Agencies*" ở Santa Clara vào những ngày cận tết. Đây là một công ty cung cấp những y tá phụ đến săn sóc cho bệnh nhân tại nhà. Chính công việc này đã cho tôi gặp lại bác Khánh, một bệnh nhân mà tôi được công ty cử đến chăm sóc. Tôi đã ngờ ngợ nhận ra bác khi thấy tên Bùi thị Khánh trên hồ sơ. Quả là trái đất tròn, gia đình tôi và bác cùng định cư ở một tiểu bang Cali này bao lâu rồi mà lại không biết để liên lạc. Tôi thật mừng rỡ cho dịp may gặp gỡ này để tôi có thể trả món nợ ơn nghĩa ngày trước, nhưng phải đền đáp bằng cách nào thì tôi chưa biết được. Bác Khánh bị yếu hai chân khi di chuyển phải có walker chống đỡ. Nhiệm vụ của tôi đến thăm bác mỗi ngày là đo áp huyết, giúp bác uống thuốc và phụ công việc vệ sinh cá nhân cho bác.

Sau một ngày đầu làm việc, tôi mới gợi chuyện để bác nhận ra tôi. Tuy bác đã ở tuổi ngoài tám mươi bác nói chuyện hãy còn minh mẫn. Trong sự mừng vui với nhiều cảm xúc đầy nước mắt, bác cho tôi biết chồng bác đã bị chết trong tù, thời gian đó bác rất buồn và có nhiều chuyện phải lo trong gia đình nên đã mất liên lạc với chúng tôi. Sau đó, Định đi vượt biên, rồi ông đã bảo lãnh bác và các em qua Mỹ. Nhắc đến Định, bác vẫn không quên chuyện đính ước ngày xưa, liền nói:

- Này, cháu biết không, tội nghiệp Định lắm, cứ mải lo cho mẹ với các em đến giờ đầu bạc rồi mà hãy còn độc thân đấy! Giá như hồi ấy mẹ cháu khoẻ mạnh thì chuyện hai đứa cũng xong rồi. Còn gia đình cháu thì sao? Bố vẫn khoẻ chứ?

- Dạ bố cháu mất đã bốn năm rồi ạ…

Bác Khánh hỏi giọng hốt hoảng:

- Ô, ông mất rồi à, tội chưa! Ở VN hay ở bên Mỹ này?

- Dạ ở bên Mỹ này ạ. Hồi sang đây, bố cháu mới phát giác ra nhiều bịnh, cao máu, rồi tim...

Bác Khánh ngắt giọng:

- Rõ khổ. Ông nào đi tù về cũng sinh ra hàng tá bịnh trong người đấy cháu ạ, thế còn cháu với mấy đứa em?

- Dạ các em cháu thì cũng đi học rồi đi làm, mỗi đứa một nghề. Em Châu lập gia đình có hai đứa con, còn cháu thì… vẫn độc thân.

Giọng bác Khánh chợt vui vui:

- Ồ, thế hả, cháu còn độc thân, thế thì hai đứa vẫn có cơ hội để làm bạn với nhau đấy. Có người vợ như cháu Định đỡ vất vả hơn.

Tôi ngượng ngùng không nói, thấp thoáng trong trí nhớ tôi hình ảnh ngày nào trên giường bịnh, mẹ tôi tay run run nắm lấy tay Định đặt vào tay tôi… Ngày ấy đã lâu quá rồi, sự mơ ước của mẹ đã tàn phai. Có thể nào bây giờ…lắc đầu, tôi tò mò hỏi:

- Bao nhiêu năm nay anh Định vẫn không quen ai hả bác?

Bác Khánh buồn buồn nói:

- Cháu xem, bao nhiêu năm cứ đi làm hai "gióp", dành dụm tiền để lo cho bác và các em nó sang đây. Chuyện lập gia đình, bác giục mãi mà nó cứ chần chừ.

Bác ngừng một chút rồi thở dài tiếp:

- Mà cũng tội cho Định, nó mặc cảm mang tật cái chân cháu ạ, hồi bác sinh nó ra khoẻ mạnh, lành lặn đó chứ. Tại đi lính rồi bị thương. Hồi đó Định bị thương nặng lắm, bao nhiêu mảnh đạn ghim nát cái đùi trái, tưởng phải cưa đấy cháu, may mắn sao lại chữa được nhưng đi khập khiễng một chút. Bây giờ trời mà lạnh thì vết thương cũ vẫn bị nhức nhức đấy.

Tôi xót xa hỏi:

- Ủa, anh Định bị thương vậy rồi có phải đi tù không bác?

- Làm gì không, cũng tù hết 5 năm đấy, trước kia Định là trung úy Biệt Động Quân mà. Nó được thả về cuối năm 80, bác phải chạy chọt cho Định học nghề châm cứu đông y để được ở lại Sài Gòn không thì bị tống đi kinh tế mới phát rẫy rồi. À này, bác thật lòng nói nhé thỉnh thoảng Định cũng nhắc cháu đấy, nó cứ bảo kiếm ai mà nhẫn nại được như cháu. Giờ mà nghe cháu còn độc thân Định mừng lắm.

Tôi cười nhẹ, nghĩ rằng bác chỉ nói xã giao theo tấm lòng của người mẹ muốn tìm hạnh phúc cho con trai. Tôi nói nhỏ:

- Cháu tin vợ chồng là duyên nợ hết bác à, nếu anh Định với cháu có nợ thì chắc thế nào trời cũng cho gặp.

- Bác cũng mong thế, cháu biết không, bác có 3 cô con dâu mà chẳng ở được với cô nào, phải ở với Định thôi. Nói nào ngay, Định cũng lo cho bác lắm, từ ngày bác bị yếu cái chân, Định bớt làm một "gióp"rồi, nó lo tìm người đến chăm sóc cho bác lúc nó đi làm đấy.

Tôi ngồi im lặng nghe bác kể say sưa về Định, niềm tự hào của bà mẹ về người con trai trưởng trong nhà. Theo lời bác Khánh kể, tôi cảm nhận Định là một người con trai hiếu thảo. Bác còn nói thêm, Định rất muốn gặp tôi để xem "*dung nhan ấy bây giờ ra sao*" nhưng thời giờ làm việc của tôi cứ bị trùng lắp vào cuối tuần do đó không thể nào gặp nhau được. Tôi đến chăm sóc mẹ của Định mỗi ngày 4 tiếng, sau đó tôi phải đi đến nhà bệnh nhân khác. Đôi khi có thì giờ rỗi rảnh, tôi ghé qua nhà bác để phụ giúp thêm những việc vặt trong nhà. Suốt một tuần lễ chăm sóc bác tôi vẫn chưa gặp lại Định lần nào. Nghe nói ông làm 12 tiếng một ngày, cuối tuần thì Định hay đi tham gia sinh hoạt cộng đồng ở San Jose. Ông cũng hay chở mẹ vào chơi trong hội người già hoặc đi chùa vào ngày lễ lớn. Bác Khánh dặn tôi phải sắp xếp một ngày nghỉ cuối tuần để đến chơi ăn cơm với bác và Định.

Một ngày cuối tuần tôi được nghỉ, chưa kịp sắp xếp thời giờ để đến thăm bác Khánh thì bất ngờ Định đã tìm đến nhà tôi mang theo một túi trái cây to cùng kẹo mứt trước sự ngạc nhiên của cả nhà. Không đứa nào trong các em tôi nhận ra Định và Định cũng không thể nhận rõ ai với ai. Trước hết là Báu, lúc đó nó ra mở cửa cho Định, từ khi ông hết liên lạc với gia đình tôi thì Báu chỉ vừa 15 tuổi mà nay Báu đã gần bốn mươi. Dù đã quên mặt Định, Báu vẫn còn nhớ công việc Định giúp nó làm trong tổ hợp dầu thoa cho đến khi Báu học xong trung học. Các em khác của tôi như Giang, Sơn, Cẩm và Tú thuở đó hãy còn nhỏ lắm nên chỉ nhớ Định qua câu chuyện. Tuy thế, đứa nào cũng vui vẻ, mừng rỡ khi gặp Định. Ông hỏi thăm từng đứa và dĩ nhiên Định không quên được Châu là người vẫn thường chở mẹ tôi đến cho Định châm cứu. Riêng tôi thì đã nhận ra Định ngay từ phút đầu ông bước chân vào nhà. Vẫn bộ râu quai nón bao quanh khuôn mặt hơi dài với cái nhìn khó đăm đăm. Mái tóc muối tiêu trên vầng trán cao đã có nhiều nếp nhăn và cả hai bên khoé mắt, bây giờ lại thêm cặp kính trắng .Vóc dáng Định hơi mập ra chút xíu, Định không nhìn ra tôi, ông lầm lẫn tôi với Ngọc, đứa em gái thứ ba kế Châu làm Châu cười châm chọc:

- Trời ơi, chú Định phải đi thay mắt kính đi, nhìn chị thành em hà.

Rồi Châu kéo tay tôi ra trước mặt Định tiếp:

- Chị Trân đây nè chú.

Tôi giằng tay lại gắt nhẹ:

- Làm gì kỳ vậy, từ từ chú cũng biết chị mà!

Định tròn mắt nhìn tôi vài giây rồi mỉm cười nói:

- Ồ, Trân đây à, Trân trẻ quá, nhìn Trân đâu có ai biết là chị lớn. Mấy chục năm rồi mà Trân không khác gì hồi xưa là mấy. Châu nói đúng đấy, mắt tôi kém rồi phải đi đổi mắt kính để nhìn cho rõ thôi.

Định đưa túi trái cây cho tôi nói thêm:

- Gửi các em ít trái cây thắp hương bố mẹ với ít kẹo mứt để mai cúng ông Táo nhé.

Tôi đón lấy túi trái cây nói nhỏ:

- Dạ, cám ơn… chú Định.

Châu đon đả xã giao theo giọng người lớn:

- Trời ơi, mấy chục năm nay được chú đến thăm là quí lắm rồi, chú còn mua nhiều thứ lỉnh kỉnh làm chi xách cho nặng tay.

Định lại cười:

- Này, Châu học câu khách sáo đó ở đâu ra thế? Cứ coi tôi như người nhà đi.

Báu chen vào:

- Chị Châu phải nói vầy nè, chú Định mấy chục năm gặp lại mà đem lễ vật ít quá, mai mốt đem nhiều hơn một chút mới quí đó nghe. hahaha

Châu gõ đầu Báu:

- Thằng khỉ, mày nói thế không sợ chú ngại sao, mai mốt chú hết dám tới thăm mình đó.

Định cười vui:

- Không sao, lần sau đến chơi với mấy em tôi sẽ mang nhiều thứ hơn. À mà này, đừng gọi tôi bằng chú nữa, gọi là anh đi cho vui. Mình cũng như người nhà với nhau rồi còn gì.

Châu đùa:

- Ý chà, chú muốn thành người nhà là tụi Châu phải hỏi chị Trân cái đã.

Định kín đáo nhìn tôi mỉm cười lần đầu tiên tôi thấy nụ cười trên môi ông tràn đầy thân thiện. Không khí trò chuyện thật vui nhộn, Báu và Châu cứ thi nhau góp những câu tếu đùa giỡn với Định. Tôi tưởng như ông đã đem một luồng gió xuân mới đến với chúng tôi, sau cả mấy tiếng đồng hồ hàn huyên bao nhiêu chuyện cũ mới. Định mời tất cả chúng tôi đến nhà ông dùng cơm ngày mai, Định nhấn mạnh:

- Ngày mai cúng ông Táo tôi đặt nhiều thức ăn lắm. Các em đến chơi nhé, đưa ông Táo xong là mình nhập tiệc, nhớ nhé. Phải đến hết đó Mẹ tôi gặp lại các em là bà mừng lắm.

Châu hỏi:

- Nhà anh ở đâu lận?

- Ở Santa Clara chứ đâu.

Châu lắc đầu:

- Xa quá vậy, từ đây lên đó phải tới hai mươi mấy gần ba chục miles.

- Đâu có tới, mà đừng lo, ngày mai tôi lái xe Van 12 chỗ đến đón mấy em đi đàng hoàng.

Tú cười thích thú:

- Wow, chú Định điệu ghê, mời đi ăn còn đến đón đưa mình nữa, thích quá, vậy là phải đi chứ.

Cẩm hỏi tôi:

- Vậy ngày mai mình cúng ông Táo sớm hả chị Trân?

Châu nhanh nhẹn trả lời:

- Ừ cúng buổi sáng để trưa tụi mình còn đi ăn cơm khách. Mấy giờ hả anh Định?

- Khoảng chừng trưa trưa đó. Mấy chị em đi hết nhé.

Cả mấy cái miệng cùng đồng thanh: - Đi chứ, đi chứ.

Định kiếu từ ra về rồi mà dư âm của những kỷ niệm xưa hãy còn vương vấn. Những kỷ niệm của một thời cơ cực, gian khổ có sự bảo bọc giúp đỡ của mẹ con ông. Các em tôi cũng nao nức gặp lại mẹ Định ngày đưa ông Táo.

***

**B**ữa cơm sum họp chiều ba mươi trong gia đình tôi năm nay vui hơn vì có thêm bác Khánh và Định. Niềm vui làm cho bác khoẻ ra, bác nói chuyện huyên thuyên, bác thắp nhang trên bàn thờ ông bà nhà tôi và cầu nguyện như là bác đang nói chuyện với cha mẹ tôi vậy. Bác nói, điều bác mong muốn nhất là xin cha mẹ tôi hãy chứng giám cho chuyện đính ước giữa tôi và Định năm xưa để hai đứa được nên duyên. Bác nói to cho cả nhà đều nghe khiến tôi mắc cỡ vô cùng, còn các em tôi thì che miệng cười khúc khích…Hên cho tôi lúc đó, Định lại vừa ra ngoài hút thuốc với Báu chứ nếu có mặt Định ở đây thì tôi càng bối rối đến độ nào. Tôi thấy lòng mình có chút gì lo lắng, hồi hộp lẫn bâng khuâng mỗi khi nghĩ đến Định. Tôi không hiểu rõ được tình cảm của mình và cũng không biết được lòng Định đối với tôi ra sao? Chúng tôi không còn trẻ để có những ước mơ lãng mạn cho tình yêu nữa, mà phải là tình thương mến trong bổn phận và trách nhiệm để nương tựa, san sẻ cùng nhau cho phần đời còn lại.

Bước đến gần bên cửa sổ, tôi nhìn ra ngoài trời đã buông màn tối. Tôi lại nhớ đến hình ảnh mẹ tôi trên giường bịnh… tay Định trên tay tôi… môi mẹ mấp máy yếu ớt… mẹ mong… mẹ mong... hai đứa sẽ… Tôi lắc mạnh đầu chợt nghe chút xót cay trong mắt. Dựa đầu vào khung cửa, tôi nghe như có tiếng cười vui của mẹ. Tôi thấy mẹ nhẹ nhàng đưa bàn tay lên vuốt tóc tôi, con đã sống hơn nửa đời người rồi đấy, hãy tìm cho mình một hạnh phúc cuối đời đi con ạ! Tiếp lời mẹ là tiếng của cha tôi, bố không muốn con gái mình chết già trong cô độc đâu nhé! và rồi một tiếng nói trầm ấm quen thuộc bên tai tôi:

- Trân có nghe lời cầu mong của mẹ tôi không? Mẹ tôi rất muốn chuyện chúng mình kết thúc tốt đẹp đấy.Tôi đang chờ đợi câu trả lời của Trân đây… Trân biết không?

Khi tôi gặp lại em, lòng tôi chợt xao xuyến khó tả, một tình cảm quí mến dạt dào mà trước đây khi còn trẻ, nhìn em tôi chỉ có đầy những mặc cảm, lo âu. Lúc đó, tôi rất buồn cho phận mình, một thằng lính thất trận, một tên tù tàn tạ, một thương binh khốn khổ. Cảnh ngộ em cũng thật đáng thương, tôi thấy mình quá kém cỏi nếu lấy em mà không bảo bọc được đời em. .. Trân ạ, hoàn cảnh bây giờ khác rồi, tôi đang trên đường đến tuổi già không muốn nấn ná chờ đợi, tôi thương em và khao khát có em bên cạnh… Trân, Trân có nghe không?

Bàn tay ai đã ve vuốt mãi trên mái tóc tôi, và lay nhẹ vai tôi. Ngước lên, tôi bỗng giật mình trước đôi mắt sâu thăm thẳm của Định. Ông cúi gần lại khuôn mặt tôi hỏi:

- Trân làm sao thế, có nghe tôi nói không?

Tôi gật đầu lí nhí:

- Dạ... em nghe.

- Thế em nghĩ gì về những điều tôi nói?

Tôi cảm giác mắt mình sao càng thêm xót cay, những giọt nước mắt từ từ lăn chậm trên má. Tôi ấp úng như mơ:

- Em… cảm động quá… em nghĩ anh… đã mang đến cho em... một... mùa xuân đẹp… dù có muộn màng…

Tôi vừa dứt câu thì Định đã kéo tôi sát vào bên ông. Tôi gục đầu lên ngực Định để cho nước mắt mình cứ tiếp tục rơi trong hạnh phúc. Xa xa tôi nghe có tiếng pháo đón mừng năm mới, mừng một mùa xuân thật sự đang đến cho đời tôi.

*Tháng 11/2012*

# BÀI THƠ DANG DỞ

Tôi ngồi giữa đống sách ngổn ngang lựa từng cuốn xếp lên kệ. Lần này, tôi quyết phải xếp riêng sách tiếng Việt một bên, tiếng Anh một bên. Bốn năm đèn sách đã làm cho cái kệ nhỏ của tôi chật thêm những sách học (đã không thể bán được cho ai). Nào tự điển, nào sách tâm lý học, sách giáo dục trẻ em, sách khoa học, sách thơ, truyện tiếng Việt… tôi cứ nhét lung tung không ngăn nắp tí nào. Khi chồng những cuốn sách nặng trịch ấy vào ngăn kệ dưới cùng, có cái gì đó kẹt lại phía sau khiến tôi không thể đẩy hết chồng sách vào trong được phải lôi ngược nó ra, thì thấy kẹt ở chính giữa là một cuốn tập học trò dày hai trăm trang, bìa xích lô máy màu cam bạc phếch. Tôi ngạc nhiên khi nhận ra đây là cuốn hồi ký rất cũ của mình đã được viết vào năm cuối bậc trung học. Tôi không nhớ đã giữ lại cuốn hồi ký này từ lúc nào, lấy tay phủi những hạt bụi bám đầy ngoài bìa, tôi từ từ mở ra trang đầu. Nét chữ của tôi hồi còn học trung học nắn nót điệu đà đã phai trên trang giấy ngả vàng cùng với mùi cũ mốc. Hàng chữ đầu tôi ghi: "Tháng 10 năm 1975, đi lao động thủy lợi gặp Phú, một người vừa cởi áo lính để mặc lại áo học sinh..." Tôi lẩm bẩm, "Phú, Phú" đọc tiếp câu kế "Anh hơi nhỏ con, có vẻ nghịch ngầm, trên khuôn mặt anh dễ nhớ nhất là bộ ria mép với đôi môi dày và nụ cười ngạo mạn. Anh thổi *harmonica* rất hay..." Đọc đến đây lòng tôi chợt bâng khuâng, xao động, bàn tay run run xoa nhẹ trên những dòng chữ diễn tả về anh, tưởng như hình ảnh Phú cùng chiếc kèn *harmonica* từ một cõi xa xăm nào đó hiện lên trang giấy mờ ảo, lung linh. Thời gian như cũng dừng lại vài giây rồi thong thả trôi theo một cuộn phim buồn quay chậm từng phút trong ký ức, đưa tôi trở về thuở còn đi học ở ngôi trường Văn Học trên đường Phan Thanh Giản ba mươi lăm năm về trước...

***

Tôi quen Phú trong một lần đi công tác lao động ở một nông trường cách xa Sàigòn mấy chục cây số. Năm ấy tôi đang học lớp 12 trong chương trình giáo dục học đường mới của nhà nước cộng sản. Lao động là một công tác bắt buộc học sinh trung học phải tham gia để rèn luyện ý thức "lao động là vinh quang" và tinh thần xây dựng đất nước với câu "nơi nào khó có thanh niên". Người phụ trách việc chuyên chở và phân công lao động cho chúng tôi theo chỉ thị của cấp trên là Hạnh. Một người đã qua tuổi học sinh, nên chúng tôi thường gọi Hạnh bằng anh. Nghe nói trước 75 anh đi lính Việt Nam Cộng Hoà, sau khi đi "học tập" ba ngày về anh đi học lại. Anh học chung lớp với tôi, nhưng ít khi thấy anh ngồi ở lớp vì anh cứ bị sai đi làm công tác đoàn thể hoài. Cuối ngày, khi công tác lao động đã xong xuôi, học sinh chúng tôi được sắp xếp lên xe để trở về trường. Gọi là sắp xếp chứ thực ra chẳng có trật tự gì hết, cảnh chen nhau giành lên xe thật là hỗn loạn, và tôi, do quá chậm chạp lại nhỏ con nên đã bị sót lại cùng với 5 người khác. Tôi lại là một nữ sinh duy nhất trong nhóm. Anh chàng Hạnh chạy ngược xuôi lo tìm xe cho chúng tôi. Anh có một chiếc Honda có thể chở được hai người, còn ba người kia có cả tôi trong đó chưa biết làm sao. Tôi lo lắng nhìn trời đang tối dần. Bỗng từ xa có một người thanh niên ì ạch đạp chiếc xe đạp mini tới, tôi nghe anh Hạnh gọi rối rít:

- Phú, Phú, về một mình hả, có đón ai nữa không?

Anh chàng Phú dừng xe lại lắc đầu: Không.

Anh Hạnh hỏi ngay:

- Cho gửi một người nghe?

Phú gật đầu:

- Được, nhưng mà gửi ai nhẹ nhẹ thôi nghe, xe tao là xe mini mày thấy đó.

Hạnh nói liền:

- Tốt quá, có người nhẹ cho mày đây nè. Rồi quay sang tôi, Hạnh ra lệnh - Mai, lên Phú chở về đi.

Tôi tròn mắt hỏi lại:

- Em hả, ủa mình không về chung sao?

Hạnh gắt nhẹ:

- Xe đâu mà về chung, bây giờ có người chở về là tốt rồi, lẹ đi.

Tôi ngần ngại hỏi lại:

- Anh này là học sinh trường mình luôn hả anh Hạnh?

Hạnh khoát tay, đẩy tôi về phía xe của Phú:

- Học sinh trường mình chứ ai xa lạ, không sao đâu đi lẹ đi.

Tôi vẫn còn ngại ngùng chưa chịu lên xe, Hạnh bực mình vừa gắn giọng, vừa kéo tay tôi lại gần yên xe sau của Phú:

- Lên xe lẹ đi, trời sắp tối rồi đó thấy không.

Lúc ấy, Phú quay lại nói thêm:

- Tôi không có chở em đi mất tiêu đâu mà sợ.

Tôi ngồi lên chiếc yên sau theo sự thúc giục của anh Hạnh. Đây là lần đầu tiên tôi đi chung với một người con trai không quen biết. Tôi vẫn không hiểu sao khi đi thì xe lại đủ chỗ để chở học sinh mà lúc về thì lại thiếu chỗ. Kỳ cục thiệt! Xe bắt đầu lăn bánh. Tôi nhìn những đồng cỏ khô cháy vàng hai bên đường dưới ánh nắng chiều hiu hắt một chút gió nhẹ, lòng chợt thấy buồn lo vu vơ. Chạy được một quãng, Phú hỏi tôi:

- Mai muốn anh chở về nhà hay về trường?

Tôi bối rối, chở về nhà ư… sợ mẹ hỏi thì không biết trả lời sao cho mẹ tin là mình đi lao động về trong tình trạng thiếu xe, nên phải đi quá giang như thế này. Tôi ngập ngừng:

- Chở Mai… về… trường cũng được.

Rồi im lặng một lát, tôi rụt rè hỏi Phú:

- Anh… Phú ơi…ừm, khoảng bao lâu thì mình về tới trường hả anh?

- Anh không biết chắc.

- Vậy chắc mình về tới Sài Gòn trời tối lắm rồi há, Mai sợ trễ quá, ở nhà mẹ Mai sẽ lo lắm.

Phú trấn an:

- Có thể trời tối, không sao đâu, anh sẽ cố gắng đạp nhanh hơn.

Tôi nghĩ đến đoạn đường phải lết bộ từ trường về nhà mà cảm thấy ngao ngán nếu như trời tối rồi tự trách mình sao không bảo anh ta chở thẳng về nhà, thả mình ngay đầu ngõ như thế mình chỉ đi bộ một quãng ngắn thôi. Tôi ngập ngừng muốn nói mấy lần nhưng lại thôi. Chợt Phú hỏi:

- Mai học lớp mấy vậy?

- Mai học lớp 12C1, còn anh?

Giọng Phú ngạc nhiên:

- Học lớp 12 lận hả, nhìn Mai nhỏ xíu anh cứ tưởng Mai học lớp 10 hay lớp 11 gì đó.

- Bộ anh lớn lắm sao?

- Dĩ nhiên là lớn hơn Mai rồi, anh đâu phải là học sinh đâu, anh đi học lại như Hạnh thôi.

- Ồ, vậy hả, Anh học lớp nào?

- 12 B2

- Chắc anh giỏi toán lắm hả?

- Tàm tạm thôi, hồi trước học xong lớp đệ nhị là lớp 11 bây giờ, phải thi tú tài 1, anh rớt tú 1, học lại thêm một năm cũng bị rớt, ba anh la hoài, nên anh buồn xin đi lính. Nếu chăm chỉ thì anh đã học xong trung học từ năm 72 rồi.

- Đi lính khổ lắm hả anh? Sao anh đi lính chi sớm vậy?

- Ờ, khổ lắm, nhưng nhờ vậy anh mới thấy mình trưởng thành ra. Không đi lính trước thì cũng phải đi sau thôi, con trai lớn lên trong chiến tranh, đi lính là bổn phận mà.

- Bây giờ đi học lại anh thấy có vui không?

- Cũng có vui vì được sống lại thời học trò, nhưng cũng có cái chan chán vì chương trình học thay đổi nhiều. Anh ghét mấy môn chính trị quá.

Nghe anh nói, tôi như người được mở đài than vãn nên mạnh dạn tiếp lời ngay:

- Anh học ban B là còn ít giờ chính trị hơn ban C của Mai mà còn thấy ngán, Mai học chính trị lồng vào văn chương hầu như mỗi ngày, thơ cũng có phải có thép trong đó, thiệt là ghê. Học chán muốn chết!

- Anh chán học thì được chứ Mai thì không nên.

- Sao vậy?

- Vì Mai còn cả một tương lai thật dài phía trước.

Tôi cười:

- Trời ơi, anh làm như anh già dữ lắm, anh cũng có tương lai phía trước vậy.

- Không, anh cảm thấy mình mất tương lai từ ngày buông súng, ước mơ hoà bình của anh không phải như ngày hôm nay.

Tôi nghe giọng anh thật buồn, có một nỗi chán chường bất mãn trong câu nói ấy. Suốt thời chiến tranh, tôi hãy còn nhỏ nên đã không hiểu biết gì nhiều về đời lính chiến, về các binh chủng. Song, qua những thước phim tài liệu đã xem trên T.V, tôi cũng nhận ra được sự gian khổ, chiến đấu kiên cường của người lính qua làn tên mũi đạn, khi phải đối đầu giữa sự sống và cái chết trong gang tấc. Người lính nào cũng có ước mơ một ngày thanh bình cho quê hương, một ngày trở về được nguyên vẹn hình hài xum họp bên gia đình. Nỗi buồn chán cho ngày hoà bình hôm nay không chỉ là cảm giác của riêng Phú, mà còn là nỗi xót xa tê tái trong tôi. Cuộc sống mới đang làm sụp đổ những mơ ước của tôi và phá tan hết mọi dự định của cha mẹ tôi cho các con. Tôi nhớ đến cha tôi, không biết giờ này cha đang "học tập cải tạo" ở nơi nào? Cha đã sống ra sao? Còn mẹ tôi thì đang phải đương đầu với cuộc chiến cơm áo để lo cho chúng tôi, bữa đói bắt đầu nhiều hơn bữa no. Nơi học đường, những học sinh như tôi và Phú luôn bị nhồi nhét biết bao nhiêu là bài học tuyên truyền chính trị, ca ngợi bác và đảng, cùng lòng hận thù đối với những người lính Việt Nam Cộng Hòa đã bị nhục mạ bởi những từ như "ngụy quân", "lính đánh thuê", "ôm chân đế quốc", "Việt gian" … Tôi biết, đã từng là một người lính Việt Nam Cộng Hoà như Phú, chắc chắn anh phải rất khó chịu và uất hận vì những lời tuyên truyền, nhục mạ đó. Ngay cả tôi, khi làm một bài luận phân tích về hai chữ "độc lập, tự do" dưới sự lãnh đạo của đảng. Tôi cũng thấy mỉa mai, cay đắng làm sao!!! Tự do và no ấm đã ở đâu trong khi gia đình tôi đang ngày càng rơi vào sự nghèo đói, cha tôi thì bị lệnh đi "học tập" biệt tăm mấy tháng nay rồi. Chỉ hai điều ấy thôi, cũng đủ cho tôi trí khôn để hiểu rằng những gì tôi nghe từ trên bục giảng hôm nay chỉ là dối trá… Đường phố đã lên đèn, nhìn lưng áo Phú mồ hôi đã ướt đẫm một nửa, tôi cảm thấy tội nghiệp anh quá, mong sao có một ngọn gió mạnh thổi lên cho anh đỡ mệt. Mải miết nghĩ ngợi tôi không biết là Phú đã đậu xe trước cổng trường, anh hỏi:

- Trời tối rồi Mai vào trường làm gì có ai trong đó đâu, để anh chở Mai về nhà nghe. Nhà Mai ở đâu lận?

Tôi ngần ngừ một lát:

- Dạ… cũng được, nhà Mai ở đầu đường Phan Đình Phùng, thả Mai ở đầu ngõ nghe.

Phú hỏi ngay:

- Sao vậy? Đã chở về thì phải về tận nơi chứ, lỡ Mai bị bắt cóc giữa đường thì sao, ngày mai vô trường thằng Hạnh nó đem anh ra "chi đoàn kiểm điểm" chết đó.

Tôi phì cười:

- Ai mà thèm bắt cóc Mai, có ma bắt thôi.

- Ừ ma sống đó, thôi để anh chở về tận nhà nghe, nếu sợ ba mẹ la thì anh chịu cho.

- Anh… cứng đầu quá.

- Câu này anh nghe quen à, mẹ anh cũng hay la anh như vậy đó.

- Chắc đúng là anh cứng đầu nên mẹ anh mới la.

- Không cứng đầu thì không là đàn ông con trai.

- Triết lý mới của anh đó hả?

- Không, cá tính này ai lại chẳng biết, cũng như không có tính hiền dịu thì không phải là đàn bà con gái.

Tôi cười im lặng chợt nhận ra chỉ còn một con đường ngắn nữa là đến ngõ quẹo vào nhà tôi thấy anh vẫn đạp băng băng, tôi giựt lưng áo anh:

- Anh Phú, ngừng ở đây được rồi.

- Tới nhà Mai chưa? Phú thắng gấp quay ra sau hỏi.

Cái thắng gấp làm tôi đụng đầu mình vào lưng anh. Tôi vội nói:

- Gần tới rồi, để Mai xuống đây, Mai đi bộ vô nhà được rồi.

Giọng Phú cương quyết:

- Không, để anh chở tới nhà cho.

Nói rồi anh đạp nhanh không kịp cho tôi chống chân đứng dậy. Tôi đành phải chỉ nhà cho anh, Tôi bực mình nói:

- Anh cứng đầu thiệt đó. Chút nữa nếu mẹ Mai có hỏi, anh phải nói anh là đoàn viên thanh niên của chi đoàn trường được cử chở Mai về nghe.

- Sao vậy, anh ghét làm đoàn viên thanh niên lắm.

- Giả bộ thôi mà, mẹ Mai nghe cái gì mà dính tới đoàn thể là mẹ sợ lắm, chấp nhận liền. Chứ không mẹ Mai tưởng Mai nói láo là đi lao động để đi chơi với anh.

Tôi nghe Phú chặc lưỡi:

- Rắc rối quá!

Khi xe anh đậu trước nhà, thì cũng là lúc mẹ tôi vừa xuất hiện ngay cửa, tôi hồi hộp khều anh nói nhỏ: mẹ Mai đó. Nhìn mẹ, tôi thật lúng túng chưa kịp mở lời thì Phú đã nhanh nhẹn nói một hơi:

- Dạ chào bác, con thay mặt cho chi đoàn trường trong ban công tác chở Mai về giùm, học sinh đông quá bác ơi, không đủ xe về một lúc, phải chia ra đi lẻ tẻ như vầy nên về hơi trễ.

Mẹ tôi cười vui vẻ trước sự ngạc nhiên tột cùng của tôi:

- À, ra thế, cám ơn anh đã chở em nó về giùm. Chắc anh mệt lắm mời anh vào nhà uống chén nước.

Phú đưa tay nhìn đồng hồ:

- Dạ thôi để dịp khác, trễ rồi con cũng phải về, sợ mẹ con đang đợi.

Mẹ tôi gật đầu nhìn anh đạp xe đi, tôi nói với mẹ:

- Con đói quá mẹ ơi!

Mẹ nắm tay tôi giọng xót xa:

- Vào nhà tắm rửa rồi ăn cơm, mới có một ngày dang nắng mà trông tả tơi thế kia!

Tôi thở phào nhẹ nhõm theo mẹ vào nhà, lòng vui vui. Chưa bao giờ tôi thấy mẹ tôi lại dễ dãi như hôm nay.

***

Ngọc Dung đến nhà chơi cho mình cái áo dài cũ của nó. Con nhỏ cứ y như là phóng viên, chỉ có một ngày đi lao động mà đã thu thập được bao nhiêu tin tức sốt dẻo…

- Ê, nhỏ, Dung có cái áo dài này mặc chật rồi chắc Mai mặc vừa đó, đem cho Mai nè, vô thử coi.

Tôi mừng rỡ cầm chiếc áo ngắm nghía và ướm lên người:

- Áo lụa trắng mịn đẹp quá há, chắc vừa đó khỏi thử, ngày mai đi học Mai mặc liền. Cám ơn bồ nhiều nghe.

Dung cúi xuống móc trong giỏ ra một bao giấy nói:

- À, có cái quần trắng cho Mai nữa nè, vậy là đủ bộ. Tôi cảm động quá, từ nay tôi sẽ có thêm một cái áo dài nữa mặc thay đổi, không phải lo những ngày mưa dầm, đồ giặt không kịp khô, phải mặc áo ẩm đi học. Tôi cẩn thận xếp chiếc áo và chiếc quần vào gói giấy. Dung hỏi tôi:

- Ê, hôm đi lao động ai chở Mai về vậy?

- Cái ông Phú nào bên 12 B2 chở về giùm.

Dung lẩm nhẩm:

- Phú 12B2, phải cái ông có ria mép không?

Tôi gật đầu, Dung đập tay:

- Ông Phú lính cùng băng với lão Hạnh lớp mình đó.

- Ồ đúng rồi thấy ông Hạnh kêu ổng chở Mai về, ủa Dung cũng biết ông đó nữa hả?

Dung sửa gọng kính cận:

- Ai mà không biết nhóm ngũ quỷ của mấy ông lính đó.

- Vậy hả, sao Mai không biết, ngũ quỷ là những ai vậy?

Dung lắc đầu:

- Bởi vậy, lúc nào ngươi cũng khép mình trong cái vỏ sò kín đáo, không chịu đi cà kê đây đó như tụi mình không biết gì hết là phải. Nghe danh tánh nhóm ngũ quỷ nè: Hạnh, Vũ, Phú, Cường, Long.

- Mai mới biết có ông Phú hôm đi lao động về thôi. Còn mấy ông kia không biết học ban nào vậy?

- Mấy ông kia ban B hết, có mỗi lão Hạnh nhà mình là ban C thôi, ê, mà cũng có mỗi mình ông Hạnh coi hiền nhất thôi nghe. Mấy ông kia "quậy" trời thần luôn đó.

Tôi trợn mắt ngạc nhiên:

- Thiệt hả?

Dung gật đầu:

- Ờ, nè ông Cường cặp bồ với bà Yến lớp mình đó biết không?

Tin hấp dẫn làm tôi thêm tò mò về Yến, chị bạn có giọng ca cao vút, the thé xé lỗ tai với bài "Cô Gái Vót Chông". Tuy học chung lớp, Yến lại lớn tuổi hơn tôi và Dung, tôi hỏi:

- Vậy hả? Hai người cặp nhau lâu chưa sao Mai không biết?

- Chán nhà ngươi quá, chuyện cả phố ai cũng biết mà ngươi thì cứ như trên trời rớt xuống. Còn nữa để ta nói cho nghe, ông Vũ yêu bà Quế Mai bên 12 A1, ông Phú cũng yêu bà Mai luôn. Trời ơi, hôm lao động, bà Mai ngồi như bà hoàng cho hai chàng phục dịch, nhìn cảnh đó thấy dzui thiệt là dzui.

Tôi biết Quế Mai, chị cũng bằng tuổi chị Yến lớp tôi. Quế Mai có mái tóc dài hơi quăn từng lọn, chị dong dỏng cao, có khuôn mặt vuông, làn da trắng hồng hào, đôi mắt to đen, lông mi dài nhìn rất quyến rũ.

Tôi nghĩ nếu Phú đi gần chị Mai thì không xứng chút nào vì dáng anh không cao lắm. Tôi bồn chồn hỏi:

- Bà Mai thích ai vậy?

- Thích ông Vũ chứ ai, biết ông Vũ không, tướng cao ráo đô con. Nhà ổng lại khá giả nữa. Nghe nói hồi xưa ổng đi lính biệt kích đó.

Tôi hỏi lại:

- Lính biệt kích là lính gì?

Dung nhíu mày ra chiều suy nghĩ, rồi nói:

- Ừm… để coi, lính biệt kích là…là lính mặc đồ rằn ri đó, dữ tợn lắm, đi là chết, cảm tử quân mà.

Tôi tròn mắt thán phục:

- Vậy hả, oai hùng quá há!

Dung nói thêm:

- Cũng hên cho ổng chỉ là lính thôi, chứ ổng mà là sĩ quan chắc đi "học tập" lâu rồi. Nhà ngươi thấy ổng bự như kinh kông không?

Tôi lắc đầu:

- Mai đâu có biết ông Vũ là ai đâu, nhà ngươi có tả mấy ta cũng không tưởng tượng ra được. Ờ, mà tội nghiệp ông Phú ôm mối tình si không có đoạn kết rồi. Vậy còn ông Hạnh nhà mình có ai chưa?

Dung nhấp nháy mắt cười cười:

- Sao chưa? Đang "tấn công" ngầm Thùy Dương nhà mình đó.

Tôi trợn mắt nhìn Dung thán phục:

- Vậy sao? Chà, phục nhà ngươi sát đất đó, biết nhiều chuyện tình hấp dẫn quá há, Thùy Dương có biết không?

Dung nhướng mắt:

- Biết chứ sao không. Rồi nó diễn tả một cử chỉ e ấp kéo dài giọng ra: nhưng mà nàng có vẻ "Tình trong như đã, mặt ngoài còn e".

Tôi phì cười, nhớ đến khuôn mặt của Thùy Dương, cái đinh văn nghệ trong lớp, Thùy Dương có cái miệng cười rất tươi, nổi bật hai lúm đồng tiền sâu hoắm bên má còn lộ ra cái răng khểnh xinh xinh. Thùy Dương lớn hơn tôi hai tuổi, đa số các bạn trong lớp toàn học trễ cả, chỉ có Dung là học đúng tuổi, và tôi học sớm một năm. Tôi thường có thói quen gọi những người bạn học chung lớn tuổi hơn bằng anh hay chị, khác với Dung thì gọi bằng ông này, bà nọ… Tiếng Dung lại tiếp:

- Nhà ngươi biết không, cái hôm đi lao động lúc lội bùn để leo lên bờ, ai cũng phụ kéo nhau lên bằng tay, đặc biệt nàng Thùy Dương nhà mình thì được ông Hạnh bồng qua bờ nghen, tình tứ chưa.

Tôi mở to mắt hỏi lại:

- Thiệt hả? Trời ơi mắc cỡ chết, có ai thấy không?

Dung gật đầu:

- Không chỉ mình Dung thấy mà còn cả phố thấy luôn.

- Ờ mà mấy ổng cũng khôn quá há, lựa toàn mấy bà đẹp cặp bồ không à.

- Chứ sao, không nghe ông bà xưa nói hả: "Trai ham sắc" mà.

Câu chuyện của chúng tôi lẽ ra còn tiếp tục, nhưng hình như mẹ tôi đã nghe được cuộc đàm thoại giữa hai đứa chỉ là những chuyện nhảm nhí. Mẹ tôi lên tiếng cắt đứt câu chuyện:

- Mai, có học bài không hay là ngồi tán gẫu chuyện thiên hạ đấy.

Tôi và Dung nhìn nhau le lưỡi, Dung nói nhỏ:

- Thôi Dung về, mai gặp ở trường nghe.

- Ờ, thôi mai gặp, cám ơn Dung nhiều há.

Tiễn Dung ra cửa, tôi quay vào thấy mẹ ngừng tay đan

trách móc:

- Con gái lớn rồi chuyện trò chẳng ý tứ gì cả, trước mặt các em nhỏ chuyện học thì không bàn cứ ngồi bàn chuyện yêu đương vớ vẩn. Mày liệu hồn đấy, lo học hành chứ đừng có bắt chước đứa nào bồ bịch sớm chẳng ra gì đâu!

Bị mắng, tôi thấy xấu hổ với các em, liền quay đi nơi khác, nói lảng:

- Mẹ ơi Dung mới cho con cái áo dài nè.

Mẹ lườm tôi không nói, tôi im lặng lầm lũi bỏ đi lên gác.

***

Sáng nay tôi đến trường với một tâm trạng buồn chán, đầu óc mệt mỏi vì sự giằng co về chuyện đi học và nghỉ học. Suốt đêm qua tôi không ngủ được trọn giấc, cứ trăn trở mãi, nghĩ đến chuyện học là tôi lại thấy chán vô cùng. Hai giờ lịch sử đầu dài như hai tháng, tôi ngồi che miệng ngáp liên tục, ngó qua Dung thấy nó cứ nhìn đồng hồ hoài. Thùy Dương ngồi cắn bút suy tư. Bài học về cuộc cách mạng ở Nga dường như không thu hút sự chú ý của một học sinh nào. Ai cũng mắt thì nhìn cô đấy mà hồn thì tận nơi nao…

Giờ lịch sử rồi cũng trôi qua một cách nặng nề, lớp tôi được thông báo nghỉ hai giờ hoá học kế tiếp vì thầy giáo bị ốm. Tôi vừa mừng, vừa buồn, nghỉ giờ hoá khoẻ cái đầu một chút nhưng lại chẳng biết làm gì.Tôi không muốn về nhà để nhìn cảnh em tôi khóc mếu vì đói. Đi cà kê với bọn Dung, Nga, Hảo trong lớp thì tôi lại không có tiền. Tôi đang thơ thẩn ở hành lang, gặp Dung và Hảo tiến tới, Hảo hỏi:

- Ê! mới may áo dài mới hả, mặc đẹp đó.

Tôi nhìn Dung chờ nó trả lời hộ, nhưng nó im lặng quay đi nơi khác, tôi nói:

- Đâu có, áo này Dung cho Mai đó, tiền đâu mà may áo dài mới.

Hảo lại gần tôi ngắm nghía:

- Vậy hả, mi mặc áo này đẹp nè, eo co nhìn hấp dẫn ghê,

Tôi xí nhỏ, Hảo quay qua Dung tiếp:

- Nhỏ Mai này nó chưa "phì" ra như tụi mình nên mặc áo này còn đẹp há.

Dung nhăn nhó:

- Thôi đừng nhắc đến chữ "phì" nữa, ta đang đau khổ vì nó đây nè, nhìn lại mấy cái áo dài cũ thấy tiếc thời mi nhon quá.

Hảo cười méo mó:

- Sao phải tiếc, lúc tụi mình ăn hàng thì nhà ngươi có nghĩ đến thời mi nhon không? Hàng ăn nào ngươi cũng kêu ta thử, đi theo nhà ngươi riết rồi bây giờ ta cũng phì nhiêu không kém.

- Ngươi làm như ngươi hiền lắm, cứ rủ ta ăn thứ độc không à, thôi hôm nay ta không đi với nhà ngươi nữa ta phải về nhà dì ta.

- Làm chi?

Dung chu mỏ:

- Phụ dì ta nấu đám giỗ được không?

Hảo phì cười:

- Lại có mục ăn uống lớn. Vậy thôi hôm nay ta về một mình.

Quay sang tôi, Hảo hỏi:

- Mi về chưa Mai?

Tôi lắc đầu nói:

- Về trước đi chút nữa Mai mới về.

Hảo bước đi sau khi vỗ nhẹ vai tôi một cái:

- Ta ước sao ta được ốm như mi hoài.

Tôi chán ngán nói vói theo:

- Ta bị ốm đói đó, có gì mà phải ước với ao.

Tôi nghe tiếng guốc của Hảo xa dần phía sau, nhẹ bước đến cuối dãy hành lang tôi tìm một góc vắng đứng tì vào lan can bâng quơ nhìn xuống đường. Mặt trời đang chiếu những tia nắng mỏng trên hàng cây cao, xuyên qua tán lá xanh chiếu xuống mặt đường một khoảng nắng rộng. Nhìn ánh nắng, tôi chợt nhớ đến những ngày khi gia đình tôi còn ở Đà Lạt, hôm nào mà trời mưa bão lạnh lẽo kéo dài thì chút mảng nắng ấm như thế này thật là quí giá. Tôi nhớ mỗi ngày tôi đi bộ từ trường về nhà trên con dốc dài dẫn về vùng Chi Lăng, gồ ghề sỏi đá dưới chân guốc lạo xạo. Có một lần cha tôi chở tôi đi học bằng xe Vespa. Hôm đó lại là ngày đầu tiên tôi được mặc áo dài. Tôi lúng túng với tư thế ngồi một bên, (năm ấy tôi vừa lên lớp mười). Cha tôi phóng xe trên con đường lởm chởm những đá cục to xanh, chẳng may khi cha chạy qua một cái ổ gà, tôi bị ngã văng ra khỏi xe mà cha tôi không biết. Tôi lồm cồm ngồi dậy cố chạy theo sau chiếc xe của cha gọi to:

"Bố, bố ơi, bố ơi, con bị té rồi!"

Cha tôi vẫn không nghe tiếng tôi gọi. Tôi cứ gào trong thất vọng, rồi đành lội bộ tiếp đến trường. Tôi đi được một quãng khá xa thì thấy cha tôi vòng xe lại. Tôi mừng rỡ gọi cha rối rít, cha tôi hỏi:

"Ơ hay, sao ngã mà không gọi bố?"

"Con gọi mà bố không nghe"

"Thế à, mày có bị đau không?"

Tôi lắc đầu, cha bảo tôi lên xe ngồi vịn cho chắc. Từ lúc đó, lâu lâu cha tôi lại đưa tay ra phía sau để nắm lấy tay tôi như kiểm soát xem tôi hãy còn ngồi đó. Nghĩ đến đây, tôi thấy nhớ cha tôi vô cùng. Tôi hối hận đã thờ ơ trước ngày cha phải đi "học tập" bởi cứ tưởng chỉ một tháng sau ngày trình diện, cha tôi sẽ được trở về như lệnh nhà nước đã ban hành. Cho đến bây giờ là tháng thứ tám rồi cả nhà vẫn không có tin tức gì của cha. Tôi ứa nước mắt lo lắng cho những ngày dài tiếp nối khi sự vắng mặt của cha tôi trong gia đình sẽ lâu hơn tôi tưởng. Tôi cầu mong sao cha sớm được trở về với chúng tôi…

- Sao Mai đứng đây có một mình vậy? Không có giờ học hả?

Tiếng hỏi làm tôi giật mình quay lại, quên cả chùi nước mắt, tôi ngạc nhiên nhận ra Phú. Vội vàng đưa tay chậm mắt. Tôi nghe giọng Phú lo lắng hỏi:

- Ủa, có chuyện gì mà Mai khóc vậy?

Tôi bặm môi quay đi không nói, Phú hỏi dồn dập:

- Sao vậy, có chuyện gì, nói anh nghe được không?

Tự nhiên tôi thấy tủi thân và nước mắt lại trào ra nhiều hơn. Tôi tự trách mình, vô lý quá, tại sao phải khóc? Tôi sụt sịt một lúc định kéo vạt áo dài sau lên lau nước mắt, thì Phú đã nhanh tay đưa cho tôi chiếc khăn của anh. Tôi xấu hổ, ngập ngừng cầm lấy, nghĩ mình là con gái mà tệ thật, không bao giờ có được chiếc khăn tay trong người, phải xài khăn của người khác. Tôi lau qua loa nước mắt rồi nói:

- Để Mai đem khăn này về nhà giặt rồi ngày mai trả lại cho anh nha.

Phú lắc đầu:

- Không sao đâu, nước mắt ướt chút xíu có dơ gì đâu mà phải giặt. Em buồn chuyện gì vậy?

Vừa hỏi anh vừa cúi xuống vén một bên tóc tôi lên. Tôi nhìn anh, vô tình chạm phải ánh mắt tha thiết của anh gần sát, tôi quay đi nơi khác:

- Mai nhớ ba Mai thôi, không biết giờ ba đang ở đâu?

- Bộ ba Mai đi "học tập" hả?

Tôi gật đầu, nghe tiếng thở dài cùng tiếng anh hỏi:

- Nhà Mai có đông anh em không?

- Đông lắm anh à, Mai là con gái lớn, sau Mai còn tám đứa em nữa.

- Trời ơi đông quá há… Rồi anh dịu giọng: Thôi mình đi chơi đâu nhé, ở đây mà hỏi chuyện gia đình Mai một hồi chắc Mai lại khóc nữa.

Tôi tròn mắt hỏi lại:

- Đi chơi?

- Ừ anh chở em ra Tao Đàn ngồi chơi, thổi kèn cho em

nghe, chịu không? Đứng đây hoài, ông giám thị ra hỏi tội mệt lắm. Đi!

Tôi lắc đầu:

- Thôi, mình đi chung kỳ lắm lỡ ai thấy được lại đồn ầm lên.

- Đồn cái gì? Mình là bạn học sinh với nhau mà.

- Thôi Mai không đi đâu, Mai phải về bây giờ.

Phú năn nỉ:

- Đi đi mà, tí nữa anh chở Mai về. Anh cũng đang buồn muốn đi đâu đó một chút cho khuây khoả. Đi. Anh năn nỉ đó.

Tôi tò mò hỏi:

- Kèn gì vậy anh Phú?

Phú móc trong túi áo ra một cây *harmonica* nhỏ đưa cho tôi xem:

- Kèn này nè. Đi xuống dưới cổng trường chờ anh, anh lấy xe rồi ra ngay nhé.

Tôi gật đầu rồi đi nhanh xuống cầu thang, gặp Thùy Dương và Hạnh đang đi song đôi phía trước, tôi bỗng thấy vui cho hạnh phúc của hai người thương nhau được trọn vẹn, rồi chợt tội nghiệp Phú với một mối tình câm không nói được. Tôi cố đi chậm lại từng bước để không vượt qua mặt Thùy Dương và Hạnh cho đến khi họ khuất dạng sau cửa nhà để xe. Tôi dáo dác nhìn chung quanh tìm Phú, thấy anh đứng gác chân trên chiếc xe đạp trước cửa trường. Tôi đi tới, cố tránh đôi mắt anh đang hướng thẳng vào tôi một cách lạ lùng. Đến gần, tôi nghe Phú nói:

- Hôm nay em mặc áo dài này coi dễ thương quá!

Tôi mắc cỡ ngập ngừng:

- Anh... cũng… để ý quá há, Mai thấy có gì khác đâu, áo dài nào cũng giống nhau mà.

- Khác chứ, ngày nào em cũng mặc cái áo dài rộng thùng thình, không thấy rõ được “forme”của em. Chiếc áo hôm nay vừa vặn với thân người, anh thấy rất thon gọn, đẹp.

Tôi kéo vạt áo ngồi lên xe. Lần thứ hai tôi lại ngồi sau yên xe với Phú, một cảm giác ấm áp tự nhiên lan toả trong lòng.Tôi nghe tiếng huýt gió của anh. Nắng đổ dài theo chiếc xe in bóng hai chúng tôi trên mặt đường khô mùi nhựa…

***

Vườn Tao Đàn rợp bóng mát với những hàng cây cao rậm lá xanh, Phú xuống xe dắt bộ, tôi thong thả bước theo anh. Dáng anh không cao lắm, nhưng sao đi bên anh tôi thấy anh cao hơn tôi nhiều thế, gần cả một cái đầu. À, tôi quên rằng, tôi thuộc loại lùn mà. Anh chọn cái ghế băng gần một cây xanh to lớn, chống xe rồi bảo tôi ngồi xuống. Anh móc túi lấy một điếu thuốc và hộp diêm quẹt ra khum tay đốt. Tôi nhìn lên vòm cây cao trước mặt, những con chim sẻ gọi nhau rúc rích trong lá nghe thật vui tai. Chắc trong tán lá xanh dầy kia phải có cả một gia đình chim cư ngụ trên ấy. Những con chim sẻ nhỏ bé gợi lại cho tôi thời thơ ấu, tôi hay đi theo em trai để xem nó bẫy chim sẻ về nuôi, em trai tôi chơi bắn ná rất giỏi. Một ngày nọ, nó bắn rớt một tổ chim từ trên cây thông xuống. Trong tổ có bốn con chim non vừa mở mắt, chị em tôi thích thú nâng niu không thiết ăn cơm, cứ ngồi cả ngày nhìn mãi những con chim bé bỏng há miệng chờ mẹ về mớm mồi. Cho đến khi mẹ tôi tìm thấy được chúng tôi đang quấn quít bên tổ chim thì mẹ đã hốt hoảng sợ rằng hai đứa tôi sẽ làm chết mất bầy chim non. Mẹ bảo em trai tôi phải leo lên cây để lại tổ chim vào chỗ cũ. Chúng tôi tiếc nuối hỏi, "Tại sao vậy mẹ?" thì mẹ tôi bảo, nếu chim mẹ về mà không thấy chim con đâu, mẹ nó sẽ buồn mà chết mất. Tội lắm. Vả lại, mấy con chim này còn bé quá, cần phải có mẹ chăm sóc, trả chúng lại cho chim mẹ đi. Em trai tôi đành phải leo lên cây, đặt tổ chim vào chỗ nhánh cây thấp nhất, để nó có thể ra thăm chừng tổ chim ấy mỗi ngày…

- Mai nghĩ gì thế?

Tiếng Phú hỏi đã cắt đứt sự tưởng nhớ của tôi. Chưa kịp nói gì thì anh đã tiếp:

- Lại mơ mộng phải không? Ước gì lúc này anh có cái máy hình, anh sẽ chụp em đó.

- Chụp Mai chi vậy?

- Để triển lãm nhiếp ảnh về bức hình mộng mơ.

Tôi ngượng ngùng hỏi:

- Bộ mặt Mai ngó mắc cười lắm hả?

Phú rít một hơi thuốc rồi ngửa mặt lên trời, cười trong khói thuốc:

- Ừ mắc cười lắm, nhưng mà anh bảo đảm nếu anh biết vẽ thì đây là một bức hình có hồn ghê gớm.

Nói xong Phú quay ra sau quăng tàn thuốc vào gốc cây, ngồi xuống cạnh tôi, anh bất chợt đưa tay xoay mặt tôi gần lại phía anh. Tôi ngượng ngùng nghiêng đầu hất tay anh ra, nhưng anh đã nhanh nhẹn chụp lấy cổ tay tôi nói:

- Làm gì như muốn đánh anh vậy hả? Nhìn anh nè, để anh nói cho nghe.

Tôi cố lắc đầu, ngoảnh đi nơi khác, giận dỗi nói:

- Không, không nhìn, anh kỳ quá, Mai muốn đi về bây giờ.

- Ai chở em về mà về.

- Mai đi bộ về, Mai đã từng đi bộ mà.

Nói rồi tôi đứng lên bước đi, Phú kéo tay tôi gọi:

- Quỳnh Mai… đừng về, anh xin lỗi mà.

Tôi khựng người lại ngớ ngẩn hỏi:

- Sao anh biết tên lót của Mai vậy?

Phú cười hạ giọng:

- Em không nhớ anh là bạn của trưởng lớp Hạnh sao? Cô nào trong lớp 12C1 mà anh lại không biết.

Vừa nói Phú vừa móc cây kèn ra, anh đưa lên miệng nhấp qua nhấp lại mấy cái rồi nhìn tôi, anh dịu dàng nói:

- Ngồi đi, anh thổi *harmonica* em nghe cho vui. Đôi mắt tha thiết lại biết năn nỉ của anh đã làm tôi phải quay lại. Anh đưa cây kèn qua lại trên môi vài lần rồi bắt đầu thổi bài: "Bao Giờ Biết Tương Tư". Âm thanh của tiếng kèn sao êm ái và du dương quá. Những nốt nhạc lên bổng xuống trầm dưới hai bàn tay điều khiển của anh như cũng biết nói lên hết cả nỗi lòng của người đang yêu.

Tôi nhìn anh say sưa với chiếc kèn, mắt anh lim dim, bàn tay phải che chiếc kèn vẫy liên tục, nhịp nhàng. Xong bài "Bao Giờ Biết Tương Tư"(1), anh thổi sang bài "Ngăn Cách"(2) rồi bài: "Trên Đỉnh Mùa Đông"(3) Tiếng kèn rót vào tai tôi những giai điệu mượt mà, thánh thót như trôi trên một giòng nước mát và hoà trong gió nhẹ đưa tâm hồn mình lâng lâng. Phú ngưng thổi một lúc, hỏi tôi:

- Em có muốn anh thổi bài gì không?

Tôi ngẫm nghĩ:

- Anh thổi bài "Tuổi Ngọc" của Phạm Duy đi.

Anh bặm môi:

- "Tuổi Ngọc hả", để coi anh có nhớ nốt nhạc không. Hay em hát thử một vài câu đầu để anh nghe giai điệu rồi anh theo.

Nghe anh nói tôi hát thử, tôi suy nghĩ một chút, hát ư! tôi thích hát lắm, đã mấy tháng nay từ ngày "giải phóng" vô tới giờ tôi chưa có dịp nào hát lại những bài hát tôi ưa thích. Tôi nói:

- Mai hát vài câu đầu nếu anh bắt được nhịp điệu thì anh thổi theo liền nha, chứ hát không nghe nó trơ lắm.

Phú gật đầu:

- Ừ hát đi.

Tôi chợt thấy hồi hộp một chút, run run hát khẽ:

- *Xin cho em một chiếc áo dài, cho em đi mùa xuân đến rồi…*

Phú ngắt ngang:

- Hát lớn lên chút nữa, hát nhỏ quá, anh không nghe ra giai điệu.

Tôi cố lấy tự nhiên nhịp chân cất cao giọng hát:

- *Xin cho em một chiếc áo dài, cho em đi mùa xuân*

*đến rồi, mặc vào người rồi ra, ngồi lạy chào mẹ cha hàng lụa là thơm dáng tiểu thơ, xin cho em một chiếc áo màu, cho em đi nhẹ trong nắng chiều, một chiều nhiều người theo ở ngoài đường trên phố và lòng người như áo phất phơ. Xin cho em một chiếc áo như mây hồng...*

Tôi nghe tiếng *harmonica* của Phú đã đệm theo làm tôi thêm phấn chấn hát hăng say hơn. Theo từng lời hát, tôi tưởng tượng ra mình trong chiếc áo dài lụa tím nhạt, đang tung tăng trên một cánh đồng hoa đủ màu sắc. Tôi nghiêng mình bên phải ngắt nhẹ một đoá hồng đỏ, nghiêng mình bên trái nâng niu những nụ cúc vàng. Nhảy chân sáo lên phía trước tôi hái một nhành huệ trắng muốt. Có vài cánh bướm bay cạnh bên tôi vờn trên ngàn hoa tươi thắm. Tiếng *harmonica* dìu dặt lướt qua những cánh hoa đang lả lơi đùa với gió...Tôi lại thấy mình đạp xe đạp trên con đường quen thuộc từ trường về nhà, gió thổi tóc tôi bay bay, lòng vui theo gió mát, thấy cuộc đời học sinh mình sao thật êm đềm, thanh thản...

- Em hát hay quá, giọng rất là trong sáng. Nếu hôm nay không rủ em ra đây thì anh sẽ không bao giờ biết *đến* giọng ca của Quỳnh Mai.

- Thôi, nhạo báng Mai hoài.

- Anh nói thiệt mà, ờ sao em không vào ban văn nghệ, anh thấy Thùy Dương và Ngọc Yến lớp em hát đâu có hay đâu mà lúc nào hai cô *đó* cũng lên đơn ca.

Tôi gật đầu:

- Mai có tham gia văn nghệ mà, nhưng Mai chỉ hát hợp ca thôi.

- Anh sẽ nói cho Hạnh biết về giọng ca của em

Tôi lắc đầu xua tay:

- Thôi, thôi, không cần đâu anh à, Mai nhát lắm không dám lên hát trước đám đông đâu. À, mấy giờ rồi anh?

Phú nhìn đồng hồ:

- Mười hai giờ!

Tôi giật mình, vội đứng lên:

- Thôi mình về đi anh, trưa rồi.

Phú tiếc nuối:

- Em muốn về bây giờ sao? Anh thiệt chưa muốn về tí nào.

- Anh chưa muốn về thì Mai về trước nhe.

Phú đứng lên:

- Thôi được để anh chở em về.

Tôi dặn dò:

- Lần này thì anh phải thả Mai ở đầu ngõ đó nhe.

Phú lắc đầu hỏi:

- Sao cứ thích đi bộ từ đầu ngõ về?

- Tại lần này không phải đi lao động về, mà là đi học về.

Phú ghé sát vào tai tôi:

- Hôm nào có giờ nghỉ mình ra đây chơi nữa nhe, anh thích nghe em hát rồi đó.

Tôi cười vui gật đầu:

- Em cũng thích nghe tiếng kèn *Harmonica* nữa.

- Nhớ lần tới có dịp ra chơi với anh nữa nghe.

Tôi lại gật đầu rồi vén áo ngồi lên yên xe sau với Phú, anh thong thả đạp xe đi. Tôi nghe tiếng anh huýt sáo bài *"Tuổi Ngọc"*, chắc anh đang vui lắm, tôi cũng thế, âm nhạc làm lòng tôi dịu đi những nỗi buồn lo trong thực tại dù chỉ là vài phút.

***

Học sinh chúng tôi vừa trải qua kỳ thi học kỳ 1 (đệ nhất lục cá nguyệt), ai cũng như trút được một nửa gánh nặng bài vở khô khan, thấy đã nhẹ người và khoan khoái tâm hồn. Phong trào thi đua văn nghệ lại được "chi đoàn thanh niên" trong trường "phát động" lên rầm rộ để mừng ngày thành lập "đảng 3 tháng 2". Thầy cô phải hội họp liên miên. Học sinh các ban bệ được nghỉ những tiết (giờ) học phụ để tập dợt văn nghệ. Tôi có dịp gặp Phú thường xuyên hơn chỉ một mục đích là được nghe anh thổi kèn đệm cho tôi hát bởi tôi rất thích hát. Càng ngày tôi càng hát tự nhiên và chọn nhiều bài tôi thích như: "Tuổi Hồng",(4) "Tuổi Thần Tiên", (5) "Tuổi Biết buồn", (6) "Em Lễ Chùa Này", (7) "Những Ngày Xưa Thân Ái",(8) " Đốt Lá Trên Sân"(9)... Trong những bài tôi hát cho Phú nghe, anh thích nhất là bài "Đốt Lá Trên Sân", lúc nào anh cũng bảo tôi hát đi, hát lại bài đó nhiều lần. Ca hát đã kéo chúng tôi đến gần nhau hơn, thân thiết hơn. Dù vậy, với tôi vẫn không có một ý nghĩ nào đi xa hơn tình bạn, tôi xem anh như một người bạn lớn (hơn tôi đến 6 tuổi) trong trò chơi ca hát, như người anh đã đem đến cho tôi niềm vui chốc lát. Và tôi nghĩ, tôi cũng mang tiếng hát của mình để an ủi anh trong những lúc anh buồn nhớ chị Quế Mai. Tất cả điều tôi hiểu đó rất là đơn giản cho một tình bạn trong sáng vô tư, nếu không có những tin đồn từ phía anh. Một ngày nọ, tôi nhận được lá thư của anh gửi qua nhà "săn tin" Ngọc Dung, với tâm trạng sợ hãi, ngượng ngùng và cả nghi ngờ. Tôi biết chuyện này rồi thế nào cũng sẽ bùng lên như ngọn lửa từ cái miệng của Dung. Tôi sợ những thêu dệt sẽ gây nên sóng gió cho cuộc đời học sinh của tôi vốn đang êm ả. Rồi tôi sẽ bị đem ra làm đề tài cho mọi người cười chê, chọc ghẹo rằng một người con gái bình thường, nhỏ thó, xấu xí, gầy guộc, kém ăn nói như tôi lại dám có bồ, mà bồ với một anh chàng lém lỉnh, ăn nói hoạt bát như Phú. Phú đã từng bị "đồn" là "nạn nhân ái tình" của Quế Mai, có lẽ nào bây giờ lại đến lượt tôi? Tuy nghi ngờ, tôi vẫn mở thư anh ra xem để biết anh viết gì trong đó. Lá thư không phải là một thư tỏ tình, anh chỉ chép cho tôi một đoạn ngắn trong bài "Đốt Lá Trên Sân" trên một trang giấy học trò xếp đôi, được anh dán rất khéo phía sau một tờ bìa cứng màu xanh nhạt. Nét chữ anh viết như vẽ, hơi cẩu thả mà nhìn rất hay:

*"Bé có biết không khói mờ sắc huệ,*
*Khói trắng khơi lên kỷ niệm êm nhẹ*
*Ngày nào xa xôi cũng nhỏ như bé*
*Ngày còn mẹ cha, những chiều đốt lá*
*Khói nhắc cho anh những ngày vui khoẻ*
*Bóng dáng quê hương những chàng trai trẻ*
*Hình ảnh quay tơ, cánh đồng thơm lúa*
*Nhạc hành quân xa trên nẻo đường xa..."*

*Ghi lại những lời hát này cho em là lúc anh đang nhớ giọng hát của em da diết. Anh cứ mơ rằng sẽ có em bên cạnh để hát cho anh nghe hoài.*

*Mến em rất nhiều*

*Phú.*

Đọc xong lá thư, thấy Dung vẫn còn đứng đó, tôi biết Dung cũng rất tò mò muốn xem. Đến gần nó tôi chìa lá thư nói:

- Nè, coi đi, ổng có viết gì đặc biệt đâu, mai mốt nhà ngươi đừng có phóng tin sai lạc đi đâu hết nha.

Dung cầm lá thư liếc qua, rồi nó nhăn mặt nói:

- Sao nhà ngươi khờ quá, đây là bước đầu của màn bày tỏ tình cảm. Thấy chữ mến em không?

Tôi xí nhỏ:

- Mến em là bình thường, khi nào viết yêu em mới là mệt. Ông ấy đang yêu bà Quế Mai mà.

Dung bỗng xua tay lia lịa nói:

- Ấy chết! Không, không, không phải đâu, hồi đó ta cũng tưởng như vậy mà không phải. Quế Mai là bà con với ổng.

Tôi ngạc nhiên:

- Trời đất, người ta là bà con mà ai đồn kỳ cục vậy?

Dung ngập ngừng nói:

- Ờ… thì… thấy ổng hay đi với bà Quế Mai đó, nên… họ …đồn ra vậy đó mà.

Tôi lườm Dung:

- Người ta đồn hay là nhà ngươi đồn, lời đồn độc địa thiệt đó.

Dung cãi:

- Ta không có đồn, ta nói theo tin đồn thôi mà chính ổng cũng biết người ta đồn nên ổng mới đi đính chính đó.

Tôi im lặng, Dung đưa tay đẩy gọng kính cận lên rồi nói lảng sang chuyện khác:

- Ê! Ổng tâm sự với ông Hạnh nhà mình về nhà ngươi nhiều lắm nghe.

- Sao Dung biết?

- Thùy Dương nói cho tụi mình nghe chứ ai.

Tôi lắc đầu:

- Mai không tin chuyện nhảm đâu. Thôi bỏ đi. Mẹ ta mà biết được chuyện bồ bịch là ta bị bà thuyết giảng năm ngày, ba đêm đầy nước mắt đó biết chưa?

Nói rồi tôi bỏ đi. Chính tôi cũng đang bị hồi hộp, lo âu về chuyện giữa tôi và Phú, cái tật mê hát của tôi khi ở bên anh không thanh minh được cho sự đi chung một đường với Phú gần đây. Tôi cảm thấy mình thật có lỗi, tôi chỉ vừa mười sáu tuổi, tháng năm tới đây, tôi mới tròn mười bảy, mẹ tôi sẽ phải làm đơn xin miễn tuổi cho tôi được thi tốt nghiệp lớp 12. Ở tuổi này, cùng với hoàn cảnh sống khó khăn của gia đình tôi hiện tại, tôi không được phép nghĩ đến điều gì khác ngoài chuyện học hành bây giờ, và mơ ước một việc làm trong tương lai để phụ giúp mẹ tôi nuôi các em. Tôi luôn mong mọi sự vẫn êm đềm trôi mau cho đến ngày tôi học xong bậc trung học… Bỗng dưng một ngày, khi tôi nhận lá thư thứ hai của Phú, tôi bắt đầu bị run. Lần này anh chép cho tôi một bài thơ ngắn, vẫn trên tờ giấy học trò xếp đôi dán phía sau tờ bìa cứng màu xanh nhạt.

"*Quỳnh Mai thương mến.*

*Dạo này sao anh khó ngủ, đêm nào cũng trằn trọc nghĩ đến em, lấy harmonica ra thổi lại nhớ tiếng hát em ghê gớm. Không biết làm sao để giũ bỏ hình em ra khỏi đầu anh, liền ngồi dậy chép cho em bài thơ này, anh đọc ở đâu đó, không nhớ rõ.*

*Nếu là nắng, tôi sẽ là nắng Mai*
*Nếu là hoa, tôi sẽ là hoa Mai*
*Nếu là sương, tôi sẽ là sương Mai*
*Nếu là sao, tôi sẽ là sao Mai*
*Nếu là ngày, tôi sẽ là ngày Mai (**)*

*Em đã đem đến cho anh chút nắng mai ấm áp đầu ngày, và một niềm vui nhỏ mỗi khi anh nghĩ đến những gì mình sẽ làm cho ngày mai.*

*Nhớ em rất nhiều*

*Phú."*

Tôi run tay xếp lá thư lại, những giòng chữ của anh như có sức hút vô hình thúc giục tôi lại mở nó ra đọc, rồi xếp vào, lại mở ra, không biết bao nhiêu lần. Tôi biết mình đang bị luống cuống trong cảm giác xao xuyến lẫn xúc động. Tôi nhận ra sự yếu đuối của lòng mình, tôi bỗng thấy sợ đôi mắt tha thiết của anh, sợ nghe tiếng kèn *harmonica* quyến rũ, sợ cả những lần ngồi hát bên anh, sợ nhận những lá thư kế tiếp, sợ lời đồn đãi… Không, tôi phải vất bỏ ngay cái sở thích ca hát điên khùng của tôi để trở về những tháng ngày vô tư bên sách vở…Tôi tránh né những lần gặp anh, giờ nghỉ các tiết học phụ, tôi từ chối các buổi tập dợt văn nghệ để nhanh chân đi bộ về nhà. Tôi không còn đứng nơi cái góc vắng ở cuối hành lang những giờ ra chơi để nhìn xuống hàng cây xanh hai bên đường. Chỉ vì tôi sợ Phú sẽ đến chỗ đó tìm tôi... Rồi thì, lá thư thứ ba được chuyển đến, lại khuấy động tâm hồn tôi một rung cảm.

"*Quỳnh Mai thương mến.*

*Không được đi chung với em và nghe em hát mấy hôm nay buồn quá! Đêm nay lại bị mất ngủ vì em. Anh thơ thẩn ra ngoài hiên hút thuốc, nhìn lên bầu trời tối đen có vài ánh sao thưa mờ nhạt. Anh cố tìm trong những ánh sao ấy một ngôi sao nhỏ bé, tên là sao mai, để anh ước rằng, với sự mầu nhiệm nào đó sao mai sẽ hiện ra là em ngồi đây với anh. Chúng mình sẽ cùng ngắm sao và tự đặt tên cho những ngôi sao mình yêu thích, rồi em sẽ hát cho anh nghe bài: "Bài Ca Sao" thật ngọt ngào...*

*Sao hôm nay anh nhớ em nhiều đến thế, nhớ khuôn mặt xương xương, đôi mắt luôn mở to với cái nhìn trong sáng. Nhớ đôi má hồng và cử chỉ rụt rè mỗi khi em e thẹn. Rõ ràng em chẳng đẹp tí nào, mà sao nhìn em một lần rồi cứ thích nhìn em mãi, để khám phá ra một điều là em quá dễ thương. Dễ thương như những đoạn thơ rời này anh vừa tìm được, chép liền cho em đây:*

*Có đi qua xin em đừng đánh phấn*
*Tóc buông rèm lứa tuổi thích ô mai*
*Mắt vương tơ trong những phút học bài*
*Tay khéo léo khi đánh chuyền với bạn*

*(Hoàng Anh Tuấn)*

*Khi mới lớn tuổi mười lăm mười bảy*
*Làm học trò mắt sáng với môi tươi*
*Ta bước lên chân vẫn dạo bên người*
*Ngoài cặp sách trần ai xem cũng nhẹ*
*Đời thấp thoáng qua học đường nhỏ bé*

*Phố phường vui cuộc sống mới lên hoa*
*Ta ngồi nghe những tiếng thị thành xa*
*Hồn lơ đãng mộng ra ngoài cửa lớp*
*Nắng thuở đó làm lòng ta hồi hộp...*

*(Đinh Hùng - trích Khi Mới Lớn)*

*Và: Tôi trót yêu em giữa lặng thầm*
*Bao giờ chưa ngỏ mối tình câm*
*Mai kia nếu chết xin thành bướm*
*Chao cánh bên người suốt tháng năm (1)*

*Em cứ luẩn quẩn trong đầu anh cho anh sự nghĩ suy, nhung nhớ, em thấp thoáng trong tim anh cho anh nỗi bồi hồi theo từng nhịp đập của trái tim ...*

*Nhớ em rất nhiều*

*Phú"*

Càng đọc thư anh tôi càng thêm khổ sở, dằn vặt giữa sự trốn tránh và nôn nao. Tôi không biết phải làm sao. Thực sự đôi lúc tôi cũng thấy nhớ tiếng kèn *harmonica* của anh, nhớ những lần tôi ngồi bên anh hát say sưa. Tiếng hát, tiếng kèn hoà lẫn vào nhau bay trong hơi gió cho tôi những mơ ước, những tưởng tượng về mọi thứ đẹp đẽ trên cõi đời mà trong cuộc sống thực không bao giờ có được. Lá thư thứ tư lại tiếp tục chuyển đến, nhưng lần này tôi không dám mở ra xem. Tôi sợ mình không đủ cứng rắn giữ cho lòng được bình thản khi đọc những lời nồng ấm của Phú trao gửi. Nỗi lo sợ còn đang ray rứt thì sau đó, thêm vài lá thư nữa, lá thư thứ năm, thứ sáu, thứ bảy gửi đến tới tấp. Tôi vẫn nhất định không mở một lá nào ra đọc. Dự định sẽ tìm Dung nhờ trả lại cho Phú, tôi biết làm như thế Phú sẽ rất buồn, thà vậy còn hơn là cứ để đầu óc bị chi phối chuyện tình cảm này thì tôi sẽ khó lòng thi đậu. Tôi không muốn làm mẹ tôi thất vọng nếu như chuyện học hành của tôi không đến nơi đến chốn.

***

Đã ba hôm nay Dung không đi học, nghe nói nó bị ốm, tôi không biết nhờ ai để trả lại thư cho Phú, tôi giữ đến cái thư thứ chín rồi trừ đi ba cái đầu tôi đã mở ra đọc thì còn lại sáu cái vẫn y nguyên trong bao thư. Thư đầy cặp táp, tôi chỉ sợ một ngày nào mẹ tôi bắt được những lá thư này, tôi sẽ không biết ăn nói làm sao với mẹ. Sáng nay được nghỉ hai giờ đầu Anh Văn, tôi đi lang thang ra hành lang phía sau cửa lớp. Chỗ này rất vắng vẻ, tẻ nhạt, vì đứng trên lầu nhìn xuống chỉ thấy cái mái tôn nhà để xe đầy bụi với những nhánh cây khô rơi đầy trên mái. Tôi chợt nghe tiếng *harmonica* vẳng lại từ đâu đó giai điệu của bài "Tuổi Biết Buồn". Đúng rồi, tiếng kèn của Phú, sao nghe buồn quá! Âm thanh nỉ non như lời than muôn thuở của mưa trên hàng cây xanh ướt lá, trong những chiều mây đen kéo về u ám. Tôi muốn bỏ đi vào lớp để không còn nghe tiếng kèn đầy sức hút ma lực đó nữa. Đầu tôi nói thôi đi, mà chân tôi vẫn không chịu bước, lòng tôi chùng xuống theo nốt nhạc, hình ảnh những ngày ngồi hát bên anh lại thấp thoáng, dư âm một nỗi buồn nào đó thật xa vắng… Tôi cất tiếng hát khe khẽ:

- *Buồn đã tới rồi, một chiều tím trên sông, làm cho úa vàng từng mộng ước phai hồng. Ôi những chú nai tơ công chúa rừng già, nơi thiên đường xa cửa đã khép ngăn em về...*

Đột nhiên tiếng kèn im bặt, có tiếng nói chuyện lào xào vọng lên từ nhà xe phía dưới, tôi chắc Phú đang nói chuyện với ai đó. Tôi quay vào trong lớp thì thấy Hạnh đang ngồi một mình với đống giấy tờ trên bàn. Không thấy ai chung quanh, tôi nghĩ ra một điều, à chắc nhờ anh chàng Hạnh này được đây chứ chờ Dung thì lâu quá. Tôi tiến đến gần Hạnh hỏi:

- Anh Hạnh đang làm gì đó?

Hạnh ngẩng lên:

- Làm mấy cái báo cáo cho chi đoàn.

Tôi ngập ngừng hỏi:

- Em… muốn… nhờ anh một chuyện được không?

Hạnh cúi xuống xấp giấy tờ hỏi lại:

- Chuyện gì?

Tôi ngại ngùng vân vê cái quai cặp một lúc, rồi nói:

- Ừm… ừm, em... muốn... nhờ anh trả lại cho anh Phú giùm em mấy cái thư.

Vẫn không ngẩng lên, Hạnh hỏi:

- Thư gì?

- Thư của anh Phú gửi cho em.

Hạnh ngẩng lên, giọng ngạc nhiên:

- Thư của Phú sao lại gửi trả cho Phú?

Tôi cúi đầu ấp úng:

- Tại… tại em không dám đọc, cũng... không muốn nhận nữa.

Hạnh nhìn tôi một lúc, rồi nhún vai lạnh lùng nói:

- Sao Mai không trực tiếp đi gặp Phú mà trả phải nhờ

tôi. Tôi không giúp Mai được đâu.

- Anh ráng giúp giùm em đi. Em không dám gặp anh Phú.

Hạnh nhìn tôi:

- Tại sao Mai lại không dám gặp Phú? Hồi đó vẫn đi chung với nhau kia mà.

Tôi mím môi im lặng, không biết phải giải thích thế nào cho Hạnh hiểu. Hồi đó là khác, tôi đang vô tư. Bây giờ tâm hồn tôi đã không còn bình yên để gặp anh như trước nữa, sóng gió đã ngập đầy trong mắt, trong tim.Tôi nghe giọng Hạnh dịu lại:

- Phú thích Mai lắm đó, gặp Mai lúc này nó rất vui. Đừng trốn tránh nó nữa.

Tôi sững sờ khi nghe Hạnh nói, lại gần hơn phiá bàn Hạnh ngồi, tôi năn nỉ:

- Em không muốn gặp anh Phú đâu, xin anh giúp em đi, vừa nói tôi vừa móc xấp thư ra đưa cho Hạnh. – Anh không biết đâu, nếu gặp em mà anh Phú vui thì em lại buồn, em có nhiều nỗi khổ tâm không nói được.

Nói xong tôi đặt xấp thư gần ngay chỗ Hạnh ngồi, rồi vội vã chạy đi, mặc cho Hạnh gọi vói theo:

- Mai, Mai.

Tôi chạy nhanh xuống cầu thang như chạy trốn, phải, tôi cần phải trốn tránh Phú như trốn một âm thanh buồn đầy quyến luyến, một ánh mắt nồng nàn, tha thiết. Từ lầu ba tôi lao xuống lầu hai, lầu một như bay.Trong khoảnh khắc đó, tôi cũng cảm thấy người mình nhẹ như lướt trên mây. Gió thổi ù ù bên tai; những gợn mây bông trắng sát trên đỉnh đầu toả ra một làn khói mờ, mong mỏng bao quanh lấy tôi. Có tiếng sáo từ xa vọng lại, ồ không! Tiếng *harmonica* mới đúng, đang du dương theo làn khói của mây một điệu hát:

"*Khói, khói lên nhỏ nhoi, khói lên nhẹ hơi, khói lên lả lơi, khói lên đầy vơi, khói lên tả tơi, khói lên đẹp ngời…*"

Chợt tôi va vào một vật gì rất mạnh làm tôi ngã chúi nhũi, chiếc cặp táp văng xuống mấy bậc thang. Tôi cố với chiếc cặp thì một bàn tay ai đó đã nâng nhẹ tôi lên. Một giọng nói ấm áp quen thuộc:

- Kìa Mai, em có sao không? Đi đâu mà chạy gấp vậy để cho té?

Tôi ngước lên, một phút sững sờ, trời ơi! Phú! Không, tôi phải đi trốn anh. Tôi ngồi dậy, định chạy đi, nhưng rồi một cảm giác đau buốt ở đầu gối làm tôi khuỵu xuống ngay. Tôi mím chặt môi cố nén đau, nắm lấy tay vịn ở thành cầu thang gượng dậy. Tôi ước sao mình có thể chạy thật nhanh ra khỏi chỗ này. Phú ấn vai tôi ngồi xuống nhẹ nhàng bảo:

- Chắc em bị trặc chân rồi phải không? Đừng cố đứng lên làm gì, em sẽ bị đau thêm đó.

Tôi cúi đầu không nói, sao tôi lại rơi vào hoàn cảnh khó xử thế này. Phú đưa cho tôi chiếc cặp táp, anh hỏi giọng buồn bã:

- Sao dạo này em cứ tránh né anh hoài vậy? Em có đọc thư của anh không?

Tôi lí nhí:

- Em không dám đọc…

Tôi nghe tiếng Phú sát bên tai:

- Sao không dám đọc?

Tôi bực tức nói:

- Em còn phải học hành nữa, anh có biết không? Em mới nhờ anh Hạnh trả lại anh mấy lá thư anh gửi hôm trước đó.

Tôi nghe tiếng Phú thở dài, rồi anh lặng lẽ ngồi xuống gần bên tôi nhỏ nhẹ nói:

- Nếu vì lo chuyện học hành mà em không muốn đọc thì anh sẽ không viết cho em nữa. Còn em không dám đọc, thì anh sẽ đọc những lời anh viết cho em nghe.

Tôi đính chính:

- Không, em nói lộn rồi, em không muốn đọc, cũng không muốn nghe.

Nói xong, tôi gượng đứng dậy, đầu gối bên phải nhói đau một chút nhưng tôi vẫn cố đứng hẳn lên và nói tiếp:

- Thôi để em đi về lớp, anh nhớ gặp anh Hạnh lấy lại thư nha?

Thấy tôi hãy còn chao đảo, Phú đứng dậy theo:

- Em còn đau chân không mà cứ ráng đi vậy? Hôm nay em có giờ nghỉ không? Anh muốn nói chuyện với em một chút.

- Anh muốn nói gì thì nói ở đây cũng được mà. Tôi vừa nói vừa chậm rãi nhấc từng bước lên cầu thang.

Phú nhanh chân bước lên phía trước mặt tôi:

- Anh không muốn nói ở đây, anh muốn nói ở chỗ khác.

Tôi im lặng, tiếng anh năn nỉ:

- Anh chở em ra Tao Đàn chơi nhé, hát cho anh nghe một lần này nữa thôi, mai anh nghỉ học rồi.

Tôi giật mình hỏi lại:

- Mai anh nghỉ học? Tại sao? Gần thi kỳ 2 rồi mà.

Phú lắc đầu buồn buồn nói:

- Anh phải đi làm phụ với mẹ anh, mẹ đã khổ vì anh nhiều quá rồi, anh không còn tâm trí nào để ngồi học nữa.

Lời anh nói gợi lên cho tôi một nỗi đồng cảm xót xa, tôi cũng đã từng nghĩ đến chuyện nghỉ học để đi làm đó thôi. Nhưng tôi không biết với sức lực của tôi như vầy, tôi sẽ làm được gì để kiếm tiền phụ giúp mẹ tôi chứ?

- Anh sẽ không quấy rầy em bằng những lá thư vớ vẩn nữa đâu, để cho em yên tâm học hành. Hôm nay anh chỉ xin em một điều là hãy đi chơi với anh lần cuối…

Tôi đứng lại suy nghĩ, tôi không thể trốn anh được nữa. Anh đã bắt được tôi và đang cố giữ tôi trong ánh mắt tha thiết lại biết năn nỉ của anh. Giọng nói ấm áp khẩn khoản như cứ thúc hối tôi phải gật đầu.

- Đi nhé, anh năn nỉ đó, chỉ một lần này nữa thôi. Đi!

- Em chỉ được nghỉ có hai giờ Anh văn đầu thôi, hai giờ sau là chính trị phải có mặt.

- Anh sẽ chở em về đúng giờ chính trị. Đi nhé.

Tôi không đủ cương quyết để từ chối anh, đành phải từ từ bước xuống cầu thang…

***

Vườn Tao Đàn vẫn những hàng cây xanh rậm bóng mát, anh vẫn chọn chiếc ghế băng cũ bên tàng cây to lớn như bao nhiêu lần tôi và anh đã ngồi ở đây. Tôi nhìn lên vòm cây để tìm bóng những con chim sẻ rúc rích trong ấy, nhưng sao bây giờ im lặng quá! Bầy chim đã đi đâu hết rồi?

Phú ngồi xuống bên tôi nói:

- Hên quá, anh cứ đang lo là sẽ không gặp được em hôm nay thì không biết chừng nào mới gặp lại. Nói rồi, Phú móc trong trong túi áo ra cây *harmonica*, vẫn thói quen nhấp nhấp trên môi vài lần. Phú hỏi:

- Em có mơ ước sau này em sẽ làm nghề gì không?

Tôi gật đầu:

- Có chứ, hồi còn nhỏ em thường mơ lớn lên sẽ làm cô giáo dạy môn Việt văn, bây giờ thì em hết mơ rồi.

- Tại sao?

- Vì em không thích môn văn nữa. Còn anh?

Xoay xoay cái kèn trong tay, Phú nói:

- Anh mơ sẽ là kiến trúc sư, anh sẽ xây cho mẹ anh một căn nhà thiệt đẹp.

Rồi Phú quay sang nhìn tôi lắc đầu tiếp:

- Nhưng "đời không như là mơ, nên đời thường giết chết mộng mơ" là vậy.

Tôi nhìn lên vòm cây để tránh ánh mắt của Phú, chợt anh nắm lấy tay tôi vuốt nhẹ, tôi định rụt tay lại, nhưng thấy anh nhìn bàn tay tôi chăm chú nên tôi để yên tay mình trong bàn tay anh. Phú nói:

- Tay em nhỏ xíu à há, vậy chứ bàn tay này cực việc

nhà lắm nghe.

Tôi tò mò hỏi:

- Bộ anh biết coi bói hả?

- Ừ... cũng biết chút chút.

Tôi thích thú hỏi tới:

- Anh còn thấy gì trong bàn tay em nữa không?

Phú ngắm nghía bàn tay tôi:

- Anh thấy em là một cô gái rất tốt, hiền lành và mộc mạc. Anh rất thích cái đức tính này của em, khi nói với em những điều này sao tim anh hồi hộp ghê, nghe nè. Phú vừa nói vừa để bàn tay tôi lên ngực trái của anh.

Tôi rụt tay lại vùng vằng:

- Thôi, anh lạc đề quá à, đang nói chuyện bói mà, anh làm gì kỳ vậy.

Phú cười cười:

- Ờ, thì anh đang bói cho em thiệt mà. Im lặng vài giây rồi anh vuốt tóc tôi, nhỏ nhẹ tiếp: - mai mốt mà không gặp được em nữa, anh buồn lắm…

Tôi lại nghe tiếng anh thở dài, nhìn trong ánh mắt anh, tôi thấy một sự nồng ấm thân thiện. Tôi muốn nói với Phú rằng, tôi cũng sẽ buồn giống như anh vậy cho dù tôi đã cố trốn tránh anh. Tôi vẫn không sao quên được tiếng kèn *harmonica* êm ái. Rồi đây âm vang của nó chỉ còn trong tâm tưởng mà thôi. Bất chợt tôi nói:

- Thôi mình hát bài gì đi anh?

Phú đưa kèn lên môi. Anh bắt đầu bài "Đốt Lá Trên

Sân?"*, tôi hát theo những nốt nhạc buồn. Lần này tôi tưởng tượng ra Phú và tôi đang ngồi trên một sân cỏ nhìn đống lá khô đang cháy, Những làn khói bay lên xông vào mắt tôi cay cay. Khói làm tôi chảy nước mắt cho ngày buồn hôm nay và cả những ngày sắp tới. Không biết rồi tương lai anh sẽ đi về đâu?… Tôi hát trong nghẹn ngào:

"*Đốt lá trên sân, nhớ từng đốm lửa, bến nước năm xưa chuyến đò neo ngủ, một bài dân ca, ấm lòng quê cũ, ngọt ngào lời ru mối tình ngàn xưa.*"

Rồi Phú cất tiếng hát tiếp:

"*Nếu bé yêu anh, anh mời đến ở, dưới mái đơn sơ, nơi vườn xanh cỏ ngày thì chia nhau sách đọc cũ mới để chiều còn ra quét vườn tưới lá…*"

Tôi nghe Phú hát mà lòng buồn man mác, anh lại thổi, ngừng một chút anh hát và thổi. Chúng tôi cùng hát bên nhau những bài hát cũ. Mặt trời đang ghé qua trên tán lá xanh rọi một tia nắng vàng ấm dịu xuống chỗ tôi và Phú, nắng cũng muốn thưởng thức lời hát của chúng tôi. Ồ, hình như cũng có tiếng chim sẻ vừa bay đến phụ họa nữa, và rồi có cả tiếng gió rù rì hoà theo…

- Mai biết không, mấy hôm trước không gặp được em đó, anh buồn lắm ngày nào đi học về cũng ra đây ngồi thổi mấy bài em hát lúc trước cho đỡ buồn.

Tôi cúi đầu im lặng, tay vân vê cái quai cặp một lát, rồi ấp úng:

- Anh Phú à… ừm… em rất cảm động với… những… tình cảm anh dành cho em qua mấy bài thơ hay và những lời anh viết rất đẹp… em… cám ơn anh…

Phú nghiêng đầu nhìn tôi:

- Tình cảm mà sao nói cám ơn được hả em?

Cả hai chúng tôi cùng im lặng, tôi không biết phải nói tiếp câu gì và chắc anh cũng thế. Giây phút im lặng sao ngột ngạt và vô vị quá. Có một điều gì vô hình như đang rạn nứt từ từ trong tôi… đau xót. Phú dơ tay nhìn đồng hồ rồi nói:

- Mai, anh muốn chở em đến thăm mấy người bạn thương binh của anh. Hôm trước anh có nói với tụi nó là anh có một cô bạn nhỏ hát rất hay, anh hứa sẽ đưa em đến chơi. Nếu lần này anh không đưa em đến đó, thì tụi nó sẽ nói anh xạo.

Tôi lo lắng hỏi:

- Mình có về kịp giờ chính trị không anh?

Phú chặc lưỡi, lắc đầu:

- Em quên cái môn chính trị đó vài phút được không?

- Sao em dám quên, anh biết bà cô dạy chính trị rất khó…

Phú ngắt ngang lời tôi:

- Kệ bả đi, anh muốn em đi thăm bạn anh với anh, để em chứng kiến tận mắt những "Les Misérables" tại đất nước mình chứ không phải chỉ ở nước Pháp xa xôi của ông Victor Hugo đâu. Rồi em sẽ có thêm ý tưởng để dẫn chứng cho phần phân tích tác phẩm "Những Người Khốn Khổ" đó. Đi nhé!

Tôi nhìn đôi mắt tinh nghịch của Phú lúc này đang nhấp nháy thuyết phục. Anh mỉm cười ra lệnh:

- Đi!

Tôi đứng lên:

- Phải chở em về cho kịp giờ chính trị.

- Được!

***

Con hẻm nhỏ ngoằn ngoèo đầy những ổ gà đọng nước, mùi hôi của cống nghẹt gần đó xông lên mũi làm tôi thấy khó chịu. Tôi đi bộ theo Phú vào sâu trong con hẻm, những ngôi nhà ọp ẹp gán ghép bằng những thanh gỗ mỏng, ngang dọc nằm san sát bên nhau, tiếng người nói chuyện ồn ào, tiếng chửi thề ỏm tỏi.Tôi đã quá quen thuộc với những khu xóm lao động nghèo như thế này. Phú dừng lại trước một căn chòi gỗ mái tôn thấp lè tè, có cánh cửa màu vàng nhạt đã tróc sơn gần hết. Một khung cửa sổ nhỏ đã bị gãy mất một cánh bên phải. Tôi ngại ngùng bước vào trong theo Phú, căn nhà hơi tối và nóng hầm hập. Tôi giật mình thấy hai người đàn ông ngồi trên tấm phản cũ kỹ, chung quanh bề bộn những bó dây lạt dài, họ đang lần tay đan rổ. Một người bị mù, còn người bên cạnh thì bị cụt hai chân lên tới đùi. Nhìn quanh căn phòng chỉ có một cái bàn gỗ vuông nhỏ, trầy trụa nhiều vết cắt, và vài cái ghế đẩu. Phú bắt tay người đàn ông cụt chân:

- Chào anh Phong. Rồi anh vỗ vai người đàn ông mù-khoẻ hả anh Tú? Bữa giờ đan được nhiều rổ không?

Người mù trả lời:

- Cũng tàm tạm.

Tôi nhìn người đàn ông cụt chân gật nhẹ đầu:

- Dạ chào hai anh. Trong khi Phú giới thiệu:

- Đây là Mai bạn học chung trường với tôi đó.

Người đàn ông cụt hai chân mỉm cười nói:

- Ờ, chào em, ngồi chơi đi, nhà không có bàn tay đàn bà nên bừa bãi quá.

Tôi nói nhỏ:

- Dạ không sao.

Phú nhìn quanh hỏi:

- Thằng Hải đâu anh Phong? Hôm nay nó có đi hát dạo không?

Anh chàng Phong chỉ vào trong:

- Nó kêu nhức đầu nằm trong kia kìa, chắc chiều mà bớt thì nó với thằng Bình đi hát ở chợ Nguyễn Tri Phương cho gần.

Phú bước vào nhà trong, tôi khép nép ngồi xuống cái ghế đẩu ở gần cái phản. Phong, người đàn ông cụt chân hỏi tôi:

- Em học lớp mấy?

- Dạ lớp 12.

- Năm nay là năm cuối đó hả?

- Dạ.

Vừa nói tôi vừa quan sát người đàn ông mù tay đưa thoăn thoắt trên cạp rổ, anh Phong sáng mắt mà làm không nhanh tay bằng. Khi đan hết vòng rổ, ông quờ quờ tay tìm một dây lạt khác. Tôi nhích tới đẩy bó dây lạt lại gần tay ông hơn. Ông nắm bó lạt dầy và mò mẫm tháo dây. Tôi đứng lên kéo một bó lạt khác gần đấy, nhanh nhẹn tháo dây ở đầu rồi tới gần đưa tận tay cho ông:

- Bó này em tháo dây rồi nè anh.

Ông Tú cười hóm hém nắm lấy bó lạt:

- Ồ, cảm ơn cô nghe.

- Dạ không có chi, để em tháo hết dây ở mấy bó lạt kia luôn cho anh dễ làm nghe.

Phong giơ tay cản:

- Đừng, đừng, em chỉ cần tháo hai bó nữa thôi là được rồi, đừng tháo nhiều quá nếu làm không xong lại phải cột nó lại, mất công lắm.

Phú bước từ nhà trong ra cùng với một anh thanh niên trẻ, mặt mũi sáng sủa, đẹp trai. Anh này bị cụt bên chân trái lên tới đầu gối. Anh chống nạng đến gần cái ghế đẩu, rồi gác cây nạng vào góc tường ngồi xuống, nhìn anh, tôi chưa kịp lên tiếng thì anh đã oang oang hỏi:

- À, đây là cô bé Quỳnh Mai của mày đó hả Phú?

Phú ừ lớn rồi quay sang tôi nói:

- Đây là Hải bạn đồng ngũ với anh.

Tôi gật nhẹ đầu:

- Chào anh Hải.

- Chào cô em gái hậu phương.

Anh Phong lên tiếng:

- Thôi đi, giờ này còn em gái hậu phương gì nữa, thời chinh chiến xưa qua rồi.

- Biết là vậy, nhưng lâu lâu tôi cũng thích nhắc để cho

có màu kỷ niệm mà.

Anh Phong bực bội:

- Kỷ niệm cái con…

Phú nhanh miệng tằng hắng lớn ngắt tiếng anh Phong:

- A, A, có nữ sinh ở đây nghe, ý tứ giùm đi mấy ông.

Tôi quay sang hỏi Phú:

- Mấy anh đi lính cùng ngành với nhau hết hả?

Anh Phong nhanh miệng nói:

- Không, tôi với ông Tú mù loà này (anh khoác vai ông Tú) đi pháo binh, còn hai thằng lính sữa kia, (anh chỉ tay về Phú và Hải) thêm một thằng sữa nữa đang ngủ khò ở trong thì đi bộ binh nhưng công việc của nó là trinh sát.

Tôi à nhỏ, rồi lại hỏi:

- Trinh sát là làm công việc gì vậy hả anh?

Phú nheo mắt:

- Em muốn biết lắm sao?

- Dạ cũng hơi tò mò.

Hải nói:

- Lính trinh sát là một đơn vị đặc biệt, do một đại đơn vị đó thành lập nên, ví dụ cấp trung đoàn mới có một đại đội trinh sát, cấp sư đoàn có một đại đội trinh sát của sư đoàn.

Phú đập vai Hải:

- Mày nói như vậy ai mà hiểu được, phải giải thích trực tiếp, cứ nói chung chung cấp trung đoàn với sư đoàn nghe rối cả tai. Để tao nói cho.

Rồi Phú quay sang tôi tiếp:

- Thông thường trinh sát như tụi anh có nhiệm vụ là đi dò thám, săn lùng địch trước, gọi là đi tìm địch. Nếu địch đông quá thì gọi cho đại đơn vị đến đánh. Trinh Sát thì cấp trung đoàn mới tự thành lập ra một đại đội trinh sát riêng cho trung đoàn đó. Cấp sư đoàn cũng tự thành lập ra một đại đội trinh sát của sư đoàn. Họ tự tuyển lính trong đơn vị của họ xem anh nào gan dạ nhất, can đảm và giỏi thì lập nên một đại đội trinh sát để đi hành quân. Chỗ nào khó khăn, địch mạnh, lính bình thường không thể vào đánh được thì thảy lính trinh sát vào. Họ là những người lãnh nhiệm vụ nguy hiểm và đi tiên phong.

Tôi tròn mắt nhìn anh khâm phục:

- Trời ơi hồi xưa đội của anh hay quá vậy!

Phú cười chua chát:

- Ừ hay lắm, lý tưởng cho quê hương nhiều lắm. Biết bao nhiêu thằng lính trẻ trong bọn anh, hy sinh cũng lắm, thằng tàn phế, thằng mất xác, phanh thây cũng nhiều, rốt cục thì được gì… thua trận, đau đớn, tủi nhục, uất hận…

Anh Phong ngắt ngang lời Phú:

- Thôi đi mày ơi, than trách làm chi để thêm nhức nhối lòng mình.

Tôi nhìn anh Phong, thấy sự bực mình hiện trên nét mặt anh nhăn nhúm đau khổ. Anh không muốn nhắc lại chuyện buồn của những ngày qua. Những ngày anh và anh Tú cùng nhiều bè bạn khác đã hy sinh một phần thân thể mình cho sự tự do và yên ấm của miền nam yêu thương. Để rồi bây giờ tự do đã bị tước đoạt, yên ấm đã không còn, cho các anh phải đối đầu với một thảm cảnh thê lương mới trong đời sống cơ hàn vất vưởng. Tôi hiểu được điều đó trong ánh mắt và trong câu nói đầy chán nản của anh. Tôi nói:

- Chính em cũng thấy buồn cho số phận của những người lính như mấy anh, dù rằng em còn nhỏ chưa hiểu biết gì nhiều về cuộc chiến của nước mình. Nhưng em có nghe bà ngoại em nói, chế độ cộng sản tàn ác lắm. Bởi vậy năm năm mươi tư mới có nhiều người di cư vào Nam tìm tự do. Bây giờ mấy chục năm sau, mình không may lại đang bị cầm quyền bởi cái thể chế tàn ác này…

Anh Phong nhìn tôi gật gù:

- Em còn nhỏ mà coi bộ cũng có suy nghĩ dữ há.

Phú chen vào đùa:

- Trời, dân học ban C mà ông, chuyên viết bình luận với xã luận không đó.

Tôi cười bẽn lẽn:

- Không có đâu, anh cứ nhạo báng hoài.

Hải cười cười:

- Thằng Phú nó chỉ giỏi nhạo thôi chứ nó mà báng là Quỳnh Mai chết với nó lâu rồi.

Tôi ngơ ngác hỏi lại:

- Là sao vậy anh?

Phú đánh đầu Hải:

- Nói nhảm không à, em đừng có nghe nó.

Tôi quay sang hỏi anh Phong:

- Anh Phong đi pháo binh là lính gì hả anh?

Anh Phong nói thao thao:

- À, lính pháo binh là lính bắn súng lớn, còn gọi là súng Cà nông đó như đại bác 105 ly, đại bác 155 ly hay đại bác 175 ly. Đây là một binh chủng đi đánh trận nhưng đóng súng ở từ xa bắn yểm trợ cho đơn vị bạn là bộ binh hay nhảy dù, thủy quân lục chiến, biệt động quân, biệt kích, địa phương quân. Tóm lại lính pháo binh sẽ bắn yểm trợ cho đơn vị đang đi hành quân chạm địch. Mà em biết không? Muốn có pháo binh yểm trợ được, cần phải có sĩ quan Tiền Sát Viên pháo binh đi theo với các đơn vị bộ binh đó. Các sĩ quan Tiền Sát viên này là những sĩ quan pháo binh mới ra trường cấp chuẩn úy, thiếu úy, nhiều khi có cả trung úy nữa, phải đi hành quân chung với bộ binh. Khi nào đụng địch thì gọi về các đơn vị pháo binh đặt phía sau bắn tới yểm trợ. Họ đi làm Tiền Sát Viên một thời gian một năm hay hai năm thì được về coi 2 khẩu đại bác gọi là làm trung đội trưởng. Sau nhiều năm giỏi hơn có kinh nghiệm hơn và lên cấp bậc cao hơn thì sẽ làm pháo đội trưởng. Một pháo đội có sáu khẩu. Một tiểu đoàn có ba pháo đội tổng cộng 18 khẩu. Trung đội trưởng đúng cấp số là trung úy, pháo đội trưởng là đại úy. Tiểu đoàn trưởng là trung tá. Tới đây em hiểu về pháo binh chưa?

- Dạ..., chút xíu thôi, hồi đó anh là trung đội trưởng hả?

- Đâu có, anh chỉ là trung sĩ quèn thôi sai đâu thì bắn đó, rồi anh đưa tay chỉ một vòng tiếp, ở đây tụi anh là hạ sĩ quan không à.

- Lính Cộng Hòa của mình hồi trước nhiều ngành quá

hả anh?

- Nhiều lắm, đúng ra phải gọi là binh chủng, chứ không phải là ngành, mà binh chủng nào cũng được đào tạo rất nghiêm minh, vậy mà tới phút cuối phải đầu hàng mới tức chứ! Vừa nói anh vừa đập tay xuống phản.

Bỗng anh Tú lên giọng:

- Tại thằng Mỹ đểu nó bỏ rơi mình, chứ nếu nó còn giúp mình chưa chắc tụi việt cộng vô nổi. Nhớ năm 68 không, nó tàn sát dân Huế, tính chiếm Huế, ngay cả khi nó tấn công tới Sài Gòn mình còn đánh bật tụi nó ra mà.

Phú thở dài:

- Số phận đất nước mình thiệt là khổ.

Anh Phong quay qua tôi nói:

- À, nói cho em biết thêm về lính Cộng Hòa mình còn một quân chủng không quân cũng yểm trợ cho các đơn vị nào đánh nhau với việt cộng. Không quân thả bom xong rồi về với vợ, anh nào chưa có vợ thì về với đào, ai chưa có đào thì đi cua đào. Ngày mai tới phiên trực của mình thì đi thả bom tiếp. Có bao nhiêu con gái đẹp thì không quân cuỗm trước, vì quởn quá mà. Nói tới đây anh, Phú, Hải và Tú cùng cười. Chỉ tay vào mình, Phong tiếp:

- Còn pháo binh tụi anh, hễ bộ binh đang đánh nhau với việt cộng thì mình bắn đại bác tới yểm trợ cho bộ binh. Hết đánh nhau, vẫn phải nằm tại chỗ chiến trường đó, không, ở đàng sau chiến trường một tí, chờ có đụng trận thì bắn tiếp. Đâu có được tự do về thành phố để gặp các em gái đâu.

Tôi cười nhẹ:

- Anh kể chuyện tếu quá!

Hải thêm vào:

- Chưa hết đâu, em có nghe ngày xưa người ta hay chế giễu rằng "Em ơi đừng lấy pháo binh, đêm đêm nó bắn rung rinh cái giường" không? Đúng vậy, một quả đạn của pháo binh cũng to gần bằng quả bom nhỏ, mỗi khi đạn pháo binh ngang qua đầu mình, nhà cửa rung rinh, tung lên các đồ vật trong nhà...

Tôi gật đầu nói ngay:

- Dạ, em còn nhớ cái cảm giác mà đạn nổ lớn đến rung chuyển nhà cửa, thấy sợ lắm là hồi năm 68…

Hải cắt ngang lời tôi:

- Không, cái rung chuyển nhà cửa em nói là khác, còn ở đây người ta nói rung rinh cái giường là cố ý nói cái khác nữa, chắc em hiểu phải không?

Tôi bối rối nói bừa:

- Dạ… chút xíu.

Tôi vừa dứt lời thì cả 4 người đàn ông đều phá lên cười nắc nẻ; tôi ngơ ngác không hiểu họ cười cái gì, rồi thấy Phú đập vai Hải:

- Thôi đủ rồi không nói nhảm nữa nghe mày.

Hải gạt tay Phú:

- Mẹ, hôm nay mày ăn hiếp tao hơi nhiều nghe, tại tao nể có em gái Quỳnh Mai ở đây nên tao nhường mày đó, đừng có được đằng chân lân đằng đầu biết không hả?

Giọng ông Tú từ tốn hỏi:

- Tôi nghe Phú nói cô Mai hát hay lắm phải không? Bữa nào có dịp ở chơi lâu cô hát cho tụi này nghe với.

Tôi nói:

- Dạ… Em thích hát, mà hát được thôi, chứ không hay đâu, anh đừng có nghe lời anh Phú nói.

Tiếng ông Tú lại hỏi:

- Cô có biết nhạc lính nhiều không?

Tôi lắc đầu nói huyên thuyên:

- Dạ…em biết ít lắm, bài nhạc lính đầu tiên mà em biết hồi em còn nhỏ khoảng 5 hay 6 tuổi gì đó là bài "Hoa Trinh Nữ", tại trong bài đó có nói đến ông vua với hoàng hậu nên em rất thích, suốt ngày cứ hát nghêu ngao hoài. Lúc đó, mỗi lần nhà em có khách là ba em hay kêu em ra hát cho khách nghe, mà hồi nhỏ thì tính em nhút nhát hay mắc cỡ, ra chỗ đông người em không chịu hát, làm cho ba em bị quê hoài hà.

Phú cười nói thêm:

- Bây giờ em cũng vẫn còn mắc cỡ, nhút nhát vậy, chứ có dạn dĩ được chút nào đâu.

Hải cãi:

- Ê! Em có nhút nhát thì mày mới dắt em tới đây được, em mà dạn dĩ mày bị xỏ mũi đi chỗ khác rồi.

- Mày lại nói nhảm.

Tôi nhìn sang Phú, đưa ngón trỏ chỉ vào cổ tay mình nhép miệng:

- Tới giờ chính trị…

Phú lắc đầu nhép miệng lại:

- Quên nó đi.

Tôi nói lớn:

- Không, em phải về học…

Hải nhìn Phú, rồi nhìn sang tôi hỏi:

- Cái gì vậy?

Phú nói:

- Nãy giờ mình đã cùng nhau thảo luận về chính trị rồi đó.

Tôi vùng vằng:

- Thôi, anh cứ giỡn hoài.

Hải lại hỏi:

- Chuyện gì?

Phú đứng lên thở ra:

- Em siêng học quá, không dám bỏ hai giờ chính trị, thôi tao phải chở em về trường đây.

Ba người đàn ông cùng nói:

- Ủa về bây giờ hả?

Tôi gật đầu:

- Dạ, em còn có hai giờ học nữa, em phải về, chào mấy anh nha, mấy anh vui quá.

- Mai mốt nói Phú chở cô đến chơi nữa nhé, đến ngồi tháo dây lạt hộ tôi. Giọng ông Tú nói vui.

- Dạ.

Tôi quay ra cửa, sau khi gật đầu chào Hải lần cuối, Hải nháy mắt:

- Tiếc quá, em phải về đi học không nghe em hát lần này. Thôi lần sau nhé.

Phú giơ tay trước mặt Hải:

- Có lần sau nữa đâu mà hẹn.

- Sao vậy? Hay lần sau dắt em khác về?

- Im cái miệng thối của mày lại đi!

Hải nói lại:

- Tao nhường mày bữa nay thôi nhe.

Bước ra cửa, tôi thoáng nghe phía sau tiếng ông Tú hỏi:

- Con bé ấy có giọng nói thanh tao quá, mặt mũi ra sao mày?

Tiếng ông Phong nho nhỏ:

- Dễ thương lắm, coi rất hiền lành.

Rời khỏi căn chòi ọp ẹp đó, hình ảnh ba chàng thương binh nghèo, vui tính vẫn còn theo tôi đi ngược ra ngoài hẻm với Phú. Tôi nhớ đến lời anh Phong nói, chiều nay Hải và một người bạn khác sẽ đi hát dạo ở chợ. Mặt trời bây giờ đã lên cao một chút và đang tỏa hơi nóng ra từ ánh nắng chói chang. Vậy, lát nữa đây, dưới cái nắng càng lúc càng thêm gay gắt anh sẽ phải chống nạng đi bao xa, hát bao nhiêu bài đến khan tiếng để đổi lấy những đồng tiền bố thí. Còn anh Tú, anh Phong tàn tật, mù lòa mà vẫn phải ngồi đan rổ để tự kiếm sống. Tôi khâm phục và biết ơn sự hy sinh của những người lính như các anh trong chiến tranh. Tôi đau xót cho sự mất mát quá nhiều đó, đã chẳng được đền bù xứng đáng, lại còn bị những kẻ thắng ngược đãi. Ôi, cuộc đời sao nhiều bất công tàn nhẫn quá, chân lý thiện thắng ác rõ ràng đã bị đảo lộn trong thế giới cộng sản này rồi!!! Tôi thấy chán ghét những bài học chính trị sắt thép, tôi căm hận những lời lẽ ghép tội thật bẩn thỉu cho những người lính Việt Nam Cộng Hòa như các anh, như cha tôi. Tôi ghê sợ nền văn học cách mạng đầy súng đạn khát máu, thù hằn mà tôi đang phải học mỗi ngày, nó có ích lợi gì cho tôi trong tương lai chứ?

- Mai đang nghĩ gì thế?

- Em đang nghĩ... đến những anh bạn thương binh khốn khổ của anh đó. Em thấy tội họ quá!

- Ừ, tội nhất là anh Tú đó, đan một cái rổ có vài xu à, anh ấy phải đan ngày đan đêm mà vẫn không đủ sống. Nhìn anh ấy, anh thấy mình có lỗi quá, mình còn khoẻ mạnh, lành lặn cứ phải sống bám vào cha mẹ hoài.

- Em cũng vậy.

- Không, em là con gái, hoàn cảnh em khác.

Con đường trở về trường đã không dài như tôi mong ước khi Phú ngừng lại thả tôi vào trường. Tôi bỗng tiếc nuối giây phút phải xa rời anh, tôi không còn muốn vào học giờ chính trị nữa. Tôi bực bội với chính mình sao tôi lại mâu thuẫn như thế, cách đây mấy phút tôi đã đòi anh chở tôi về cho kịp giờ học mà. Bây giờ trước cửa trường tôi lại phân vân. Ngày mai tôi sẽ không còn thấy anh đâu đó trên sân trường, hay trên hành lang qua các dãy lớp học. Tôi sẽ hết được nghe tiếng *harmonica* êm ái để tôi thả hồn theo những ước mơ thần tiên. Sao tôi đã muốn trốn tránh rồi lại muốn gặp anh. Phú nhìn tôi với ánh mắt buồn tênh, lưu luyến, bàn tay anh cứ nắm chặt tay tôi không buông…

Tôi quay đi, không dám nhìn Phú lâu hơn, tôi sợ lòng tôi yếu đuối... Thôi đành vậy, tôi phải lo học trước đã, dù tôi có chán ghét học đường, nó vẫn là con đường để dẫn tôi đi đến một tương lai không biết là sáng hay tối... Tôi nói nhỏ:

- Thôi em vào học nha, anh về đi, chúc anh gặp nhiều may mắn trong tương lai.

Phú nghiêng đầu nhìn tôi:

- Chúc em thi đậu!

Tôi chậm rãi bước đi, cố không quay đầu lại vì tôi biết Phú vẫn trông theo. Tôi vụt chạy lên lầu một, lầu hai, lầu ba, đi nhanh đến cái góc vắng ở cuối hành lang, kiễng chân ngó xuống đường để nhìn anh một lần nữa, anh hãy còn đứng đó, dáng buồn chơ vơ, mắt nhìn lên hàng cây xanh lá. Chắc anh đang tìm bóng những con chim sẻ trên cây, những con chim nhỏ bé vô tư không hề biết buồn. Chợt tôi thấy bóng anh mờ dần, nhoè nhoẹt lẫn trong những giọt nước mắt vô tình đang lăn trên má tôi. Tôi nói thầm, "Tạm biệt anh!" Kể từ sau ngày đó, tôi đã không còn gặp lại Phú lần nào nữa. Bận rộn học hành cho việc thi cử đã cuốn hút hết thời gian của tôi. Tiếng kèn và kỷ niệm ca hát bên nhau ngày trước dần dà đi vào quên lãng. Năm học rồi cũng trôi qua, tôi đậu tốt nghiệp trung học với điểm trung bình. Thế là tốt lắm rồi.

***

Lần thứ ba mẹ tôi lại vừa vào phòng cấp cứu. Khác với hai lần trước, lần này bầu ngực trái của mẹ đã bị bể toác và tuôn máu xối xả, trông thật là sợ. Sở dĩ nó bị bể ra vì mấy hôm trước chỗ thịt nứt ở trên đầu vú trái kéo dài sang gần bên nách bị sưng tấy lên, làm cho mẹ tôi đau nhức vô cùng và do mẹ tôi chữa trị thuốc nam cứ đắp mấy cái rễ lá vào vết thuơng. Có lẽ nó đã bị nhiễm trùng nên nứt thêm ra và rồi bể giữa đêm khuya, máu trào ra ướt đẫm ngực áo mẹ. Chúng tôi hốt hoảng, trong nhà lại vừa hết vitamine K (một loại thuốc chích cầm máu), mẹ sai tôi lấy một gói thuốc nam cầm máu trong tủ rắc vào chỗ ngực đang tuôn máu. Thuốc giống như bột than đen, tôi rắc thuốc tới đâu, mẹ tôi xót, kêu la tới đó rất thảm thương mà máu vẫn không ngừng. Tôi cuống lên không biết làm sao, sợ hãi quá tôi oà khóc. Các em tôi sợ cũng khóc theo tôi, bà ngoại tôi bình tĩnh hơn bảo:

"Thử lấy dầu hôi cầm xem". Tôi chạy nhanh vào bếp lấy chai dầu hôi rồi đổ ập vào một đống gòn dầy đè lên ngực mẹ. Bị mất máu nhiều, mẹ tôi đã mệt lả, mặt mẹ xanh mướt, đôi mắt mẹ nhắm nghiền. Tôi phải lay mẹ gọi "Mẹ ơi, mẹ ơi! mẹ mở mắt ra đi, mẹ đừng nhắm mắt lại"... Mấy phút sau đó, sự công hiệu của dầu hôi đã làm máu ngưng chảy. Chúng tôi tức tốc chở mẹ tôi vào bệnh viện Bình Dân… Thời còn "bao cấp" nhà nước nắm hết quyền hành trong tay. Y tá, bác sĩ như những ông vua, bà chúa trong ngành y tế. Bệnh nhân là con dân hèn mọn, khúm núm, đi xin xỏ đủ mọi thủ tục giấy tờ, chờ đợi để được chữa bệnh. Mẹ tôi không may vào cấp cứu trong điều kiện khó khăn của nền y tế lạc hậu và quan quyền đó. Các bà y tá đã quen với trường hợp của mẹ tôi, họ không tiếc lời mắng nhiếc nào là:

"Nhà gần ngay bệnh viện mà để cho ra nông nỗi này"

"Cái ngực như vầy có nước chết chứ chữa gì được"

Tôi còn bị la thêm: "Con cái đông mà không biết lo

cho mẹ đi chữa trị sớm, không có kiến thức về ung thư sao".

Tôi biết phải giải thích làm sao, nói làm sao, khi mà gia đình tôi quá nghèo khổ. Mẹ tôi đã hết sức giấu giếm chúng tôi về bịnh tình của mẹ, từ lúc nó chỉ là một cái mụt nhỏ trong ngực. Mẹ đã âm thầm đến bệnh viện một mình để khám, nhưng mẹ không kiên nhẫn để ngồi chờ nhiều giờ đồng hồ trong cơn đói của các con. Tất cả chúng tôi hãy còn tuổi đi học và dù nghèo đói, khổ sở, mẹ tôi vẫn nhất định không cho một đứa nào được bỏ học để đi làm. Mẹ đành phải chọn cách chữa trị theo thuốc nam cho rẻ, không tốn nhiều thời gian chờ đợi, không qua thủ tục giấy tờ nhiêu khê và vì ông thầy thuốc nam cũng hay cho mẹ tôi hốt thuốc ghi nợ. Bên cạnh đó, ngoài giờ làm việc, mẹ tôi còn theo đuổi phương pháp châm cứu do một nhóm học sinh đông y làm, họ châm cứu từ thiện ở chùa Giác Ngộ trong Chợ Lớn. Bà y tá nói đúng thôi, chúng tôi có nghe về ung thư nhưng lại không có kiến thức nhiều về bệnh này. Chỉ mơ hồ nó là một bệnh nan y không chữa được… Phương pháp châm cứu đã không làm giảm đi sự đau nhức của bầu ngực trái, nó đã không xẹp mà ngày càng sưng to hơn, lúc đó chúng tôi mới biết là mẹ tôi đã bị cơn bệnh hành hạ từ lâu. Bao nhiêu năm kiên trì với thuốc nam cũng không cứu vớt được tình trạng đau ốm của mẹ. Ông thầy thuốc nam cứ xác định mẹ tôi không phải bị ung thư mà mẹ bị "mạch lươn". Tôi không hiểu "mạch lươn" là gì nên càng thêm bối rối.

Tối khuya khi mẹ tôi vào bệnh viện cấp cứu, không có lệnh của bác sĩ nên các y tá không ai dám mở vết thương ra. Họ chỉ chích cho mẹ tôi Penicilline liều mạnh để vết thương khô lại. Mẹ tôi nằm thiếp đi trong phòng cấp cứu một ngày, mùi hôi từ ngực mẹ tôi bắt đầu xông lên, (thường thường ở nhà, chị em tôi thay phiên nhau rửa vết thương cho mẹ ngày hai lần). Tôi rụt rè đến hỏi một bà y tá trực xin bà rửa giùm vết thương cho mẹ tôi để tránh mùi hôi, bà lắc đầu lạnh lùng từ chối:

- Vết thương chưa khô mà rửa cái gì, chạm vào lỡ nó bể mạch máu phiá trong là không có thuốc nào cầm được đâu. Chờ bác sĩ trực tới rồi tính.

Chờ đến tối, tôi cũng gặp được ông bác sĩ trực. Tôi nghe nói ông là một bác sĩ giỏi của khoa ung thư lại rất tốt với bệnh nhân, trước kia ông là bác sĩ quân y của Việt Nam Cộng Hòa. Khi ông đến giường của mẹ tôi, ông đọc bệnh án rồi dở áo mẹ tôi xem qua vết thương. Mùi hôi từ vết thương vẫn không làm ông nhăn mặt hay tỏ ra khó chịu gì.

Ông ra lệnh cho người y tá:

- Cho bệnh nhân đi chụp hình phổi ngay, rồi chuyển bà xuống khoa ung thư, rửa vết thương.

Ông định bước đi nhưng rồi quay lại gần mẹ tôi đưa tay vạch hai bên khoé mắt mẹ xuống nhìn, ông nói thêm:

- Thiếu máu quá, cho tiếp máu luôn.

Nói xong, ông vội vã bước sang bệnh nhân khác.

***

Mẹ tôi đã thiếp đi trong giấc ngủ sau một cơn "sốc" mạnh lúc đang được tiếp máu. Nhìn mẹ bị cơn "sốc" hành hạ, tôi sợ đến run người phải chạy đi gọi y tá, và họ mang đèn đến hơ cho mẹ tôi ấm. Thấy tôi lo lắng, cô y tá bảo tôi yên tâm, "sốc" là chuyện bình thường khi bệnh nhân được truyền máu. Tôi ngồi ủ rũ dưới chân giường lo lắng, chốc chốc tôi lại nắm tay mẹ lay nhẹ xem mẹ tôi có trở mình hay nhướng mắt gì không? Hễ mẹ tôi có cử động thì tôi mới bớt lo. Tôi cứ lâm râm niệm Phật, cầu mong cho mẹ tôi được khoẻ lại đến ngày cha tôi trở về. Đảo mắt quanh phòng tôi tìm một người đàn bà tốt bụng hôm qua, lúc mẹ tôi được đẩy xuống phòng ung thư này. Bà không phải là bệnh nhân mà là người đi nuôi bệnh ở phòng khác, nhân bà ghé qua đây thăm một người bạn trong phòng, gặp mẹ tôi vừa đến, bà dừng lại hỏi han. Bà đã không đi ra ngoài như yêu cầu của cô y tá vì lý do vệ sinh, vì mùi hôi thối từ vết thương lâu ngày của mẹ tôi toát ra khắp phòng.Thoạt đầu, tôi tưởng bà vì tò mò mà ở lại, sau đó thấy bà nhiệt tình, cùng phụ giúp cô y tá và tôi trong việc rửa và thay băng cho mẹ, tôi mới thấy bà thật là người tốt. Đúng lúc tôi đang nghĩ tới bà, thì đột nhiên bà xuất hiện ở cửa phòng. Tay bà xách hai gà mên thức ăn, tôi nhìn bà gật đầu chào, bà cười với tôi rồi hỏi:

- Bà nhà đỡ chưa?

- Dạ đỡ rồi bác.

Bà đi thẳng đến phía người bạn của bà đang nằm cách chỗ mẹ tôi ba giường. Trong căn phòng hình chữ nhật này, có tất cả là mười lăm giường bệnh. Hai bên tường dài là hai dãy giường, mỗi bên sáu cái, chỗ thẳng vào bức tường chính giữa hai dãy giường là hai cái giường lẻ, và giường của mẹ tôi thì nằm đối diện thẳng với hai giường lẻ phía bên kia, gần cửa ra vào một chút. Mười lăm bệnh nhân nữ, mười lăm người mẹ, ai cũng đang đau khổ với cái bầu ngực đã thay hình đổi dạng rất dị kỳ. Những bầu ngực tật nguyền đã từng cho các con mình những giọt sữa thơm, mà nay ngoài sự dị dạng kia còn có nguy cơ lây lan vào trong cơ thể nhiều chứng bịnh khác. Mẹ tôi đã bị di căn qua phổi, bác sĩ dặn chúng tôi phải tách ly việc ăn uống riêng với mẹ một cách kỹ lưỡng. Người đàn bà đi tới chỗ tôi đứng, bà đưa cho tôi cái gà mên ấm và nói:

- Bác nấu tí cháo cho mẹ cháu đây này, lát nữa mẹ dậy thì ép mẹ ăn cho có sức.

Đỡ lấy cái gà mên trên tay bà, tôi run giọng nói:

- Cháu cám ơn bác, không biết mẹ cháu có chịu ăn không?

- Phải khuyên bà cố ăn cho khoẻ, thì bác sĩ mới cho xuất viện về nhà. Chứ không khoẻ là phải nằm đây hoài chán lắm!

Nghe bà nói, tôi xúc động ứa nước mắt, bà hỏi chuyện tôi về hoàn cảnh gia đình, về cha mẹ, công việc làm. Tôi thành thực kể cho bà nghe trong nghẹn ngào, gia đình tôi gồm tất cả mười một người, cha đã đi "học tập cải tạo" từ sáu năm nay, mẹ tôi thay cha nuôi chúng tôi. Hiện tại chỉ có mỗi hai đứa con gái lớn là tôi và Quỳnh Hương, em gái kế đi làm phụ với mẹ. Còn những đứa em khác đều đang tuổi đi học. Bà im lặng ngồi nghe, rồi lâu lâu lại chặc lưỡi buông tiếng: "Tội nghiệp!". Tôi cũng nói với bà nỗi cầu mong lớn nhất của tôi bây giờ là cha tôi sẽ được về trong nay mai để cùng chúng tôi lo cho mẹ. Bà thở dài thông cảm và khuyên tôi rằng: "Cứ cầu xin thì ba cháu sẽ mau về thôi, mà này, đi nuôi người bịnh không nên khóc cháu nhé, xui lắm đấy!" Tôi vội vàng chùi nước mắt, tôi hiểu ý bà muốn nói xui là thế nào, tính tôi lại dễ xúc động trước mọi sự việc buồn cũng như vui, đau khổ hay hạnh phúc. Nước mắt tôi cứ tự nhiên rơi .Tôi đã cố nhiều lần kìm lại mà không được. Nhớ lần đi nuôi mẹ tôi kỳ trước, tôi cũng khóc khi vào bệnh viện với mẹ, Quỳnh Hương đã bực bội dằn vặt tôi nhiều lần, bởi nó là người rất tin dị đoan. Nào là:

"Trời ơi, chị nín đi, khóc là trù ẻo đó biết chưa?"

"Khóc gì mà khóc hoài à, bởi vậy mẹ mình lâu hết bịnh là tại chị đó"

Có khi nó tức giận nói: "Bà Mai cứ như con nít, chỉ giỏi khóc thôi, chứ lo được gì cho mẹ đâu". Tôi không cứng cỏi được như em gái mình nên phải đành phải ngồi im nghe nó mắng mỏ.

Tôi hỏi lại gia cảnh của bà. Bà cũng rơm rớm nước mắt kể lại, bà có năm người con trai, cả năm đều đi lính, chỉ có người con trai lớn thì học Thủ Đức ra sĩ quan, bây giờ anh cũng đang bị đi "học tập" chưa về. Còn lại tất cả đều xuất thân từ trường Hạ sĩ quan Đồng Đế. Hiện giờ bà đang đi nuôi người con trai thứ tư, anh bị ung thư máu nằm ở khoa ung thư nam. Mấy năm trước khi chưa phát hiện ra bệnh, anh hãy còn khoẻ mạnh, theo bạn bè đi buôn đủ thứ. Sau này thua lỗ anh đi đãi vàng, rồi đi tìm trầm ở đâu tuốt trên rừng. Anh giao du với bọn thổ phỉ và nhiều người Thượng khác, rồi vàng, trầm chưa thấy đâu mà đã bị công an bắt vì chúng tình nghi anh có kết cấu với "Fulro" chống phá cách mạng. Tới đây nước mắt bà chan hoà, bà thống thiết nói trong căm tức:

- Thằng con bác bị bắt oan mấy năm trời, bị đánh, bị đưa đi lao động khổ sai. Bác lên thăm nó thấy con mình ốm yếu, nhấc chân không nổi nữa, bác như đứt ruột ra, tức chết đi được. Lúc đó, bác muốn chửi vô mặt mấy thằng cán bộ ác độc đó cho hả giận, cái chế độ gì mà cứ bắt người vô cớ, vu khống cho kẻ vô tội. Gần bốn năm trời không khai thác được gì mới thả ra. Thả về còn bị quản chế cả mấy tháng rồi sau đó phát hiện ra bịnh tới giờ.

Tôi nắm lấy bàn tay khô gầy của bà nói:

- Trời ơi, hoàn cảnh bác thật tội quá, nghe chuyện con trai bác còn thấy tội hơn. Bây giờ bác ngồi ở đây thì ai ở bên đó với ảnh?

- Hồi nãy nó ngủ rồi tôi mới qua đây. Nó biết tôi có bà bạn ở phòng này, nếu không thấy tôi thì nó biết là tôi đang ở đây.

Ngay lúc ấy, mẹ tôi vừa mở mắt ra, tôi thấy đôi mắt mẹ đã có phần tỉnh táo một chút. Tôi vui mừng hỏi mẹ:

- Mẹ thấy trong người làm sao hả mẹ? Mẹ tôi gật đầu cười nhẹ, rồi hỏi tôi, giọng yếu ớt:

- Ai đấy?

Người đàn bà nhanh miệng nói thay tôi:

- À, tôi đi nuôi thằng con trai bên khoa ung thư nam, tôi có bà bạn nằm ở đây, ghé qua thăm bà ấy, tiện thấy bà mới chuyển xuống tôi ngồi chơi với cháu cho vui.

Mẹ tôi thều thào:

- Cám ơn bà.

Người đàn bà quay sang tôi bảo:

- Này, lấy cháo cho mẹ cháu ăn đi

Tôi gật đầu:

- Dạ.

Tôi cúi xuống lấy cái muỗng, rồi nói với mẹ:

- Mẹ ơi, bác nấu cháo cho mẹ nè, mẹ ăn một chút nha, hôm qua đến giờ mẹ chẳng ăn gì hết. Để con đỡ mẹ dậy.

Mẹ tôi xua tay lắc đầu:

- Mẹ hãy còn đau ngực lắm, nằm thế này đỡ hơn.

- Nhưng mẹ phải ăn nữa, tay mẹ run quá rồi nè... thôi để con kê gối cao lên một chút cho mẹ dễ ăn nhe.

Tôi nhẹ nhàng đỡ đầu mẹ tôi lên, kê thêm gối phía sau đầu, rồi từ tốn múc từng muỗng cháo đút cho mẹ. Mùi thơm của hành tiêu, thịt bốc từ chén cháo làm tôi cũng thấy đói bụng. Tôi hỏi:

- Bác nấu cháo với gì mà thơm quá vậy bác?

- Bác nấu với ít thịt bò và nấm rơm đấy, xong bác còn nghiền nhừ hết ra cho dễ ăn mà.

Mẹ tôi mệt mỏi nói:

- Cám ơn bác, bác thật tốt bụng quá.

- Có gì đâu, ngày nào tôi cũng nấu cho thằng con trai ăn, nấu ít thì khó nấu, thôi thì nấu nhiều đem vô biếu mỗi người một ít lấy thảo vậy mà. Bà ăn được hết chén là tôi vui lắm đấy, cố ăn nhé.

Mẹ tôi hỏi:

- Cậu nhà đã khoẻ chưa hả bác?

- Cám ơn bà, mấy hôm nay cháu cũng đỡ. Nó bị ung thư máu, nằm ở đây lâu rồi chưa biết bao giờ được về. Cái bịnh của nó cứ y như bịnh giả đò ấy.

Bà thở dài, im lặng một lúc bà tiếp:

- Tôi mới nghe cháu nó nói chuyện, thấy bà cơ cực, tội quá, một nách nuôi mười đứa con tuổi ăn, tuổi học, lại còn thăm nuôi ông nhà nữa. Giời ôi, tôi đây có năm thằng mà lớn hết rồi đấy, nuôi có mỗi thằng cả đi cải tạo thôi mà còn thấy thân tàn sức kiệt với chúng nó.

- Ô, bác đến năm cậu con trai kia đấy! Mẹ tôi mỉm cười hỏi lại.

- Vâng, năm thằng, chưa thằng nào có vợ hết, tôi thích con gái bà lắm. Hôm qua, thấy cháu săn sóc bà tỉ mỉ quá, tôi động lòng thương đến nói chuyện với cháu cho vui, nghĩ con gái gần gũi mẹ nhiều hơn con trai. Thế cháu năm nay được bao nhiêu rồi, có đám nào chưa đấy?

Mẹ tôi nhỏ nhẹ nói:

- Dạ chưa bác ạ, cháu đã 22 rồi, mà bác xem, chạy ăn hai bữa chưa xong thì đâu dám nghĩ đến chuyện mối lái gì cho cháu.

Người đàn bà nhìn tôi cười:

- Giời ơi, 22 gì mà bé tí thế kia, nhìn cứ như là đứa 18, 19 đấy.

Tôi cười nói đỡ:

- Tại cháu nhỏ con nên nhìn từ xa ai cũng tưởng cháu còn trẻ…chứ lại gần thì tuổi nào ra tuổi đó bác à.

- Giòng họ nhà chim chích đấy bác. Mẹ ngắt ngang lời tôi nói đùa

Cuộc trò chuyện có vẻ thêm vui, nên mẹ tôi đã ăn hết cháo, tôi lấy khăn lau miệng và rót nước cho mẹ uống.

Ngồi nghe chuyện bên mẹ một lát, tôi đứng dậy nói:

- Mẹ ơi, con đi ra ngoài một chút nhé.

- Đi đâu?

- Con đi quanh quanh gần đây thôi, có gì mẹ gọi con nghe mà.

Người đàn bà nói:

- Để cháu nó đi ra ngoài cho thoáng một tí bà ạ. Hình như gần đây bệnh viện có mở T.V cho thân nhân người bệnh xem đấy.

Tôi nhìn mẹ chờ phản ứng, mẹ tôi gật đầu:

- Ừ thì đi đi.

Tôi chỉ bước ra ngoài cửa có vài bước, đứng tựa vào cánh cửa nhìn mông lung suốt dãy hành lang trước mặt, căn phòng này gồm có ba cửa ra vào, giường của mẹ tôi nằm gần ngay cửa chính trông ra hành lang, đối diện phía bên kia cửa chính là một cái cửa khác dẫn ra sân sau của bệnh viện, nơi đó có vài cái ghế băng và một vườn hoa nhỏ. Phía cuối phòng cùng bên với cửa chính lại có một cánh cửa khác thông ra hành lang và nhà vệ sinh. Từ cánh cửa này, tôi cũng có thể đi vòng ra vườn sau của bệnh viện. Chợt tôi để ý thấy một người thanh niên mặc bộ đồ bệnh nhân màu trắng, đi tới đi lui phía ngoài cửa ở cuối phòng. Anh cứ dòm dòm vào trong như tìm kiếm ai đó. Rồi tôi thấy một người đàn bà bước ra, nói gì với anh và chỉ về hướng phía tôi. Tôi liền quay vào phòng trở lại.

***

Cuộc nói chuyện giữa mẹ tôi và người đàn bà tốt bụng vẫn còn đang tiếp tục. Tôi lại gần cuối chân giường quay lưng ra phía cửa, xếp vài cái khăn lại cho gọn, bỗng tôi nghe tiếng gọi nho nhỏ:

- Mẹ, mẹ!

Người đàn bà tốt bụng và tôi cùng quay ra, tôi hết sức kinh ngạc, mắt tôi mở to hết cỡ nhìn người thanh niên trước mặt, chân tay tôi bỗng run rẩy, tim tôi đập loạn xạ. Đầu tôi quay cuồng với một câu hỏi cứ lập đi lập lại, là anh, lại là anh sao? Sao lại là anh kia chứ, người con trai của bà mẹ đau khổ mà tôi vừa mới nghe qua trong nước mắt. Tôi thảng thốt gọi:

- Trời ơi! Anh Phú!

Người đàn bà cũng ngạc nhiên lên tiếng:

- Ủa, cháu biết thằng Phú nhà tôi à.

Phú như người bị chết cứng vài giây, anh nhìn tôi sững sờ, ánh mắt nồng ấm, tha thiết năm xưa bây giờ là tuyệt vọng, chán chường, đau xót. Anh run giọng gọi:

- Quỳnh Mai.

Người mẹ hết nhìn tôi rồi nhìn anh. Cả hai chúng tôi mắt vẫn không rời nhau. Phú gầy đi nhiều, da anh trắng bệt, trên cặp môi dày vẫn hàng ria mép quen thuộc, nhưng nụ cười ngạo mạn không còn nữa, cặp môi dày đã héo khô, hố mắt anh trũng sâu xuống như bị bầm…Tôi biết trong mắt anh tôi cũng tiều tụy không kém…

- Đi vào đây, làm cái gì mà đứng chết trân ra đấy hả?

Mẹ Phú vừa nắm tay anh vừa kéo lại gần chỗ mẹ tôi nằm, bà nói với mẹ tôi:

- Đây thằng con trai của tôi đây, đâu có biết nó cũng quen con gái bà.

Phú gật đầu chào mẹ tôi. Tôi cố nén xúc động mếu máo nói:

- Anh Phú là bạn học chung trường với con hồi xưa đó mẹ, ảnh có chở con về nhà một lần lúc con đi lao động.

Mẹ tôi à nhỏ, tôi nghe Phú nói:

- Hôm qua, mẹ con có kể về bác mới chuyển xuống, mẹ cứ khen cô con gái của bác, đâu có ngờ lại là Quỳnh Mai. Hôm nay bác đỡ nhiều chưa bác?

- Cám ơn cậu, đỡ nhiều rồi. Mẹ cậu thương mà nói đỡ cho Mai chứ, em nó còn chậm chạp lắm.

Mẹ Phú nhìn anh ngọt ngào hỏi:

- Đã ăn cháo chưa con? Muốn mẹ về phòng hay sao mà sang đây tìm?

Phú lắc đầu:

- Con không thấy đói, bác sĩ bảo ngày mai con đi xét nghiệm tủy lại lần nữa, con muốn tìm mẹ nói cho mẹ biết thôi. Mẹ thấy ở đây vui thì cứ ngồi trò chuyện với bác.

- Không đói cũng phải ăn con ạ, mày biếng ăn quá cứ sụt cân hoài, có sức khoẻ đâu mà được về.

Phú cười nhẹ:

- Con muốn ra ngoài nói chuyện với Mai một chút, bạn cũ lâu quá mới gặp lại.

Mẹ Phú nhanh nhẹn tán thành:

- Ừ đi đi, hai đứa ra vườn sau mà nói chuyện.

Tôi nhìn thấy ánh mắt miễn cưỡng đồng lòng của mẹ rồi quay đi. Phú bước ra sân sau của bệnh viện trước, tôi nói với mẹ:

- Con ngồi ở vườn sau này thôi mẹ à. Có gì mẹ gọi con nhe.

Mẹ Phú nói nhanh:

- Con gái săn sóc mẹ kỹ thế, có bác ở đây rồi cứ yên tâm.

Tôi nhìn bà với ánh mắt biết ơn nói nhỏ:

- Cháu cám ơn bác.

Tôi bước ra ngoài, thấy Phú ngồi trên chiếc ghế băng. Anh đang khum tay đốt thuốc hút. Hình ảnh đó gợi lại cho tôi ngày nào cách đây sáu năm trong vườn Tao Đàn, anh và tôi cùng ngồi trên chiếc ghế băng dưới bóng cây xanh.

Thấy tôi, Phú đưa tay gạt mấy chiếc lá khô trên ghế rồi nói:

- Ngồi đi Mai.

Tôi nhẹ nhàng ngồi xuống chiếc ghế, nhìn anh u uẩn. Phú nói giọng vui vui:

- Anh không ngờ mình gặp lại nhau ở đây, đúng là trái đất tròn. Mai có gặp lại người bạn học cũ nào lúc trước không?

- Em có gặp Hảo vài lần, Hảo bây giờ dạy Việt Văn lớp 9 ở trường Bàn Cờ. Còn Ngọc Dung thì em bặt tin từ khi nghe Dung đậu vào sư phạm ở Đàlạt. Kiều Nga thì về quê lấy chồng, thế thôi, em không gặp ai nữa hết. Còn anh?

- Lúc trước anh có gặp Hạnh thường lắm. Có dạo hai thằng cũng đi buôn chung…

Tôi ngắt lời Phú hỏi ngay:

- Chuyện Thùy Dương với Hạnh thì sao anh?

- Thùy Dương với Hạnh chia tay nhau ngay sau khi học xong, Thùy Dương đi vượt biên với gia đình, bỏ Hạnh lại bơ vơ. À, em có nhớ Quế Mai không?

Tôi gật đầu:

- Em nhớ, hồi đó ai cũng đồn anh "yêu" chị Quế Mai dữ lắm mà không phải.

Phú bật cười:

- Ừ, mấy đứa đồn bậy lên để ghẹo thằng Vũ đó, chứ Quế Mai với anh là bà con mà. Quế Mai với Vũ lấy nhau rồi, có một đứa con gái.

- Ồ, vậy hả anh, ủa mà anh với chị Quế Mai bà con làm sao?

- Mẹ của Quế Mai với mẹ anh là hai chị em con dì.

Tôi à nhỏ, rồi hỏi tiếp:

- Anh có biết Ngọc Yến không?

- Biết, Ngọc Yến bồ với Cường bạn anh, bà đó dữ như chằng lửa, ai không biết danh. Nghe nói hai đứa định lấy nhau không biết sao rồi lại chia tay. Mà chia tay cũng phải, thằng Cường mà dính vô bà đó là thân bại danh liệt.

- Anh nói gì ghê vậy?

- Ừ, anh nói thiệt đó, lúc hãy còn là bồ nhau mà Yến đã ong óng cái miệng chửi thằng Cường trước mặt bạn bè. Thằng Cường nhịn riết rồi chịu hết nổi luôn.

- Em không biết nhiều về chị Yến đó.

Phú rít một hơi thuốc, nhả khói, rồi chậm rãi hỏi:

- Mai bây giờ làm gì?

- Dạ, em đang dạy Mẫu giáo.

Phú nói giọng cay đắng:

- À, chắc em phải dạy mấy đứa bé hát bài: "Đêm qua em mơ gặp bác Hồ" mỗi ngày phải không?

Tôi lắc đầu:

- Không, em không bao giờ hát bài đó hết dù nó có trong chương trình. Không phải một mình bài đó, mà tất cả những bài nào ca ngợi đảng và bác em không hề đụng đến.

Phú cười khẩy:

- Thế sao em lại chọn ngành này làm gì?

- Em không có sự lựa chọn, chỉ cần một việc làm để có đồng lương ổn định giúp mẹ.

Phú im lặng, tôi buồn rầu nói:

- Khi em học xong trung học, nhà ngày càng sa sút, nhiều chuyện buồn đến dồn dập, ba em thì bị chuyển trại khác. Mẹ không còn khả năng đi thăm nữa, chỉ có thể gửi đồ mà thôi. Mẹ lại bắt đầu bị bệnh, nhà nước cắt giảm số lượng gạo, chỉ bán khoai lang, mì sợi. Ở nhà em lúc đó mẹ không kiếm đủ tiền chạy ăn hàng bữa. Tụi em phải ăn bất cứ cái gì có thể ăn được mà không chết, ngay cả mì sống, hột mít, vỏ dưa, rau chuối, bã đậu. Vì vậy em phải vào ngành này như một cứu cánh để sống sót. Nói tới đây, tôi bị ứa nước mắt, sụt sịt một lúc, tôi nức nở tiếp:

- Vào làm việc trong ngành này em mới thấy thương trẻ con hơn, những đứa bé con nhà nghèo, lem luốc như mấy đứa em của em vậy.

Tôi nghe tiếng Phú thở dài, hình như đã có một khoảng

cách vô hình nào đó giữa tôi và anh thật xa, thật khác, thật nhạt nhẽo. Phải chăng khoảng cách của sáu năm bị vùi dập trong bão táp cuộc đời đã làm anh thay đổi? Bỗng Phú nắm lấy tay tôi nhẹ nhàng nói:

- Mai, đừng khóc nữa, anh hỏi thế tại vì anh bị dị ứng với hai chữ mẫu giáo.

Tôi ngạc nhiên:

- Tại sao?

Anh buồn buồn nhìn theo khói thuốc:

- Có lần anh đi lao động ở một nông trường gần nhà dân, ở gần đó có cái trường mẫu giáo, ngày nào anh cũng nghe cô giáo dạy những đứa bé hát nhiều bài hát về bác Hồ, anh nghe đến nhức cả tai, rợn cả mình. Từ đó anh ghét hai chữ mẫu giáo. Rất may là anh không có cháu ở tuổi đi học mẫu giáo. Nếu có, chắc anh bị điên mất vì nghe nó hát suốt ngày những bài hát đó.

Tôi im lặng nhìn lên bầu trời đêm, tôi không muốn nói hay giải thích gì thêm với anh về cái nghề tôi đang theo đuổi nữa. Một vầng trăng lưỡi liềm nhỏ bé đang nằm tít ở xa, đêm nay trời không có sao cũng không có gió. Trời đêm thật yên tĩnh quá! Tôi cảm giác tay Phú xiết chặt lấy tay tôi mạnh hơn:

- Em gầy quá Mai à.

- Anh cũng gầy đi nhiều lắm, em đã nghe mẹ anh kể về cuộc sống của anh, sao mà thảm thương quá vậy? Sao mình lại gặp lại nhau trong hoàn cảnh này chứ?

Phú nhìn chằm chặp lên bầu trời:

- Khi gặp lại em, anh rất mừng rồi lại muốn chạy trốn

em ngay mà không làm được, mình đã nhìn thấy sự tàn tạ, cơ cực của nhau thì trốn làm gì nữa.

Anh ngừng lại rít một hơi thuốc dài rồi tiếp:

- Lúc anh bị tù tội, anh đã nghĩ đến cái chết rất nhiều lần, có lúc quá uất ức, anh đã muốn đánh cho chết mấy thằng cán bộ "láu cá" rồi tự tử, nhưng nghĩ đến mẹ cứ phải cố nhịn mà sống chứ cuộc đời này có còn ý nghĩa gì với anh nữa đâu.

Tôi lại nghe tiếng thở dài của Phú, đúng, anh nói đúng cuộc đời này có ý nghĩa gì đâu. Số phận của tuổi trẻ chúng tôi thật là bi đát trong mỗi hoàn cảnh thê lương khác nhau, khốn nạn nhất là khi phải đương đầu với cái nghèo đói, mà có lúc nó đã vật ngã giá trị con người xuống gần như con vật. Còn bao nhiêu nỗi bất hạnh của những trẻ thơ lạc loài, bao nhiêu sự đau khổ của những gia đình tan nát.

Phú hỏi tôi:

- Mẹ em chắc mới nhập viện hả? Mẹ bị làm sao vậy?

- Mẹ em bị ung thư ngực, đêm hôm trước mẹ vào phòng cấp cứu nằm một ngày rồi chờ đến hôm qua bác sĩ mới cho chuyển xuống khoa ung thư này. Trời thương cho mẹ với em gặp được mẹ anh, bác thật là tốt, lại hiền hậu làm sao.

Phú nhìn tôi cười nhẹ:

- Mẹ anh thích con gái lắm, hồi trước khi còn đi lính, mẹ anh cứ giục tụi anh lấy vợ, có con dâu trong nhà cho bà đỡ đơn chiếc. Ba anh thì mất rồi, còn năm thằng cứ đi hành quân biền biệt, mẹ ở nhà một mình lúc nào cũng buồn, phập phồng lo lắng. Rồi Phú hạ giọng buồn bã -Anh cũng bị chứng bệnh ung thư oan nghiệt đó, chắc em biết rồi chứ?

Tôi nói nhỏ:

- Em biết, bệnh của anh phát ra từ lúc nào vậy?

- Anh nghĩ nó cũng lâu lắm rồi mà không biết thôi. Trong mấy năm tù tội, anh có được khám bệnh tử tế đâu. Toàn một bè lũ bác sĩ rừng rú "tập kết" vào cả, không ai nhìn thấy cái bạch cầu trong anh nó đang ăn lần mòn hồng cầu. Anh thường hay bị xỉu vì thiếu máu trầm trọng, hay đau nhức các khớp xương... Mãi sau này, chúng thấy anh quá yếu cũng chẳng điều tra được gì nên chúng thả cho anh về. May anh gặp một ông bác sĩ nội khoa đã từng đi tù với anh trai lớn của anh, ông ấy khuyên anh đi xét nghiệm tủy xương để xem có ung thư không. Kết quả làm cho anh thấy choáng váng, hoảng sợ, người hoảng sợ hơn nữa là mẹ anh. Từng lời nói của Phú như mũi kim chích vào lòng tôi đau nhói. Tôi nhìn Phú mắt rưng rưng, sao cuộc đời của anh lại khổ như thế?? Anh vào lính ở tuổi rớt tú tài 1, xông pha chiến trận với bầu nhiệt huyết của tuổi trẻ, với những hy sinh cao quí, những đóng góp vô vụ lợi. Chỉ một mơ ước cho nền hoà bình chân chính và lý tưởng tự do muôn năm. Nhưng rồi, sự biến đổi tai ương ập đến, chiến tranh chấm dứt trong sự uất hận, tủi nhục của hàng triệu trái tim người lính yêu quê hương trong đó có anh, có hình ảnh của cha tôi. Kẻ chiến thắng đã tạo dựng một nền hoà bình khốn khổ, mở ra chính sách giam cầm, đày ải, bắt bớ. Cha tôi, anh trai của Phú; và luôn cả Phú là những người trong biết bao nhiêu người lính đã bị tước đoạt đi quyền công dân một cách oan ức trong gông cùm tù tội. Riêng Phú, cuộc đời đã không hoan hỉ đón anh trở lại với căn bịnh ung thư tàn ác cùng lưỡi hái tử thần đang kè kè bên cạnh, sẵn sàng cướp đi mạng sống của anh bất cứ lúc nào. Hỡi ôi, cái nền hoà bình hôm nay đã như là một địa ngục trần gian đang giết dần, giết mòn những người trẻ tuổi như anh, như tôi. Bóng đêm đang vây quanh chúng tôi một màu đen dày đặc, trên trời không có chút ánh sao hy vọng nào. Sự yên tĩnh của trời đất hôm nay sao nghe áo não quá…

- Ngày mai em vẫn ở đây với mẹ em phải không? Phú lên tiếng.

Tôi gật đầu:

- Em chỉ vào đây với mẹ buổi tối, ban ngày thì mấy đứa em thay phiên nhau trông coi mẹ.

- Tối mai anh sẽ đem *harmonica* qua đây thổi em nghe cho vui.

Tôi cười trong nước mắt:

- Thiệt hả, anh có còn khoẻ để thổi không?

- Còn chứ, nó là liều thuốc khoẻ của anh đó. Không có nó anh đã chết từ lâu rồi. Nhiều khi chỉ cầm nó lên thôi mà anh cũng thấy vui vì nhớ đến em, nhớ giọng hát trong sáng ngày xưa.

Tôi xúc động, nước mắt lại tuôn, Phú vén một bên tóc tôi lên, tiếng anh thì thầm bên tai:

- Đừng khóc nữa em. Rồi Phú đưa bàn tay nâng mặt tôi lên, anh rút cái khăn tay trong túi ra nhẹ nhàng lau nước mắt cho tôi. Tôi nắm lấy tay anh, giữ lại cái khăn cho mình.

Phú nói tiếp:

- Em khóc nhiều quá, coi chừng bị hư tuyến lệ đó, có khi còn bị ung thư nữa, em có nghe nói ung thư tuyến lệ bao giờ chưa?

Tôi ngạc nhiên:

- Em chưa nghe bao giờ, mà có bệnh đó thiệt hả?

Giọng Phú cay đắng:

- Có chứ, mình đang sống trong một xã hội ung thư mà, cái gì cũng có thể làm cho mình ung thư đến nhức nhối rồi chết.

Vừa lúc ấy có tiếng mẹ Phú gọi anh, tôi quay vào, Phú cũng theo sau. Cuộc trò chuyện của hai bà mẹ đã vãn hồi, mẹ Phú chắc đã mệt và trời cũng đã khuya nên bà gọi Phú về. Phú nháy mắt nhìn tôi: -Anh về nhé, tối mai anh sang. Phú chào mẹ tôi rồi bước đi. Tôi nhìn theo bóng dáng gầy còm của anh lòng dạt dào thương cảm, nghĩ đến tối mai sẽ được nghe lại tiếng kèn *harmonica* ngày trước, tôi thấy vui vui một chút.

***

**T**ối nào mẹ con Phú cũng sang thăm mẹ tôi và người bạn của bà, nên tôi có dịp ngồi trò chuyện với Phú lâu hơn. Anh thổi cho tôi nghe những bài hát cũ. Vẫn giai điệu của bài "Đốt Lá Trên Sân" mở đầu mỗi tối. Tiếng kèn đã mang tôi về với kỷ niệm một thời học trò thích hát hò vớ vẩn, với những mơ mộng thơ ngây, những tưởng tượng phiêu lưu thật đẹp và những tình cảm e ấp của tuổi mười sáu. Bây giờ, mới có sáu năm qua thôi mà mộng mơ trong tôi đã cạn kiệt, tôi không còn hứng thú để hát theo tiếng kèn của anh nữa vì bệnh nhân ngồi chung quanh rất đông và "nhạc vàng" cũng đang bị cấm. Để tránh sự bình phẩm với vài cặp mắt soi mói của những bà mẹ đau ốm cùng những người nuôi bệnh, tôi chỉ ngồi nghe tiếng kèn êm ả của Phú một cách thầm lặng. Hình như ngồi bên tôi Phú thổi hăng say hơn. Âm thanh như chứa chan một niềm vui quyện với hương đêm nồng dịu.

Chỉ gặp lại nhau tối tối có vài tiếng đồng hồ thôi mà tình cảm như đã được hâm nóng lại qua tiếng kèn. Tôi thấy Phú vui hơn, mẹ anh cũng vui và hay tìm đến tôi nói:

- Nhờ gặp lại cháu, thằng Phú dạo này đã bớt buồn, nó không bỏ ăn nữa. Bác mừng lắm.

Bà còn nói, Phú cứ mong cho trời mau tối để được gặp tôi, có khi một ngày anh cứ xem đồng hồ đến cả chục lần. Ngoài tôi ra, anh có còn quen ai nữa đâu. Câu nói đó đã làm tôi thật cảm động, tôi nghĩ đến phận mình. Tôi cũng có biết ai ngoài anh đâu, một người bạn quí mến, một người đã từng là lính thật đáng yêu, một người tù lao khổ, một người bệnh …sắp chết… Tôi cũng vui khi được ngồi cạnh anh rồi lại lo sợ một ngày nào đó tôi sẽ mất anh vĩnh viễn.

Sau một tuần lễ tôi và Phú gặp nhau thì mẹ tôi có giấy cho xuất viện. Tôi được bác sĩ gọi riêng vào nhắn nhủ là về nhà hãy để mẹ tôi ăn uống tự do theo ý thích và chờ đợi. Tôi hiểu được điều ẩn ý đó như đã hết phương cách cứu chữa, nhưng tôi không dám nói cho một ai trong nhà biết, tôi cũng còn hy vọng mẹ tôi sẽ qua khỏi… Mà mẹ tôi khoẻ ra thật, trước ngày xuất viện, mẹ tôi đi lại trong phòng thăm hỏi, trò chuyện với những bà mẹ đau ốm khác rất vui vẻ. Tối hôm đó, mẹ còn bảo tôi dắt mẹ sang phòng ung thư nam để thăm mẹ con Phú và chào từ biệt cho phải lễ. Mẹ Phú vui cho mẹ tôi được khoẻ lại, bà cười với đôi mắt ngấn lệ, tôi biết bà đang vui và cũng đang buồn. Nỗi buồn lo cho Phú nếu không còn gặp được tôi nữa, trạng thái của Phú sẽ ra sao? Tôi đứng bên mẹ, không dám nói chuyện nhiều với anh như mọi lần. Chúng tôi chỉ nhìn nhau trong im lặng, sự im lặng não nề, thê thảm. Lần đầu tiên kể từ khi gặp Phú, hôm nay tôi mới thấy long lanh trong mắt anh những giọt nước đầy ắp sắp trào ra. Phú quay nhìn chỗ khác, rồi lẳng lặng đi ra ngoài. Mẹ Phú nghẹn ngào nói với mẹ tôi:

- Bình thường ra, nếu thằng Phú nhà tôi khoẻ mạnh, tôi cũng đem trầu cau sang dạm hỏi cháu Mai nhà bà cho nó. Thấy thằng Phú quyến luyến con gái bà lắm. Nhưng khổ thân cho số phận con tôi…

Rồi bà khóc nấc lên; mẹ tôi vội vỗ vai bà an ủi:

- Em xin bác, xin bác đừng buồn, con người ai cũng có một phần số trời định cả. Cháu Mai nhà em được bác thương tưởng đến thật là quí hoá. Chúng nó không có duyên phận với nhau em cũng tiếc.

Nhìn hai bà mẹ bên nhau, tôi không cầm lòng được. Nước mắt tôi lại rơi, mũi tôi nghẹt cứng lại. Cầm tay bà tôi nói:

- Cháu sẽ cố gắng đến thăm bác và anh Phú.

Mẹ Phú nắm chặt tay tôi:

- Cháu cố giúp bác đến an ủi nó được ngày nào hay ngày đó. Rồi quay sang mẹ tôi - xin bà cho phép cháu bà nhé.

Mẹ tôi rơm rớm nước mắt gật đầu, bảo tôi:

- Ra nói với anh Phú vài câu đi rồi mai mình về.

Tôi dạ nhỏ rồi chậm rãi bước ra ngoài. Tối nay, tôi cảm thấy mình không được khoẻ, chân tay tôi cứ run rẩy hoài. Ruột gan tôi như có ai đang cào cấu đến xót xa, ồ, cái đói đang hành tôi đây mà! Mấy hôm nay, phần ăn ở nhà của chúng tôi chỉ là những củ khoai mì khiêm tốn, những chén rau muống chẻ trộn muối… Không có một hột cơm nào. Tôi nhìn chung quanh cái vườn nhỏ không thấy Phú đâu rồi thẫn thờ bước lại phía khung cửa sổ nơi có một cây xanh to gần đó. Dựa vào khung cửa, tôi nhìn lên bầu trời đêm để tìm một ánh sao; ánh sao của niềm mơ ước, ánh sao của sự hy vọng. Tôi cố giương mắt nhìn vẫn không tìm thấy một mơ ước, hay một hy vọng nào trên bầu trời đen có vẻ ma quái này. Có tiếng động nhẹ bên cạnh mà tôi không hay biết. Phú đã đang đứng bên tôi từ lúc nào. Tôi vẫn đang bận tìm một ánh sao trên bầu trời đen thăm thẳm, không chú ý đến bàn tay anh choàng qua vai tôi, môi anh lướt nhẹ trên trán tôi, mắt tôi và rồi vội vã tìm môi tôi. Trong giây phút bất ngờ, tôi vừa mắc cỡ, vừa sợ, cố đẩy anh ra, nhưng vòng tay ốm yếu của anh vẫn siết chặt lấy tôi. Tiếng anh thì thầm:

- Em hé môi ra một chút anh mới hôn được.

Tôi ngơ ngác vài giây, tròn mắt nhìn anh:

- Anh nói cái gì hả?

Chợt Phú bật cười to:

- Trời ơi, hé môi chứ không phải là há miệng, em làm cái gì mà nhìn anh như người từ hành tinh khác tới vậy? Anh đây mà.

Tôi mắc cỡ, cố gỡ tay Phú ra:

- Anh bỏ tay ra đi, sao anh gan quá vậy, lỡ mẹ em hay ai ra đây thấy thì sao.

Phú siết vai tôi mạnh hơn:

- Ai ra đây làm gì, anh biết mẹ em sẽ không bao giờ

ra đây.

Dứt lời Phú đưa tay kéo mặt tôi lại gần sát và anh cúi xuống đặt lên môi tôi một nụ hôn. Tôi vụng về đón nhận nụ hôn của anh với những cảm xúc lộn xộn trong lòng. Một nỗi xót thương, một thoáng đam mê kỳ diệu, một vị ngọt lẫn trong vị đắng từ vành môi khô nồng mùi thuốc lá. Tôi như ngộp thở trong nụ hôn đầu đời ấy, run tay muốn đẩy Phú ra mà không nỡ. Tôi nhủ thầm, thôi vậy, mình không thể tiếc anh một nụ hôn khi anh không còn sống được bao lâu. Lẽ ra, tôi đã muốn tặng Phú thêm nhiều nụ hôn nữa cho sự mất mát của cuộc đời anh, cho một tình cảm anh đã dành trọn cho tôi từ thuở còn đi học…Lời của mẹ Phú còn lùng bùng bên tai tôi: "Cố giúp bác, an ủi nó được ngày nào hay ngày đó". Trời ơi nghe sao buồn thảm quá, sao tình yêu của tôi lại tuyệt vọng như thế. Sao tôi và anh lại gặp nhau trong hoàn cảnh đau đớn như vầy?

Nghĩ đến đây, tôi chợt oà khóc nức nở:

- Không, em không muốn anh bỏ em đi đâu, anh phải cố gắng lên, vì mẹ anh, vì em, hãy cố sống, anh phải cố gắng sống.

Phú vuốt tóc tôi dỗ dành:

- Kìa, nín đi em, anh sẽ cố mà.

Tôi vẫn khóc, nước mắt tôi tràn ra tức tưởi. Tôi hận cuộc đời đã gây sóng gió cho anh. Tôi thù ghét những kẻ độc ác đã hành hạ anh trong lao tù, tôi phẫn uất cái căn bệnh quái ác đang lan trong cơ thể anh. Tôi ước sao mình có được một sự mầu nhiệm nào đó, tôi sẽ đập gãy cái lưỡi hái tử thần đang rình rập cuộc sống của mẹ tôi và anh. Tôi thấy bên vai áo của Phú ướt đẫm, rồi bất chợt tôi bị lạnh run lên, tiếp đến là cảm giác chóng mặt khiến tôi loạng choạng trong tay Phú. Ngực tôi nặng và tôi như bị nghẹt thở. Có phải thân tôi đang chết dần với Phú không? Mệt mỏi làm tôi thiếp đi từ từ. Tôi nghe tiếng Phú gọi hốt hoảng:

- Quỳnh Mai, Quỳnh Mai.

Bàn tay ai đã lay tôi thật mạnh, nhưng tôi không còn sức và không còn biết gì nữa...

Tôi đã thức tỉnh ngay sau cái lay mạnh. Mở mắt ra tôi thấy khuôn mặt lo lắng của ba người. Tôi cố chống tay ngồi dậy, không, tôi không thể đau ốm, tôi phải khoẻ để còn lo cho mẹ tôi, để còn phải chu toàn bao nhiêu trách nhiệm của một đứa con gái lớn trong gia đình. Và còn phải hoàn thành sự mong đợi của mẹ Phú đang cậy nhờ tôi, phải cố an ủi anh được ngày nào hay ngày ấy. Mẹ Phú và mẹ tôi ngăn không cho tôi ngồi dậy, tôi nói:

- Con không làm sao cả, con chỉ bị mệt chút thôi. Con muốn đi về lại phòng mình.

Giọng Phú lo lắng:

- Em có chắc là đã khoẻ hẳn chưa? Hồi nãy Mai làm anh sợ quá.

Tôi cương quyết nói là tôi không làm sao cả và hối thúc mẹ tôi về phòng, bởi tôi biết tôi đang bị mệt vì quá đói và vì quá xúc động. Phú muốn đi với tôi về phòng thì người y tá của anh đã đến để lấy máu cho anh. Thật là may quá, tôi cũng không muốn anh đi theo tôi về phòng lúc này. Về phòng, tôi vội vã lục giỏ đồ ăn của mẹ, chỉ còn nửa bát bánh canh mẹ ăn dở, nguội ngắt. Tôi cầm ngay lên định húp, chợt nhớ lời bác sĩ dặn phải cách ly ăn uống riêng với mẹ. Tôi ngần ngừ, cơn đói lại gào thét trong tôi dữ dội, không, không, mặc kệ cái con vi trùng phổi khốn kiếp nào đấy. Cứ ăn, mình phải sống trước khi nó đánh gục mình, không do dự lâu hơn, tôi húp hết bát bánh canh có lẫn những giọt nước mắt mằn mặn rơi trong ấy.

***

Sinh hoạt của gia đình tôi trở lại bình thường, chúng tôi vui mừng thấy mẹ đã khoẻ. Mẹ tôi bắt đầu nhận lại hàng đan len mỗi ngày. Tôi cũng mở thêm một lớp dạy kèm trẻ tại nhà sau giờ làm việc ở trường và dành buổi tối để đến thăm Phú. Những lần gặp nhau tuy rất ngắn ngủi mà tình cảm đã càng nảy nở và dù sự nảy nở đó chứa đựng bao lo âu, phiền muộn, nó vẫn làm cả hai chúng tôi cảm thấy vui khi ngồi bên nhau. Phú thổi *harmonica* cho tôi nghe những bài nhạc Pháp xưa cũ, anh còn giải thích cho tôi biết nội dung của bài hát ấy nói lên điều gì. Ngoài ra anh cũng thổi thêm những bài nhạc quân hành hùng tráng như bài "Xuất Quân", "Chiến Sĩ Vô Danh". Tiếng kèn của anh đã xoa dịu phần nào nỗi đau của hai chúng tôi trong thực tại, gieo lên niềm mơ ước xa xôi, một ánh sáng hy vọng nhỏ nhoi từ ngôi sao xa tít tắp mãi chân trời. Một chút hạnh phúc tạm bợ tràn đầy thương yêu, cảm xúc nồng nàn để đêm về được tìm lại nhau trong giấc mộng dài…

Tôi đến thăm Phú thêm vài buổi tối nữa thì được tin anh xuất viện giống như tình trạng của mẹ tôi, về nhà, nghỉ ngơi ăn uống tự do, và chờ đợi. Đêm cuối cùng bên anh, trời có trăng và đầy sao thật đẹp. Phú rủ tôi đến ngồi trên một tảng đá dài, chỗ khuất sau cái cây to bên cạnh khung cửa sổ. Bóng trăng đã theo chúng tôi vào tận nơi đây, soi ánh sáng vàng êm dịu. Tôi nhìn lên bầu trời ngắm hằng hà vì sao sáng. Phú hỏi tôi có biết sao nào là sao mai không?

Tôi lắc đầu, anh chỉ cho tôi vì sao nào sáng nhất là sao mai, cả hai chúng tôi đều nhìn lên trời để tìm một vì sao sáng nhất, sao mai. Ngôi sao tôi thường gọi là sao hy vọng. Hôm đó, tôi mang nhiều kẹo bạc hà cho Phú, anh lấy làm lạ hỏi tôi tại sao. Tôi nói, dạo này tôi hay mua kẹo dự trữ, phòng khi có đói bụng thì lấy kẹo ra ngậm. Vị ngọt của kẹo sẽ giúp cơ thể tôi chống chọi với cơn đói lâu hơn. Phú nhìn tôi thương xót, anh vuốt tóc tôi nói nhỏ:

- Tội cho em quá!

Tôi bóc một cục kẹo cho Phú, bắt anh phải ngậm. Phú bỏ cục kẹo vào miệng cười cười:

- Con trai đâu có ăn kẹo như con gái đâu, em làm như anh là con nít không bằng.

Tôi chớp mắt nhìn anh:

- Em muốn anh ăn kẹo với một mục đích khác nữa, anh biết không?

- Mục đích gì thế?

Tôi cúi đầu ấp úng:

- Khi nào… anh… hôn… em, em sẽ ngửi được mùi bạc hà trên môi anh và… cảm nhận vị ngọt của kẹo vào môi em.

Phú bật cười:

- À ra vậy, sao mãi tới giờ em mới cho anh ăn kẹo. Rồi anh đưa mặt sát lại gần tôi - Bây giờ mình thử liền được không?

Tôi lắc đầu đẩy anh ra:

- Bây giờ chắc không được rồi, tại trăng đang ngó

mình trừng trừng kìa.

- Kệ trăng, ồ mà trăng đang làm chứng cho tụi mình đó.

Tôi gục đầu xuống gối:

- Không, không cần trăng chứng giám, đợi trăng đi ngủ đã.

Tôi nhớ lại những nụ hôn tội nghiệp của Phú gần đây, và sự đón nhận nghẹn ngào, đau xót của tôi trong cảm giác đắng ngắt từ vành môi anh. Tôi cố gắng tưởng tượng ra nó là vị ngọt của tình yêu mà không được, vị đắng vẫn là vị đắng lẫn với nước mắt mặn cay. Tôi biết bệnh anh đang vào thời kỳ cuối…

Phú lay nhẹ vai tôi:

- Em khóc đó hả?

Tôi ngẩng lên nhìn Phú buồn bã nói:

- Anh về nhà ráng ăn nhiều cho khoẻ, để hồng cầu tăng lên thì anh mới mau hết bệnh. Anh cũng đừng hút thuốc nhiều nữa.

- Anh đã cố bỏ thuốc một lần, nhưng rồi buồn quá phải hút lại. Mai à, anh về nhà rồi, em có dám đến nhà anh chơi không? Nếu được gặp em mỗi tối cho đến khi anh nằm xuống thì anh hạnh phúc biết chừng nào.

Tôi rơm rớm nước mắt, nói với Phú, tôi rất muốn đến an ủi anh được ngày nào hay ngày đó như mẹ anh đã cậy nhờ và như lòng tôi ao ước sẽ được ở bên anh mãi. Nhưng tôi không có xe đạp, đi đâu cũng chỉ toàn đi bộ. Hiện giờ tôi đến với anh mỗi tối là vì nhà tôi gần bệnh viện, mai này anh về nhà rồi, đường đến thăm anh sẽ xa hơn, nhiều trở ngại hơn cho tôi... Phú cũng hiểu được điều đó nên anh chỉ im lặng. Biết anh buồn, tôi nắm lấy tay anh nói thêm:

- Em sẽ cố gắng đến thăm anh vào ngày chủ nhật nếu em rảnh.

Phú vén tóc tôi lên thì thầm:

- Anh sẽ đợi, ngừng một chút, Phú chợt nói- Mai à, có lúc anh đã nghĩ nếu anh không bị bệnh, không biết chuyện của mình có thành không? Vì anh chỉ là một thằng trung sĩ quèn đến hỏi em, con của một vị sĩ quan, chà chuyện đó thật là khó... Cuộc sống có những cái qui luật của lễ giáo và môn đăng hộ đối ràng buộc, anh thấy mình khó có thể vượt qua những điều đó.

Câu nói bất ngờ của Phú cũng làm tôi suy nghĩ. Nếu ngày hoà bình tối đen không xảy đến và nếu tôi chưa yêu thương một ai, chắc chắn vấn đề hôn nhân sẽ không thể do tôi tự quyết định. Bởi quan niệm "cha mẹ đặt đâu con phải ngồi đó" và một chân lý muôn thuở rằng: "tình yêu sẽ đến sau hôn nhân" đã ăn sâu vào mạch huyết của cha mẹ tôi. Tôi không hình dung được có sự đổi khác nào với quan niệm đó trong gia đình tôi bây giờ. Tôi nhìn Phú thành thật nói:

- Em nghĩ có thể là khó...nhưng nếu mình hết lòng thương nhau chắc ba mẹ em cũng không nỡ chia cắt...

- Mình thương nhau thì được rồi, nhưng còn cái nghèo...

Tôi ngắt lời Phú:

- Em tin rằng ba mẹ em không phải là người phù thịnh, nếu anh chỉ nghèo tiền bạc, mà anh lại giàu lòng nhân nghĩa, giàu tình cảm, giàu kiến thức thì thật là đáng quí, có gì đâu mà anh phải ngại.

Phú im lặng, tôi nói tiếp:

- Anh biết không, ba mẹ em cũng rất trọng người có đạo đức, hiền lành. Tuy ba em là sĩ quan, ba sống rất thanh bạch, nhà em có giàu có gì đâu, con đông cũng cảnh nheo nhóc như những gia đình nghèo khác thôi. Khi em quen anh, em đâu có biết anh làm chức gì. Chỉ qua câu chuyện anh kể, em đã khâm phục anh là một người lính hào hùng đó… Mà sao hôm nay mình lại nói chuyện gì đâu không vậy.

- À, anh nói vậy là tại anh nhớ đến Long, bạn anh nó lấy một cô vợ cũng thường thôi, nhưng lúc nào cũng chì chiết nó là "không ngờ lại lấy lính", làm cho nó thêm mặc cảm thấp bé.

- Sao chị ấy nói kỳ vậy, hồi xưa chị có thương anh ấy qua hình ảnh của người lính không, những người đã hy sinh tuổi trẻ của mình cho sự bình an của miền nam này mà.

- Nếu vợ nó mà biết nghĩ như em thì đâu có chuyện gì để nói. Anh thấy mình thật may mắn khi quen được em. Phú âu yếm nhìn tôi nói. Ngừng một chút, anh tiếp – nè, em nhích lại gần anh chút nữa được không? Trăng sắp đi rồi, lại đây.

Tôi nhích lại gần Phú, anh tiếp:

- Gần nữa.

Tôi lại nhích thêm một chút, Phú nói:

- Gần tí nữa.

Phú kéo tôi sát chặt vào anh, tôi vân vê cái vai áo bệnh nhân của anh, rồi vuốt nhẹ cái cổ gầy trơ xương. Tiếng Phú diễu cợt:

- Anh ngửi thấy mùi bạc hà trên môi em rồi đó.

Anh vừa nói vừa cúi xuống, lại một nụ hôn tội nghiệp khác cho tôi. Vị ngọt giả tạo của kẹo không làm mất được cái đắng cay đang kéo dài theo từng hơi thở dồn dập. Mùi bạc hà mỏng manh không tan nổi mùi tử khí bao quanh tôi và anh. Phú cứ hăm hở lướt bờ môi trên khắp khuôn mặt tôi, trên cổ, trên vai, trên đôi tay khô cứng, còn tôi chỉ thụ động đón nhận với những xót xa. Không biết anh sẽ còn được bao nhiêu ngày nữa để nghĩ đến tôi, để nhung nhớ, để đợi chờ trong háo hức. Dưới ánh trăng đêm bàng bạc và những ánh sao soi buồn xa muôn dặm, tiếng dế đã thôi rỉ rả, không gian im lặng huyền bí. Tôi linh tính như đây là lần cuối tôi ngồi bên anh, nghe gió đêm quạt ngang nhè nhẹ. Tôi thấy Phú dắt tay tôi đứng dậy đi về phía mặt trăng, đi mãi, đi mãi và gió đã đẩy chúng tôi cùng bay lên bầu trời đêm dang rộng vòng tay để tìm bắt một ngôi sao sáng nhất trong đêm…

Một ngôi sao hy vọng mà càng lúc cứ càng xa, càng xa.

***

**M**ột niềm vui lớn quá bất ngờ cho gia đình tôi trong ngày lễ độc lập 2 tháng 9 của nhà nước cộng sản: cha tôi đã trở về, cha tôi đã trở về. Các em tôi reo hò ầm ĩ; bà và mẹ đón cha với mắt lệ rưng rưng. Nhìn cha tôi ốm yếu, dáng đi xiêu vẹo chòm râu dài tới ngực, tóc cha tôi bạc đến nửa đầu, nước mắt tôi cũng trào ra trên má. Cha ngồi xuống ghế mở cái túi vải ra lấy vài cái kẹo lạc chia cho các con. Những người hàng xóm cũng bu quanh ngoài cửa rào tò mò nhìn cảnh xum họp của gia đình tôi. Những lo lắng hãi hùng cho cái đói ăn hàng ngày đã tạm thời dịu xuống vì đã có sự hiện diện của cha tôi ở nhà. Bàng hoàng trong cảnh mẹ tôi đau yếu, bà ngoại già ốm xanh xao, và đàn con đói nheo nhóc. Cha tôi hăng hái đi tìm việc ngay và đã nhận được vài chỗ kèm toán tại tư gia. Tôi cũng bận rộn hơn với những lớp kèm trẻ khác, cả ngày chủ nhật và cả buổi tối. Chuyện đến thăm Phú như tôi hứa đã không thực hiện được. Tôi chỉ biết cầu nguyện cho anh còn khoẻ ngày nào hay ngày đó. Đời sống cứ như một điệp khúc buồn trầm luân ai oán, bi kịch này tiếp nối bi kịch khác. Một ngày bà ngoại tôi đột ngột bị bệnh, bà lên cơn sốt cao và cứ ngủ li bì, chúng tôi tưởng bà ngoại tôi ngủ là do cơn bệnh làm bà mệt, nhưng không ngờ bà ngủ đến hai ngày không tỉnh dậy. Bà thở lớn như tiếng kêu uất nghẹn từ đáy lòng, mắt bà thì lờ đờ không nhắm hẳn. Sau đó một ngày, hơi thở từ từ nhỏ đi, cơ thể bà chết dần trong giấc ngủ. Bà ngoại tôi ra đi giữa cơn đau đớn cùng cực của cả gia đình tôi, mẹ tôi là người mang tâm trạng đau đớn hơn ai hết, cả về tinh thần lẫn thể xác. Suốt thời gian này, mẹ tôi cũng bị đau lại. Bầu ngực của mẹ tự nhiên ửng đỏ lên. Mẹ tôi thường bị khó thở mỗi khi mẹ nằm xuống, buổi tối đi ngủ mẹ gần như phải ngủ ngồi. Tôi biết tế bào ung thư đã lan sang gần hết lá phổi của mẹ rồi.

Sau những ngày tháng buồn đau đó không lâu, bệnh tình của mẹ tôi trầm trọng thêm. Mẹ thường xuyên như người bị hụt hơi và nghẹt thở. Tôi phải đưa mẹ đi bệnh viện, lần này bệnh viện Bình Dân không nhận mẹ tôi nữa, họ chuyển mẹ sang bệnh viện chuyên trị ung thư ở khu Tân Bình. Mẹ và tôi ngồi chờ đợi hàng giờ đồng hồ, mệt mỏi làm mẹ tôi gục lên gục xuống như người ngủ gật. Ngày hôm đó sao bi thảm quá, mẹ tôi bị đày đọa leo lên tới lầu ba để chụp hình phổi. Sức mẹ quá yếu, đứng còn không muốn nổi làm sao lên tới lầu ba. Tôi phải chạy đi hỏi mượn cái băng ca để nhờ khiêng mẹ tôi lên lầu. Nhân viên bệnh viện chẳng thấy một người nào rảnh để cho tôi hỏi. Việc đi tìm băng ca cho tôi mượn không phải là việc của họ, nên ai cũng thờ ơ không muốn trả lời. Cuối cùng tôi được hai người đàn ông đạp xích lô tốt bụng giúp tôi mượn băng ca, và khiêng mẹ tôi lên lầu mà lúc khiêng phải nâng đầu mẹ tôi cao hơn thân thì mẹ mới thở được. Xong giai đoạn chụp hình phổi lại đến giai đoạn ngồi chờ kết quả. Một người bác sĩ chột mắt đã gọi chúng tôi vào và nói thẳng với mẹ tôi rằng:

- Kết quả X-ray phổi của bà xấu quá, bà nên về nhà nghỉ ngơi ăn uống tự do chứ ở đây chúng tôi không còn cách chữa cho bà rồi.

Mẹ tôi run rẩy, cố gắng nói chậm từng chữ một:

- Tôi biết sức tôi không còn được bao nhiêu, tôi chỉ xin bác sĩ hãy giúp tôi điều hoà hơi thở để tôi còn sống nuôi con tôi, các cháu hãy còn nhỏ lắm.

Tôi khóc tức tưởi cho sự bất lực của mình với lời nói và nỗi đau của mẹ. Tôi ghét cái ông bác sĩ mắt chột đã không có lời nào an ủi bệnh nhân ngọt ngào hơn, mà cứ xua tay nhăn nhó ra lệnh:

- Tôi không còn cách nào nữa, bà cứ về nhà đi.

Quay sang tôi, ông nói thêm - cần chuẩn bị trước cho bà mọi thứ, khóc la không ích lợi gì đâu. Đưa bà về đi.

Tôi đành phải đưa mẹ về nhà nghỉ ngơi. Trong tâm tư,

tôi không dám nghĩ đến một ngày nào mẹ tôi sẽ bỏ chúng tôi ra đi, dù linh tính cho tôi biết mọi hoạt động trong người mẹ đang tê liệt dần dần, mẹ bắt đầu buông thõng chân tay mệt mỏi. Đêm hôm ấy, tôi nằm ngay dưới đầu giường của mẹ, tôi cũng cảm thấy mình rất mệt. Thoạt đầu, tôi ngủ trong trạng thái nửa mơ, nửa tỉnh. Tôi nghe mẹ gọi tôi dậy ba lần để rót nước cho mẹ uống. Sau mỗi lần uống nước, tôi còn nghe tiếng thở dài thườn thượt của mẹ như trút ra bao nhiêu nỗi buồn lo, đau đớn. Rót nước cho mẹ xong tôi lại nằm xuống ngay và rồi thiếp đi mê man. Chập chờn trong giấc mơ mệt nhọc, tôi mừng rỡ thấy Phú đến thăm mẹ tôi, anh mặc bộ đồ bệnh nhân màu trắng, Phú cười rất buồn và nói:

- Anh đến thăm mẹ và em lần cuối rồi anh sẽ đi xa.

Tôi hỏi Phú:

- Anh đi đâu vậy?

Phú nói:

- Không biết sẽ đi đâu mà cứ phải đi.

Rồi Phú tiến đến gần tôi, vén một bên tóc tôi lên, anh dặn dò:

- Em đừng khóc nhiều quá nghe, coi chừng bị hư tuyến lệ đó.

Anh vừa nói vừa đưa khuôn mặt trắng bệt của anh kề sát bên tôi, Phú tiếp:

- Sao anh không ngửi thấy mùi bạc hà trên môi em nữa, chỉ có mùi nhang không vậy?

Tôi nhìn quanh:

- Mùi nhang ở đâu hả anh?

Phú nhìn lên trần nhà, hình như trên đó có làn khói mỏng đang toả ra. Anh chỉ tay lên trần nói:

- À, mùi nhang từ khói trên kia kìa. Rồi anh khẽ hát: Khói, khói, khói lên nhỏ nhoi, khói lên tả tơi, khói lên đẹp ngời.

Phải, khói lên nhiều quá, tôi thấy hai loại khói màu vàng và trắng bao quanh Phú mỗi lúc một dày. Anh đưa tay vẫy tôi rồi nói:

- Em có nghe mùi nhang thơm không? Anh sắp bay cùng với khói nhang nè.

Tôi chạy đến bên Phú cố níu lấy tay anh qua đám khói dày vừa khóc vừa nói: - Không, anh đừng bay, đừng bay, ở lại đây với mẹ, với em. Khói không nghe tôi nói, tôi lại cố gào lên: Phú ơi đừng bay, đừng bay vội. Khói không hiểu lời tôi van xin vẫn cuồn cuộn bay lên cuốn hút bóng dáng Phú, như một khúc phim thần thoại biến hoá. Ngay lúc đó, mẹ đến gần ôm tôi vào lòng, mẹ dịu dàng bảo: - Hãy để Phú đi cho nhẹ nhàng… Tôi giật mình thức dậy thấy mình đang gục đầu bên mẹ, nước mắt tôi còn ướt trên hai cổ tay. Chỉ là giấc mơ ngắn thôi, sao tôi cảm thấy đầu mình nặng quá, ngực thì buốt nhói. Tôi nhớ Phú ray rứt… tự nói thầm, cầu cho nay mai mẹ em khoẻ, em sẽ đến thăm anh Phú nhé, đừng bỏ em đi vội, hãy cố chờ em, chờ em, em sẽ đến, em sẽ đến mà… Tôi khóc thút thít trong đêm khuya, bên tai tôi còn văng vẳng lời mẹ anh nhắn nhủ: "Cố giúp bác an ủi nó ngày nào hay ngày ấy…" như một điệp khúc u buồn nát cả ruột gan làm cho tôi thấy hối hận vô cùng. Tôi đã không làm được điều mẹ Phú nhờ, bởi lẽ cuộc sống cơm áo cho sự sinh tồn quá khổ cực, quá vất vả, đã dành hết thời giờ của tôi rồi. Hình bóng Phú, câu nói của mẹ anh, khuôn mặt xanh xao của mẹ tôi, đã là nỗi ám ảnh khiến tôi cứ trằn trọc mãi cho đến sáng…

Buổi sáng, tôi ngồi dậy mệt mỏi, ngắm khuôn mặt mẹ đang chìm trong giấc ngủ với hơi thở nặng nhọc. Tôi ước ao giá tôi có thể tiếp hơi thở của tôi cho mẹ, có thể gánh lấy cái đau đang hành hạ cơ thể ốm yếu kia của mẹ, thì mẹ tôi sẽ đỡ được phần nào… Đứa em trai thứ bảy của tôi mon men đến chân giường mẹ ngồi xuống, nó hỏi tôi: Tối qua mẹ có ngủ không chị? Tôi ngập ngừng: - Có, mà chắc ít, thấy mẹ khều chị ba lần kêu rót nước. Tôi dặn em ngồi trông chừng mẹ, rồi đứng dậy gom tất cả những quần áo dơ để đem đi giặt, tôi dự định sẽ xin nghỉ thêm một ngày nữa ở nhà với mẹ. Tôi bước ra sàn nước bỏ quần áo vào thau và vừa cắt xong gói xà bông bột thì nghe tiếng em trai tôi gọi thất thanh:

- Trời ơi, mẹ ngừng thở rồi! Bố ơi mẹ ngừng thở rồi! Tôi vất gói xà bông chạy vào nhà, tôi nghe tiếng cha tôi hớt hải:

- Làm sao, tránh ra để bố xem.

Tiếng em trai tôi nghẹn lại, đứt quãng:

- Con… đang ngồi ở đây, nghe mẹ… nấc to lên một tiếng… rồi mẹ không thở nữa.

Cha tôi sờ mũi, sờ trán mẹ, rồi thất vọng giục:

- Xem mấy giờ rồi!

Tôi chen vào giữa cha tôi và em trai đưa tay sờ mặt mẹ, những giọt nước mắt ấm hãy còn lăn trên đôi má khô nhăn, người tôi run lên và tôi bật khóc, tôi gọi mẹ thống thiết… Quang cảnh chung quanh tôi như tối sầm lại. Tôi nghe tiếng cha tôi đau đớn ra lệnh:

- Đi gọi tất cả các em mày về, còn phải tắm thay đồ cho mẹ mày nữa, nhanh lên!

Tôi không đứng dậy nổi, cứ gục đầu bên mẹ, mơ màng thấy mẹ vuốt tóc tôi nói:

- Đừng khóc nữa, để mẹ đi cho nhẹ nhàng…

***

Sau ngày đám tang của mẹ, tôi bị ốm. Lần đầu tiên trong cuộc đời tôi bị ốm nặng đến độ không đứng dậy nổi. Người tôi lên cơn sốt, đầu thì đau buốt, thân thể tôi nhức mỏi vô cùng. Tôi cứ nằm mơ thấy mẹ tôi và bà ngoại chập chờn, chập chờn mờ ảo. Khi thì thấy mẹ ngồi đan áo trên giường, khi thì mẹ chỉ cho em bé út tôi làm thủ công. Tôi thấy bà ngoại tay cầm một lát chanh, một lát gừng, một nắm tóc và một ít dầu Cù Là, bà gói trong cái khăn rồi đến gần bên tôi bảo để bà "đánh gió" cho tôi…Tôi lại mơ màng thấy Phú trong bộ đồ bệnh nhân màu trắng, anh ngồi trên chiếc ghế băng ở vườn hoa của bệnh viện. Phú đang thổi *harmonica* một bài hát quen thuộc mà sao tôi không nhớ ra là bài gì. Tôi nhẹ nhàng bước đến bên anh, chợt thấy một làn khói mỏng từ đâu bay đến, anh ngừng thổi nhìn đám khói rồi nhìn tôi nói:

- Kìa Mai, lại đây ngồi với anh, em đi đâu mà lâu quá vậy làm anh chờ mãi.

Tôi nói nhỏ:

- Em bận quá, không đến thăm anh được.

Phú chỉ đám khói trước mặt:

- Em thấy khói đang lên không, khói nhuốm một màu xám buồn, như cuốn cả đời hai chúng mình vào chốn đau khổ.

- Mình phải làm gì để xua khói hả anh?

- Mình quá yếu đuối và nhỏ bé không thể xua được ngọn khói bạo tàn này.

Khói bay lên càng nhiều, càng dày. Làn khói trắng đục tỏa ra một mùi khen khét. Phú kéo tay tôi đứng dậy:

- Đi Mai, chạy ra khỏi chỗ này, mau lên.

Tôi đứng lên chạy theo Phú, khói bao mờ lấy tôi, quấn vào cổ, vào mặt, vào mũi làm tôi bị ho sặc sụa. Tôi nhắm mắt để khỏi bị cay, tôi chạy thật nhanh, nghe có cả hơi gió bên tai. Bỗng tay tôi vuột khỏi tay Phú. Tôi chơi vơi trong làn khói, miệng hớt hải gọi:

- Phú, Phú, anh đâu rồi?

Không nghe tiếng Phú trả lời chỉ có tiếng gió ù trong làn khói đang lên cao. Tôi gào lên thất vọng:

- Anh Phú, chờ em đi với.

Khói lại làm tôi bị sặc và ho liên tục, ngực tôi đau, đầu tôi choáng váng. Hình ảnh Phú biến mất rồi…

- Chị... Mai có sao không?

Tiếng em gái út hỏi đã kéo tôi ra khỏi cơn mê của khói… Nó tiếp:

- Chị ho dữ quá!

Tôi mở mắt nhìn em lắc đầu, mái tóc em bù xù cháy vàng, khuôn mặt em hốc hác. Đôi mắt đen nhìn tôi chăm chú. Cầm bàn tay nhỏ bé của em áp vào má mình, tôi nghe giọng em la lên:

- Chết, chị nóng hổi à. Em lấy khăn nhúng nước đắp cho chị nghe.

Em tôi định quay đi, tôi kéo tay em lại, mệt mỏi nói:

- Thôi khỏi, mấy giờ rồi?

- Gần mười hai giờ trưa. Sao hôm nay bố đi dạy lâu về quá, nhà hết củi nấu rồi.

Em chạy đi lấy cuốn tập đưa cho tôi:

- Chị ơi coi bài thủ công em dán nè, cái nào chị thấy ít xấu nhất thì nói cho em biết để mai em nộp. Tôi run tay đỡ cuốn tập, tội nghiệp cho em từ ngày mẹ tôi bị ốm, không ai giúp em làm thủ công hết. Tôi nhìn hai trang vở lem nhem mực tím. Bức dán thủ công hai chữ Việt Nam của em trông vụng về nhăn nhúm. Tôi cũng biết, nhà không có kéo bén cho em cắt, giấy thủ công không phải là giấy đẹp, hồ thì khô nứt dán mãi không dính. Tôi lật qua các trang khác mới chú ý đến chữ viết của em quá xấu. Tôi thật đau lòng nghĩ đến trách nhiệm không trọn của người chị đối với em. Tôi làm nghề dạy kèm trẻ mà không dạy kèm được em mình. Những đứa bé tôi dạy đều được gò chữ rất đẹp, tập vở sạch sẽ, đọc thông thạo. Em tôi không được sự chỉ dạy của tôi đàng hoàng từ khi em bắt đầu vào mẫu giáo cho đến bây giờ là lớp hai…Tôi gượng đau, cố chống tay ngồi dậy nói:

- Chị thấy cái nào cũng đẹp, nộp đại đi, thủ công là môn phụ thôi mà. Ngày mai chị đỡ đau, chị sẽ cho em tập viết lại, chữ em xấu quá.

Em phụng phịu than thở:

- Tại cái ngòi bút em bị rè, lọ mực lại khô nữa…

Tôi ngắt giọng em:

- Được rồi, tí nữa chị dắt em đi mua bút mực, lọ mực mới.

Tôi vịn thành giường đứng dậy, tôi phải chống lại cái đau đang hành hạ thân xác tôi, tôi không muốn đầu hàng nó để phải nằm ẹp một chỗ hoài. Tôi nhớ đến Phú, lòng chợt nóng như lửa đốt, tôi muốn gặp Phú, phải , tôi phải đi thăm anh. Cầu mong cho Phú hãy còn khoẻ để tôi được nhìn thấy anh. Tôi lết vào nhà bếp, em bé út chạy theo hỏi:

- Chị đi đâu vậy?

- Đi kiếm cái gì hai đứa mình ăn rồi chị dắt em đi mua bút, chị còn mấy đồng đủ mua cho em cây bút đây.

- Hết củi nấu rồi.

Tôi nhìn cái bếp lạnh tanh, củi không còn một cây, tôi lắc đầu nói:

- Không sao, ăn mì trụng nước lạnh cũng được, ăn lẹ rồi chị dắt bé đi chơi với chị nhe.

- Chị còn nóng quá sao chị đi được.

Tôi không nói, mở lu bốc hai nắm mì vụn bỏ vào hai cái tô, rắc chút muối lên trên rồi đổ nước lạnh vào, ngồi chờ cho mì nở…

Nhìn em tôi trệu trạo nhai mì, tôi thấy thương em làm sao. Tôi vuốt mái tóc bù xù cháy vàng của em mà ứa nước mắt. Từ nay và mãi về sau em sẽ không còn được ngồi nhõng nhẽo mẹ tôi làm thủ công cho em mỗi tối nữa. Bài thủ công với hai chữ Việt Nam em dán nhăn nheo trong tập như số phận khổ đau của đất nước, vuốt mãi cũng không thẳng được, như cuộc đời khốn khổ của chị em mình cứ mãi nhăn teo…Tôi nhỏ nhẹ nói với em:

- Trên đường mình đi mua bút, chị dắt em tới nhà bạn chị chơi chút nhe. Đừng nói cho ai biết đó.

Em gật đầu. Tôi đứng lên tìm cái nón lá cho tôi, và một cái nón vải cũ cho em, trời nắng trưa đang lên cao gay gắt, tôi vẫn còn bị choáng váng khi nhìn ra nắng nhưng tôi nhất định phải đến thăm Phú.

***

Hai chị em tôi lủi thủi đi bộ dưới nắng đến nhà Phú. Từ con đường nhà tôi là Phan Đình Phùng, đến tận ngã bảy, quẹo vào đường Lý Thái Tổ, đi sâu vô một hẻm nhỏ, dọc ngang mấy ngã. Em gái tôi cứ luôn miệng hỏi: "Sắp tới chưa chị, em mỏi chân quá", tôi cũng phải trấn an nó hoài "Sắp rồi". Tôi tìm ra địa chỉ nhà Phú cũng khá vất vả. Lòng vừa hồi hộp, vừa náo nức được gặp anh. Tôi đứng trước thềm nhà Phú, choáng váng, quay cuồng chỉ muốn té. Mẹ anh nhận ra tôi ngay cửa. Tim tôi đập nhanh, mắt như hoa lên khi nhìn thấy cái bàn thờ ở chính giữa nhà, với tấm hình của Phú sau bát nhang nghi ngút khói. Không kịp nói câu chào với mẹ anh, tôi bật khóc nức nở. Em bé út nhìn tôi ngơ ngác… Tôi nghẹn ngào nói trong tiếng nấc:

- Trời ơi… bác,… anh Phú… anh Phú,… cháu cứ mong là sẽ được gặp anh Phú…

Mẹ Phú nắm tay tôi ứa nước mắt:

- Mới mở cửa mả cho nó hôm qua… nó đi cũng hơn năm ngày rồi.

Tôi gạt nước mắt, run giọng nói:

- Cháu... cháu xin lỗi... đã không đến thăm anh ấy thường được. Mẹ cháu mới mất… đám tang mẹ mới xong hôm qua… cháu nóng ruột quá, muốn gặp anh Phú ngay…

Mẹ Phú nói giọng xót thương:

- Giời ơi, khổ thân chưa, bác thành thật chia buồn nhé, bác biết gia cảnh của cháu cũng khổ, cháu còn phải lo cho mẹ. Bác rất hiểu.

- Cháu vẫn còn ân hận…

Mẹ Phú ngắt ngang lời tôi:

- Cháu không phải ân hận gì hết , bác hiểu gia cảnh của cháu, mẹ ốm như thế thì có đi đâu được, thương cháu không hết sao còn nỡ trách cháu làm chi. Rồi bà quay sang em gái tôi hỏi- Thế em cháu đây a, sao còn nhỏ thế.

Tôi nhắc em chào bà, em bẽn lẽn khoanh tay cúi đầu lí nhí: -Chào bác ạ, rồi nép sau lưng tôi, mẹ Phú ngoắc em lại hỏi:

- Cháu mấy tuổi rồi? tội quá, lại đây với bác nào!

Tôi trả lời thay em:

- Dạ em cháu được bảy tuổi ạ.

Tôi nói em tôi lại gần mẹ Phú cho bà hỏi chuyện, tôi nhớ đến lời Phú nói: “Mẹ anh thích con gái lắm”. Tôi tiến đến bàn thờ lấy một cây nhang thắp cho Phú, tôi mím chặt môi để không bật ra tiếng khóc lần nữa. Nhìn tấm hình của anh chụp đứng trong bộ quân phục lính chiến, nụ cười rạng rỡ. Tôi thấy lòng mình đau như xé. Sao Phú không ráng chờ em, em hứa sẽ đến mà. Sao anh đi vội vã thế, có phải ngọn khói bạo tàn đã cuốn anh đi như trong giấc mơ em đã thấy không? Hay là sự chờ đợi em đã làm cho anh mệt mỏi, buồn rầu, chán nản rồi anh giận em mà bỏ đi? Tôi cố nén tiếng khóc, để nước mắt cứ rơi rơi, rồi lại nuốt ngược vào lòng nghe nghẹn đắng. Tôi gục đầu bên bàn thờ anh, cố nhớ lần gặp anh sau cùng ở bệnh viện, khuôn mặt anh thật buồn, trông anh tiều tụy thảm hại… Mùi nhang thơm bay lên cho tôi mơ hồ nghe thoang thoảng đâu đây tiếng kèn *harmonica* của Phú, với câu: "Khói, khói lên nhỏ nhoi, khói lên đẹp ngời…" Tôi cảm giác như mình đang bị quay vòng tròn. Chóng mặt, chóng mặt quá. sức quay mỗi lúc một nhanh hơn, tôi muốn té nhào, té nhào… Tôi nghe có tiếng ai đó gọi tôi rất xa, rất gấp gáp:

- Kìa, cô… cô… mẹ..

Tôi thấy càng chóng mặt thêm, nhà cửa quay cuồng trước mắt tôi, khuôn mặt em gái tôi, khuôn mặt mẹ Phú kề bên vẫn như một vòng tròn quay tít. Rồi một khuôn mặt khác, rất quen, ai như Phú thì phải, ồ đúng rồi Phú, Phú đây mà, tôi mừng rỡ gọi to:

- Anh Phú, anh Phú!

Khuôn mặt như dãn ra rồi nhíu lại, kéo tôi về thực tại:

- Không, tôi là Minh, anh của Phú. Cô bị xúc động quá rồi.

Tôi không biết mình đang ngồi hay đang nằm, chỉ biết có bàn tay ai chạm vào tôi, và nghe tiếng mẹ Phú nói:

- Giời ơi, người nó nóng quá, bị sốt rồi. Khổ thân chưa.

Thân tôi như bị lịm đi, nhưng đầu óc tôi hãy còn hơi

tỉnh. Tôi thấy mình như kiệt sức, tiếng mếu máo của Hoa, em gái út tôi đã là sức mạnh làm tôi bật dậy:

- Chị Mai ơi… còn dắt em đi mua bút mực nữa.

Tôi ngơ ngác nhìn chung quanh, mẹ Phú đang lăm lăm chai dầu gió trên tay xoa trên trán tôi. Một người đàn ông giống Phú kinh khủng đang nhìn tôi lo ngại. Tôi nghe tiếng ông nói với bé Hoa:

- Muốn mua bút mực hả, để anh dắt bé đi mua nhé, ở đây gần tiệm tạp hoá nè.

Em tôi mắc cỡ lắc đầu, dấu mặt sau vai tôi, mẹ Phú nói thêm:

- Để chị cháu nghỉ một chút xíu, anh Minh dắt cháu đi mua nhé.

Bé Hoa vẫn lắc đầu, tôi nói đỡ cho em:

- Cám ơn bác, cám ơn anh, em nó hay mắc cỡ, thôi để cháu xin phép đi về.

Mẹ Phú ngăn tay lại:

- Ơ kìa, sao lại về, người nóng sốt thế kia mà bêu nắng cho chết thêm đấy, ở lại đây chơi chờ mát tí rồi hãng về.

Tiếng ông Minh nói tiếp:

- Phải đấy, cô cứ ở đây nghỉ một chút đi chiều mát rồi về cũng được, hay để tôi chạy ra đây mua bút cho bé vậy, bút gì, bút mực hả?

Bé Hoa gật đầu. Ông Minh cười nhẹ rồi quay đi, thấy Hoa cứ đứng sát bên tôi không rời, Mẹ Phú nói với bé:

- Này, cháu ăn xôi chè nhé, vào đây bác lấy xôi cho ăn.

Bé Hoa nhìn tôi, tôi nói với em đi theo bác lấy xôi ăn đi, chị ở đây mà... Em tôi ngồi ngoan ngoãn thưởng thức chén xôi vò và bát chè đường. Mẹ Phú trở ra, trên tay cầm một vật gì đó, bà nhẹ nhàng ngồi xuống bên tôi nói:

- Trước khi thằng Phú mất, nó có dặn bác nhiều lần là đưa cho cháu cái này... không biết nó viết cái gì mà mấy hôm trước cứ thức khuya viết hoài. Đây cháu xem đi.

Tôi run tay cầm lấy món đồ được cất trong một cái túi vải nhỏ màu xanh, mở túi vải ra xem, tôi thật xúc động đó chỉ là một bài thơ anh viết dở, vẫn trên trang giấy học trò xếp đôi dán phía sau tờ bìa cứng màu xanh nhạt. Một trời kỷ niệm của thời còn đi học lại hiện về với tôi từ trang thơ này. Những lá thư ngày trước anh trao gửi cũng giản dị trên giấy học trò trắng dán bìa xanh. Tôi hỏi mẹ Phú:

- Chắc anh Phú thích màu xanh lắm hả bác?

Mẹ Phú gật đầu:

- Ừ, đúng rồi. Nó bảo màu xanh là màu hy vọng. Bác biết nó rất quí mến cháu, nhiều khi nó buồn bác cứ phải gợi chuyện về cháu để nó nói cho vui.

Rồi bà thở dài:

- Chẳng biết viết cái gì mà tối nào cũng hí hoáy, bác hỏi thì bảo viết cho Quỳnh Mai.

Tôi run tay mở bài thơ ra liếc qua nét chữ quen thuộc của anh rồi gấp lại, tôi nói với mẹ Phú tôi muốn về nhà có thời giờ ngồi đọc lại kỹ hơn. Rồi tôi trang trọng cất bài thơ vào trong túi áo. Theo lời mẹ Phú nói, anh mất trước mẹ tôi một ngày. Tôi bỗng rùng mình nhớ lại giấc mơ tôi gặp anh trước đó. Câu chuyện của tôi với bà lại xoay quanh đề tài gia đình, tôi cho mẹ Phú biết là cha tôi đã về được một năm thì phải lo hai cái tang cho bà ngoại và mẹ. Tôi cũng hỏi thăm bà về người anh cả của Phú đã về hay chưa? Vừa lúc ấy, ông Minh mới bước vào cửa với một nắm bút mực trên tay và 3 cái lọ mực. Mẹ Phú chỉ ngay ông bảo:

- Đây, anh cả của Phú đấy, mới vừa về chừng vài tháng thôi.

Ông Minh cười đưa cho bé Hoa nắm bút:

- Đây bút của bé đây này, không biết bé thích ngòi lá tre hay ngòi lá bầu cứ mua mỗi thứ ba loại cho bé đó, cả mực đây nữa. Tha hồ viết nhé.

Bé Hoa mừng rỡ đỡ lấy nắm bút và lọ mực, tôi cảm động trước vẻ thân thiện của ông Minh. Tôi nói:

- Trời ơi anh mới đi "cải tạo" về đâu có tiền bạc gì nhiều đâu mà mua cho bé Hoa nhiều vậy. Mua 1 cây bút là quí rồi. Bé cám ơn anh Minh chưa?

Em tôi nói cám ơn theo tôi. Ông Minh xoa đầu bé Hoa cười:

- Có đáng gì mấy đồng bạc đâu, cho em nó vui thôi mà. À, cô là Quỳnh Mai phải không?

Tôi gật đầu:

- Dạ,

- Tôi nghe bà cụ nhà tôi với Phú hay nhắc cô lắm, cũng mới biết hoàn cảnh cô thật là khổ.

- Dạ.

Tôi nhìn lên tấm hình của Phú trên bàn thờ, nước mắt lại sắp trào ra, lúc nào anh cũng nhắc đến tôi để nuôi một niềm vui, còn tôi thì chẳng dám nhắc đến anh với một ai trong nhà, chỉ có mình tôi độc thoại về anh. Khóc một mình, chia sẻ cũng với chính mình… Tôi sờ tay vào túi áo, nơi tôi còn giữ bài thơ của anh. Tôi muốn về nhà ngay, tìm một góc vắng để mở bài thơ anh ra đọc từng lời, nhìn từng nét chữ, tưởng tượng ra ánh mắt hơi thở của anh cùng lướt với tôi trên trang thơ dấu ái. Tôi cáo từ mẹ Phú ra về, lòng nặng trĩu ưu tư, buồn bã. Trên đường về, bé Hoa rất vui, nói chuyện huyên thuyên mà tôi thì không chú ý mấy đến lời của em. Tôi đang bận nghĩ về bài thơ của Phú, kỷ vật duy nhất anh để lại cho tôi.

***

Tôi lật sang trang kế tiếp chỉ còn là giấy trắng. Lặng người đi vài phút tôi cố lấy lại sự tỉnh táo và tĩnh lặng cho tâm hồn, sau cả mấy tiếng đồng hồ dài theo những trang hồi ký trở về thời buồn đau xưa cũ: Thời mà dân tình bị đắm chìm trong lầm than, nghèo đói, trẻ thơ lam lũ, quân nhân bị tù đày và nhiều gia đình ly tán. Thời mà các nhà lãnh đạo cộng sản phát triển chính sách thống trị quan liêu, cướp bóc, vơ vét tài sản của dân. Thời mà con người đã chà đạp, dối trá, lường gạt lẫn nhau để giành sự sống. Thời mà tuổi trẻ đã được tuyên truyền, được hô hào để đánh bóng cái thiên đường xã hội chủ nghĩa bằng những kế hoạch năm năm, mười năm trong lao động khổ sai. Tôi mở bài thơ của Phú ra xem lần nữa, từng lời, từng chữ hãy còn in rõ những phẫn uất, những buồn đau dù đã hơn ba mươi năm trôi qua:

*Những Vần Thơ Buồn*

*Em có biết cho đời người lính trẻ*
*Sau chiến cuộc tàn*

*Là tan nát những ước mơ*
*Là đau thương hấp hối từng giờ*
*Là khổ nhục trong lao tù cộng sản*
*Em có biết, anh còn bao bè bạn*
*Là phế binh đang vất vưởng lầm than*
*Sống cô đơn nghèo đói lết thân tàn*
*Qua ngõ ngách mưu sinh nghìn cay đắng*
*Em có biết, nhiều đêm anh thức trắng*
*Thả hồn mơ theo khói thuốc quyện bay*
*Mơ đất nước mình sẽ sớm đổi thay*
*Quyền bạo chúa không còn trong nhân loại*
*Người tìm nhau với vòng tay thân ái*
*Đời nở ra trăm triệu đoá yêu thương*
*Dân ấm no trên khắp mọi ngả* đường
*Từ phố thị đến làng quê xa tắp...*

Bài thơ đang viết dở về một ước mơ của anh và nhiều nỗi ưu tư cho tình yêu, cho thân phận con người trong suốt thời kỳ "hòa bình" tối đen như vực thẳm. Không chỉ riêng gì Phú mà còn có cả tôi, cả những người đã lớn lên trong thời điểm khắc nghiệt nhất của chế độ cộng sản, ai cũng đã mang trong ký ức một bài thơ dở dang về nỗi đau riêng gắn chung với số phận đất nước. Mỗi bài thơ là mỗi cảnh đời khổ ải, có khi mình không nói hết được nỗi đau ở khía cạnh này hay sự mất mát ở hoàn cảnh khác.

Sau ba mươi sáu năm hoà bình, đất nước lại đang lao đao với hiểm họa xâm lăng của ngoại bang, sự đàn áp những người trẻ tuổi mang tiếng nói trung thực vì lòng yêu nước, vì quyền tự do, vì lẽ phải. Chúng ta đang tiếp tục có những bài thơ đấu tranh, xuất phát từ muôn triệu trái tim yêu nước thương dân, mong mỏi một ngày đổi mới tươi đẹp cho quê hương. Nhưng buồn thay, trên chính đất nước

Việt Nam hôm nay, những bài thơ đấu tranh vẫn là những bài thơ dang dở chưa kịp nói hết lời đã bị cùm gông siết cổ bởi bọn người cầm quyền tàn bạo...

*Mơ đất nước mình sẽ sớm đổi thay*
*Quyền bạo chúa không còn trong nhân loại*
*Người tìm nhau với vòng tay thân ái*
*Đời nở ra trăm triệu đoá yêu thương*
*Dân ấm no trên khắp mọi ngả đường*
*Từ phố thị đến làng quê xa tắp... (10)*

Tôi đang cố gắng nghĩ đến một câu kết thật đẹp cho bài thơ, một câu kết mà trong nỗi ước ao của Phú từ mấy mươi năm trước, của tôi, của bao nhiêu người dân Việt khắp nơi trên toàn thế giới hiện giờ, và còn của một thế hệ con cháu mai sau. Một câu kết mang màu xanh rất xanh về sự độc lập, tự do, ấm no mãi mãi trên quê hương Việt Nam không còn cộng sản…

*Tháng 8/2011*

---------------------------

(1), (4), (5), (7) & (9) Nhạc Phạm Duy

(6) Nhạc Ngọc Chánh và Phạm Duy

(8) Nhạc Phạm Thế Mỹ

(2) Nhạc Y Vân

(3) Nhạc Trần Thiện Thanh

(10) Thơ Thiên Lý

** Không biết tác giả

# HOÀNG HÔN TRÊN NÚI TÂY

Mặt trời xuyên qua tấm màn trắng chiếu những tia nắng ban mai vào tận chỗ Châu đang nằm, tạo nên những bóng tròn trên vách và lung linh một vùng sáng lòe. Ánh sáng làm Châu bị chói khi cô vừa mở mắt ra phải nhắm mắt lại ngay. Đêm qua Châu bị mất ngủ cứ trằn trọc mãi đến gần 4 giờ sáng mới thiếp được một chút. Cô tự trách mình; nhà quay về hướng đông mà tối qua cô lại quên kéo tấm mành cửa để cho nắng sáng nay vào đánh thức cô sớm hơn dự định. Cô cũng nhận ra mình hãy còn nằm trên ghế sofa. Châu trở mình nằm nghiêng, bóng nắng vẫn chập chờn quanh cô thật khó dỗ giấc lại.

Châu mở mắt bâng quơ nhìn ra khung cửa, mùa thu đang nhè nhẹ đến trên những hàng cây xanh đã lốm đốm vàng. Ngày khai trường đã trôi qua năm tuần lễ, lại sắp chuẩn bị cho trẻ bài học về lá, về mùa thu, mùa của thu hoạch, mùa của lễ Tạ Ơn. Nhắc đến lễ Tạ Ơn trái tim Châu chợt nhói đau, cô không thể quên được cái ngày lẽ ra rất là vui lại biến thành một ngày buồn và tủi hận. Ngày mà cách đây hơn một năm Quang đã dắt cô về giới thiệu với gia đình anh trong một bữa cơm họp mặt nhân ngày lễ tạ ơn ở mãi tận Louisiana, để cô được nghe những lời bình phẩm về cái vóc dáng bên ngoài của mình. Hôm đó cô bị mệt trong suốt cuộc hành trình dài từ Denver đến Louisiana. Sau khi chào hỏi mọi người trong nhà theo phép xã giao Châu phải vào phòng nằm nghỉ vài phút.Tuy nằm ở trạng thái mệt rũ như mơ, như tỉnh, cô vẫn nghe được những tiếng cười chế diễu mình rằng: chọn nhằm bà gì mà "già" quá, "nhỏ con" quá, chắc không "đẻ" nổi đâu và chắc có ai đó đã làm một điệu bộ gì ra vẻ khôi hài cho cả nhà cũng cười lớn; dường như họ đã muốn cố tình cho cô nghe hết. Tiếng Quang yếu xìu: "Thôi, chê vừa thôi"... Châu cảm thấy thật tủi thân và ước sao cô có thể rời khỏi căn nhà ngay lập tức...

Trước đó một tháng, khi trao nhẫn đính hôn cho Châu, Quang đã làm môt cử chỉ hết sức là "xi-nê", anh "quì" xuống hỏi cô một câu bằng tiếng Anh: "Will you marry me?". Châu vừa thấy mắc cỡ, vừa buồn cười nhưng do tính dễ xúc động, cảm giác buồn cười tự nhiên chuyển thành sự xúc động thật sự...Nhẫn thì còn đây, mà lời hứa đã bay xa kể từ sau cái ngày lễ Tạ Ơn đó. Sự chia tay đến thật vội vàng, không dùng dằng, không lưu luyến, bởi một lý do là Quang muốn thay đổi, anh nghe theo lời một người bà con mai mối cho anh đi Việt Nam lấy vợ. Họ nói rằng, lấy vợ ở Việt Nam vừa trẻ, vừa đẹp có khi còn được cả tiền mang họ sang Mỹ nữa. Quan niệm ấy đã làm cho Quang thật háo hức quên đi cả cái tuổi đã ngoài bốn mươi của anh, quên luôn Châu vẫn còn nhỏ hơn anh năm tuổi.

Nói gì thì Quang và Châu cũng đã chia tay nhau rồi... Nhưng sao anh lại có thể thay đổi một cách nhanh chóng như vậy chứ? Hay chắc anh cũng chưa yêu thương Châu đậm đà gì cho lắm nên Quang đã đem tình cảm đặt lên bàn cân toan tính giữa hôn nhân Việt Nam hay là Mỹ Quốc? Không biết sự toan tính của anh thế nào mà sau đó Quang lại muốn Châu dọn về ở với anh trước khi làm đám cưới. Điều này thật trái với phong tục của người Việt Nam, Châu không dám liều mình như thế và một cuộc cãi vả đã xảy ra. Quang trách cô đã không chịu theo kế hoạch của anh, có nghĩa là cô không yêu anh thật lòng. Còn Châu thì tức tối bảo rằng anh yêu Châu mà không nghĩ đến danh dự của Châu, nếu liều theo anh cô sẽ phải chịu bao nhiêu điều tai tiếng đến từ hai phía gia đình, nhất là gia đình anh vốn dĩ đã chê bai Châu từ đầu rồi…. Quang phê phán Châu là người bảo thủ, qua đến Mỹ rồi mà không chịu sống "cởi mở" như người Mỹ. Châu lại bướng bỉnh cãi, tại sao phải sống như người Mỹ khi mình là người Việt Nam. Anh buông một câu chạm tự ái Châu: "Già rồi còn giữ giá làm gì" Ôi, nếu như lúc ấy Châu tát được Quang thì hả giận biết bao!!!…

Châu tiếc đã bỏ phí hai năm chờ đợi, và hy vọng vào tình yêu không bao giờ có của anh, Châu chán ghét cho tình đời, tình người giả dối, cô buồn cho số phận mình sao thật hẩm hiu. Những giọt nước mắt uất ức vô tình lăn trên má, Châu lắc đầu thật mạnh, tự hét lên: "Thôi! Không nhớ nữa, không nhớ nữa, phải quên, phải quên…"

Tiếng chuông điện thoại reo hai hồi liên tục kéo Châu về hiện tại, cô lười biếng trườn mình lên chiếc phone để nhìn xem ai gọi. Quảng cáo gì mà sớm thế. Cô mặc kệ cho tiếng phone reo thêm vài lần rồi tự nó tắt. Nhìn chiếc đồng hồ trên bàn, Châu giật mình tự nhủ, "ấy chết gần 9 giờ rồi kìa, phải dậy đi giặt đồ thôi, đi trễ một tí là phải chờ đến nửa ngày mới có máy giặt." Châu tung mền, vội vã chạy đi đánh răng, rửa mặt, thay quần áo, cô nghĩ ở một mình buồn thiệt nhưng mà tự do ghê. Châu gỡ hai tấm màn cửa, xếp hết chăn gối và quần áo vào ba cái giỏ giặt đồ. Cô khệ nệ bưng ra xe rồi trở vào nhà, vớ vội cái lược chải sơ mái tóc, cô không muốn nhìn sự tàn tạ của mình trong gương chút nào. Còn một năm nữa thôi là cô sẽ lên hàng bốn, Châu đã thành "bà cô" từ lâu rồi.

Tiệm giặt đồ nằm ngay dưới chân đồi về hướng tây. Hôm nay tiệm thật vắng người làm Châu hơi ngạc nhiên. Trong tiệm chỉ có một người đàn ông, chắc là người Navajo đang lui cui sửa dãy máy phía trong. Dù về làng "Naschitti" này dạy học đã một năm, cô vẫn còn cảm thấy sợ khi gặp những người đàn ông Navajo tóc dài, thắt bím, thường say sưa và lè nhè xin tiền khách hàng hay người bộ hành. Navajo là một trong số nhiều thổ dân khác nhau chiếm đến gần 1/3 tỉ lệ dân số ở tiểu bang New Mexico này. Cùng với những bộ lạc láng giềng, họ chia nhau sống trong từng khu vực đất đai riêng gọi là "Reservation"(1), thường tập trung ở phía đông bắc Arizona, một phần đất phía đông nam của Utah và nhiều hơn ở phía tây bắc của New Mexico. Khi nhận danh sách các trường cần giáo viên ở những bản làng hẻo lánh từ sở giáo dục liên bang, Châu đã chọn đại Naschitti Chapter House này, vì nhìn trên bản đồ, nó vẫn còn gần thành phố hơn những nơi khác. Naschitti chỉ cách thành phố Galup (một thành phố nhỏ nằm sát ngay biên giới New Mexico và Arizona) khoảng 50 dặm về hướng bắc. Còn thẳng về hướng nam khoảng 52 dặm là Shiprock, một thủ phủ khác của người Navajo. Dân số ở làng Naschitti chỉ trên dưới khoảng hai ngàn người, cũng có được một trường tiểu học công lập rất khang trang từ kindergarten cho đến lóp 6. Khung cảnh và người dân ở đây gợi cho Châu nhớ đến những bản thượng xa xôi ở quê hương Việt Nam… Châu hồi hộp lấy đồ từ giỏ ra bỏ vào máy, nhìn chung quanh vẫn chỉ có mỗi mình cô và người đàn ông đang cúi gập xuống bên kia dàn máy. Châu đang mong có thêm người đến giặt đồ cho cô bớt sợ.

Bất chợt người đàn ông ngẩng lên, ông ta mỉm cười với Châu: "Hi there!" Châu nói nhỏ "Hi". Ông ta không phải là người Navajo rồi, tóc ông không dài. Ồ thực ra ông không có tóc, cái đầu hói phía trước đưa ra vầng trán cao trên khuôn mặt vuông và đôi mắt mí lót hơi nhỏ, Châu tự hỏi không biết ông ta người gì nhỉ? Ngay lúc đó Châu nghe tiếng ông nói lớn "Ok, it's good now, done!" (Được rồi, máy tốt rồi, xong) ông quay sang Châu chỉ tay vào một cái máy giặt nói:

- You can put a load of laundry in this washing machine; I want to test it one more time for sure before I leave. You don't need to put coins in it. (cô có thể bỏ đồ giặt vô cái máy này được rồi, tôi muốn thử nó thêm một lần nữa cho chắc ăn trước khi tôi về. Cô không cần phải bỏ tiền lẻ vào máy đâu.

Châu ngần ngại một lúc: "OK"

Châu bưng giỏ đồ sang cái máy giặt gần chỗ người đàn ông. Châu lại nghe tiếng ông nói:

- "Big laundry!" (nhiều đồ giặt quá) và "You have a big family, don't you?" (nhà cô đông người lắm phải không?" Châu gật đầu đại: "Yes".

Người đàn ông chăm chú nhìn vào độ quay của cái máy, thỉnh thoảng ông thò tay ra phía sau máy để vặn cái nút nào đó. Châu tò mò nhìn ông, dáng ông thật cao lớn, trên khuôn mặt có những nếp nhăn hằn sâu trên vầng trán và hai bên đuôi mắt làm rõ thêm nét già dặn, từng trải. Bỗng ông vỗ vào thành máy và nói với Châu:

- You see, it runs well now (cô thấy không, máy chạy tốt rồi đó)

Châu gật đầu, im lặng một lúc Châu hỏi:

- Are you Chinese? (Ông là người Hoa hả?)

Ông lắc đầu:

- No, I am Vietnamese (Không, tôi là người Việt Nam)

Châu mở to mắt nhìn ông mừng rỡ, nói như reo, quên cả nói tiếng Việt:

- Really, I am Vietnamese, too.

Người đàn ông cười vui:

- Ồ thế hả, tôi là Hưng, còn cô là…

- Dạ là Châu, chào chú Hưng.

Ông Hưng chìa bàn tay ra trước mặt Châu:

- Hân hạnh được biết cô Châu, ở chốn hoang sơ này mà gặp đươc người đồng hương thì còn gì vui bằng.

Châu rụt rè bắt tay ông, bàn tay to lớn siết chặt lấy tay cô lắc lia lịa…Ông hỏi tiếp:

- Cô Châu làm gì ở đây vậy?

- Dạ Châu dạy kindergarten ở trường Naschitti Elementary. Chú biết trường đó không?

- Ồ, tôi biết rồi, trường cũng gần đây mà.

- Dạ, nhìn chú không giống người Việt chút nào, chú lại nói tiếng Anh giọng hay quá, Châu ngờ ngợ chú là người… Tàu.

- Cũng gần như thế, ông nội tôi Tàu gốc, bà nội thì người Việt, còn nhìn cô cũng không thể biết là người Việt.

- Dạ mấy người ở đây ai cũng tưởng Châu là người Phi Luật Tân

- Họ không biết đó thôi, người Phi là dân hải đảo, ai cũng ngăm đen chứ đâu có trắng hồng như cô. Trông cô hao hao cô gái Mễ thì đúng hơn.

Châu cười:

- Thiệt hả chú, chắc Châu trắng so với mấy bà Navajo đen thui ở đây.

Ông Hưng phì cười:

- Đâu có so sánh như thế được. Cô dạy ở đây bao lâu rồi?

- Dạ, năm nay là năm dạy thứ hai của Châu.

Ông Hưng nheo mắt nhìn Châu:

- Cô giỏi thật đấy, người Việt mình ở đây ít ai theo đuổi ngành dạy học như cô, trừ những đứa trẻ trưởng thành trên đất nước này. À, mà sao cô lại xuống mãi tận đây dạy?

- Dạ, là vì khi Châu mượn tiền học, Châu đã ký hợp đồng với sở giáo dục liên bang là sau khi học xong, Châu phải đi đến dạy những nơi mà họ gọi là "high need school" là những nơi rất cần giáo viên như ở đây thì Châu sẽ được miễn trả lại tiền học.

- Thế có thời hạn là dạy bao lâu không?

- Dạ phải dạy trong 3 năm. Thường những chỗ cần giáo viên thì toàn là ở "Reservation" không à, buồn chết đi được.

- Ừ đúng rồi, kể ra họ làm như thế cũng tốt, chứ nếu sinh viên ra trường mà cứ chọn trường ngon ở thành phố lớn thì mấy trường nhỏ ở đây sẽ ra sao?

Châu liến thoắng:

- Ồ mà chú biết không, nhiều trường ở thành phố lớn chỉ nhận giáo viên "level 2" thôi.

- Nghĩa là sao?

- Nghĩa là, phải có đến 6 năm kinh nghiệm trong nghề mới được cấp bằng "level 2", sau 3 năm thì chỉ được công nhận "level 1" thôi, mà cũng không phải cứ đủ năm, đủ tháng là mình được cấp bằng đâu nghe chú, mình phải nộp đơn cùng với hồ sơ giáo án giảng dạy của mình trong mấy năm qua lên sở giáo dục để xin duyệt xét, còn lên "level 3" thì phải có bằng Master mới được công nhận.

- Ôi trời, nhiêu khê thế cơ à. Cô ở khu nào vậy?

Châu chỉ tay về hướng đồi:

- Dạ Châu ở phía bên kia đồi, còn chú ở đâu?

- Tôi ở Aztec, cách đây hơn 2 tiếng lái xe.

- Trời ơi xa vậy mà chú cũng chịu khó lái xe xuống đây sửa máy.

- Thì cũng phải kiếm sống thôi, tôi sửa ở đây lâu rồi, dạo sau này máy không hư nhiều nên tôi ít xuống sửa hơn lúc trước.

Châu à nhỏ. Tiếng ông Hưng lại nói:

- Hôm nay gặp được cô ở đây tôi rất vui, lâu lắm rồi tôi mới được nói chuyện với một người Việt Nam.

- Dạ Châu cũng vậy, chỗ chú ở cũng không có người Việt Nam sao?

- Không có ai cả.

- Buồn quá há, phải gia đình chú là hàng xóm của Châu thì vui biết mấy.

Ông Hưng nhìn Châu cười, rồi hỏi sang chuyện khác:

- Cô biết ở đây có đặc điểm gì không?

- Gì hả chú?

- Đó là "beautiful sunset", hôm nào có dịp tôi sẽ chở cô lên đồi cao xem mặt trời lặn.

- Mặt trời lặn thì có gì mà xem.

- Đẹp lắm, rồi cô sẽ thấy.

Nói xong, ông đưa tay xem đồng hồ:

- Tiếc quá, tôi phải đi sửa máy cho một tiệm giặt khác ở Shiprock bây giờ, hẹn cô dịp khác, chắc chắn tôi sẽ dành một chiều để đưa cô đi xem mặt trời lặn. Cám ơn cô đã trò chuyện với tôi, lại cung cấp cho tôi thêm chút kiến thức về ngành dạy học.

- Chú khách sáo quá, mình nói chuyện vui thôi mà. Chú về còn có mình Châu ở đây Châu cũng hơi sợ, sao hôm nay tiệm vắng ghê.

- À, hôm nay có Pow Wows (2) ở trên Window Rock đó, chắc họ lên đó xem hết rồi. Không sao đâu cô đừng sợ, có gì cứ dùng cell phone gọi cảnh sát. À, chắc cô chưa bao giờ đi xem Pow Wow hả, có dịp tôi sẽ chở cô đi xem luôn.

Ông Hưng loay hoay xếp đồ nghề vào túi rồi tạm biệt Châu ra xe. Cô không biết người đàn ông ấy đã không lái xe đi ngay, ông vẫn ngồi trong xe nhìn cô qua hai lớp cửa kiếng một lúc lâu cho đến khi cô giặt xong mớ quần áo và chuẩn bị khiêng đồ ra ngoài, ông mới nhấn ga quay xe đi.

***

Sự gặp gỡ giữa Châu và ông Hưng tưởng như một tình cờ xã giao nơi chợ huyện, Châu nào có ngờ người đàn ông lạ này đã dẫn cô đi từ sự ngạc nhiên này đến sự ngạc nhiên khác. Đầu tiên là ông đã tìm ra số phone của Châu và đã bất ngờ gọi cho cô trò chuyện. Châu cứ thắc mắc làm cách nào ông có được số phone của Châu, ông chỉ cười đùa rằng: ngày trước ông làm lính trinh sát, chuyện tìm số phone không phải là chuyện khó. Cô bắt đầu cảm thấy sợ và hồ nghi, cô tự nhủ phải đề phòng kẻ lạ, không nên thật thà kể lể gì nhiều với ông ta; xem ra ông cũng hơi tò mò vào cuộc sống riêng của mình đó. Vào một buổi chiều, khi Châu vừa từ trường về đã thấy chiếc xe Honda Prelude trắng đậu trước nhà, mà người ngồi trong xe chính là ông Hưng. Châu giật mình kinh ngạc, vừa xuống xe Châu và ông cùng cất tiếng:

- Ủa chú Hưng!

- Chào cô Châu.

Châu hỏi trong sự sửng sốt:

- Sao chú biết nhà Châu ở đây vậy?

Ông Hưng từ tốn gỡ cặp kính mát ra cười nói:

- Ở cái làng Naschitti nhỏ bé này có chỗ nào mà tôi không biết.

- Chú làm Châu sợ rồi đó.

Ông Hưng xuống xe nhìn Châu nói:

- Có gì mà sợ, tôi không làm gì hại cô đâu, tôi…

Châu khó chịu ngắt lời ông:

- Biết đâu được.

Ông Hưng hơi khựng lại:

- Chắc cô nghi ngờ tôi có điều gì ám muội.

Châu im lặng, cô đang lo lắng về sự quen biết kỳ cục này. Ông Hưng quay đi:

- Thôi được để tôi về, hôm nào có dịp sẽ gặp cô sau vậy!

Châu nhắm mắt, thở phào một cái, nhưng chỉ mới dợm vài bước, tiếng ông Hưng đã làm cô thất vọng ngay:

- Ồ, mà không, tôi không về bây giờ được, tôi muốn dắt cô lên đồi xem mặt trời lặn chiều nay, chiều thứ sáu mà.

Châu lắc đầu không nói, chỉ mong ông đi về cho rồi.

- Cô không muốn đi sao?

Châu nói nhỏ:

- Hôm nay Châu rất mệt.

- Thế thì cô phải càng lên đồi ngắm cảnh trời chiều cho tâm hồn thư thái. Hay mình vào nhà ngồi nghỉ chút được không? Bây giờ mặt trời hãy còn chói lắm.

Châu đành nhượng bộ:

- Dạ, thì mời chú vô nhà.

Mở cửa vào nhà, Châu cẩn thận không để ông Hưng ngó thấy chỗ cất chìa khóa cửa nhà mình. Cô đặt túi xách lên bàn hỏi ông:

- Chú uống nước nhé? Nhà Châu không có trà.

Ông Hưng lắc đầu ngồi xuống ghế:

- Không sao, tôi uống nước lạnh cũng được.

Ông nhìn quanh nhà, rồi buột miệng nói:

- Cô Châu ngăn nắp quá nhỉ!

- Tại Châu ít đồ đạc nên thấy như thế thôi

- Cô ở một nình sao?

Châu lườm ông khó chịu, nói bừa:-

- Dạ không, Châu ở với hai người bạn.

Ông Hưng gật gù:

- Thế à.

Châu bưng ly nước đưa cho ông Hưng, nhìn thoáng trong ánh mắt ông như có vẻ không tin lời Châu nói, cái "single wide" nhỏ bé chỉ có hai phòng này sao mà chứa được đến 3 người. Ông không tin cũng kệ, cẩn thận vẫn hơn... Châu ngồi xuống chiếc cái ghế ở góc phòng để tránh cái nhìn của ông Hưng. Châu nghe ông hỏi:

- Cô Châu tuổi gì vậy?

Châu giả vờ như không nghe, đứng lên với một cuốn sách trên kệ nghĩ thầm, "Cái ông này vô duyên thiệt đó, tò mò cả đến tuổi tác của người ta. Lạy trời cho con đừng gặp trúng ông già dê." Tiếng ông Hưng lại hỏi:

- Cô Châu tuổi gì vậy?

Châu trả lời cộc lốc:

- Con chuột.

Tiếng ông Hưng nói như reo:

- Ô, tôi cũng tuổi con chuột, vậy cô là con chuột nhỏ, còn tôi là con chuột lớn.

Châu im lặng ngồi xuống chiếc ghế, lòng cô hồi hộp sợ ông có thể tấn công cô bất ngờ. Ông Hưng nói tiếp:

- Mình chênh lệch nhau chỉ có một con giáp thôi, cô không cần phải gọi tôi bằng chú, gọi tôi bằng anh nghe thân mật hơn.

Châu lẩm nhẩm bài tính tuổi tác thật nhanh trong đầu, hơn mình một giáp, trời ơi mới có ngoài năm mươi mà trông ông ấy già dữ vậy. Châu chợt nói:

- Châu cứ tưởng chú lớn tuổi hơn Châu rất nhiều, trông …

Châu kìm lại ngay chữ "già", thì ông Hưng đã tiếp lời cô:

- Già quá chứ gì. À, cô Châu này!

Ông Hưng vừa chăm chú nhìn Châu, vừa xoay ly nước trong tay, Châu vờ lật mấy trang sách không nhìn lên, ông nói tiếp:

- Tôi thành thật xin lỗi cô về sự đường đột của tôi đã làm cho cô sợ, thực tình thì tôi rất muốn được làm quen với cô, muốn cô cho phép tôi thỉnh thoảng đến thăm cô như một người bạn. Nhưng không biết tôi có được may mắn là cô chấp nhận hay không, vì so với tôi cô hãy còn trẻ….

Châu ngừng tay lật sách, nhìn ông Hưng ngạc nhiên, cô không biết trả lời sao với những điều ông vừa nói. Tiếng ông tiếp:

- Cô không cần phải nói dối tôi, trước khi đến đây tôi đã biết cô sống chỉ có một mình, cũng không trách cô được vì cô là phụ nữ, giữ sự an toàn cho chính mình là tốt. Điều chính yếu tôi muốn nói với cô là, tôi không đến nỗi hèn hạ đi hại một cô gái hiền lành, yếu đuối như cô đâu, hơn nữa mình là người Việt với nhau mà. Tôi đã từng là lính, đã từng cận kề với cái chết mỗi ngày, mỗi giờ, nên tôi rất hiểu giá trị của sự sống và tình người.

Ông Hưng ngừng nói, uống một hớp nước rồi tiếp:

- Khi còn đi lính, có lúc tôi bị thương nặng gần chết, nhưng nhờ có tình người, tình đồng đội đã cứu sống tôi, khi sống lại từ cõi chết, tôi nguyện với lòng mình là luôn phải sống sao cho xứng đáng với tấm lòng tốt của mọi người, và phải luôn giúp đỡ những người thế cô, yếu đuối. Cô cũng là một trong số những người yếu đuối mà.

- ....

- Tôi rất buồn nếu cô vẫn không tin tôi, và từ chối sự thăm viếng của tôi, nhưng biết làm sao được, đó là quyền của cô.

- ....

Châu nghe tiếng ông Hưng thở dài:

- Sao cô không nói gì hết vậy?... Chắc tôi phải đi thôi.

Ông Hưng đứng dậy đặt ly nước lên bàn, giọng buồn buồn:

- Chào cô nhé!

Châu vất cuốn sách vội đứng lên:

- Kìa chú… à anh… anh Hưng, anh không muốn đưa

Châu đi xem mặt trời lặn nữa sao?

Ông Hưng khựng lại nhìn Châu vài giây rồi mừng rỡ nói:

- Ô muốn, muốn chứ, đi ngay bây giờ nhé!

Châu theo ông Hưng ra xe, ông vui vẻ nói:

- Lúc nãy cô không nói gì hết, tôi cứ sợ cô hãy còn giận.

Châu lắc đầu ngập ngừng:

- Châu… đâu có giận chú, tại… Châu xúc động quá, không biết nói sao, chưa bao giờ có người đàn ông nào lại hỏi chuyện Châu lịch lãm như chú à quên như anh.

Ông Hưng trợn mắt:

- Cô không đùa đấy chứ, tiếp xúc với người hiền như cô ai mà dám nói chuyện thô lỗ bao giờ

- Người Châu quen trước đây không …

Châu định nói "Không nói chuyện với Châu được như anh đâu", song cô chợt im bặt, nỗi đau lại nhói lên trong cô một chút.

- Không thế nào? Tiếng ông Hưng hỏi.

Cô quay mặt nhìn qua bên kia cửa xe, mím chặt môi để kìm những giọt nước mắt sắp trào ra…Hình như ông Hưng đã đoán ra nỗi buồn từ trong mắt cô. Châu cảm thấy bàn tay to cứng của ông nắm lấy tay cô bóp nhè nhẹ:

- Châu này, chuyện nào tốt đẹp thì mình nhớ, những chuyện buồn phiền thì vất nó đi, đừng để bộ não mình phải sầu muộn vì nó.

Mặt trời chỉ xuống hơi thấp một chút, nên những tia nắng chiều vẫn còn gắt trên con đồi cát trơ bụi đỏ. Ông

Hưng tìm một tảng đá phẳng cho Châu ngồi trước, rồi ông đi loanh quanh tìm một tảng đá khác cho mình. Ông chỉ tay lên ngọn núi trước mặt nói:

- Cô nhìn đi, mặt trời bây giờ hãy còn nằm ở lưng chừng núi, một lát nó sẽ lặn dần về hướng núi phía bên này, cô sẽ thấy cả một trời mây đổi thành màu vàng cam rất đẹp.

- Bộ ngày nào chú cũng đi coi mặt trời lặn hết sao?

Ông Hưng cười nhẹ:

- Lại chú nữa rồi.

- À Châu quên

- Lúc trước thì thỉnh thoảng thôi, dạo sau này hầu như mỗi ngày.

Châu tò mò hỏi:

- Hồi nãy chú có nói hồi xưa à quên… anh đi lính hả? Lính gì vậy?

- Lính không quân, cô biết không quân chứ?

- Dạ chỉ nghe thôi chứ Châu đâu có biết gì nhiều về đời lính.

- Ừ nhỉ, khi tôi vào lính chắc cô mới vừa qua tuổi mẫu giáo.

Châu gật đầu:

- Dạ chắc vậy, Châu còn nhớ có một dạo gia đình Châu sống ở Đà Lạt, chủ nhật nào mà được theo mẹ ra khu Hoà Bình chơi, thấy ngợp phố toàn các anh sinh viên Võ Bị áo vàng đeo alpha nền đỏ, và sinh viên Chiến Tranh Chính Trị thì áo xanh, đeo alpha nền đen anh nào cũng có một cô đi bên cạnh tình tứ quá. Nhìn mấy anh sinh viên đó Châu cũng thích lắm, cứ mong cho mình mau lớn để có một anh dắt đi dạo phố như thế.

- Tại cô Châu lớn chậm quá. Hồi đó tôi cũng mê vào Võ Bị lắm, được đào tạo đến những 4 năm vừa văn hoá vừa quân sự, ra trường là được đeo lon thiếu úy liền, oai ghê.

- Vậy sao anh không vào Võ Bị?

- Tại vì tôi thi rớt tú tài 2 nên phải nộp đơn vào không quân.

- Ủa, vậy không quân thì không cần tú tài 2 hả anh?

- Không cần, nếu có tú tài 2 thì đi sĩ quan không phi hành, còn tú tài 1 thì đi lính phi hành. Hồi nghe tôi trúng tuyển vào không quân, mẹ tôi khóc dữ lắm, vì tôi là con trai một mà.

- Bây giờ ba mẹ anh còn sống không?

- Bố mẹ tôi mất hết rồi. Thế còn cô?

- Châu cũng giống như anh là con một, ba Châu mất năm Mậu Thân lúc đó ba làm trong nha Quân Cụ. Còn mẹ Châu mất ở Mỹ này cách đây cũng năm năm rồi.

Ông Hưng băn khoăn hỏi:

- Tội nghiệp cô quá, con gái một mà không còn bố mẹ thì bơ vơ thật. Lúc qua Mỹ cô ở đâu?

- Dạ Châu ở Denver với người bác ruột là anh trai của mẹ, bác ấy bảo lãnh hai mẹ con Châu sang. Nhà bác có mở nhà hàng, mẹ con Châu làm cho bác một thời gian đến khi mẹ Châu bị bịnh rồi mất...Châu khó khăn lắm mới xin được bác ra ngoài để đi học, vì Châu không muốn làm trong nhà bếp mãi.

Nhắc đến mẹ Châu, quá khứ lại hiện ra trong tâm não cô những tháng ngày cơ cực khi không còn mẹ bên cạnh. Châu nhìn lên bầu trời xanh đã dịu bớt nắng, có một con ngỗng trời nào đang bay lẻ loi qua cất tiếng kêu "Quặc Quặc" nghe sao bi thiết. Trong đám mây xanh nhạt pha một chút vàng, cô như vừa thấy bóng mẹ mình thấp thoáng. Cô cứ cắn chặt môi để cố quên chuyện ngày cũ mà nước mắt tự nhiên lại rơi…

- Cô Châu làm sao vậy? Ông Hưng quýnh quáng hỏi Châu cúi gằm mặt xuống dụi mắt:-

- Dạ không, Châu không sao cả!

- Chắc nhớ mẹ cô hả? Hỏi rồi ông nắm vai Châu lắc nhẹ:

- Thôi nhìn lên trời đi, mây đang chuyển màu đấy, đẹp không kìa, bắt đầu có màu vàng nhạt xen lẫn màu xanh.

Châu ngước lên, mặt trời như ánh đèn vàng đang thu nhỏ những tia nắng cuối cùng rọi ngược lên đám mây chung quanh nó một màu vàng dìu dịu. Cảnh chiều thật êm đềm quá, nỗi buồn trong lòng Châu dần tan biến theo ánh mặt trời đang từ từ lặn xuống. Càng về chiều, gió như xua bớt đi cái ấm áp của ngày và mang hơi lạnh đến bay khắp không gian. Châu đã thấy màu vàng cam rực rỡ khi mặt trời sắp khuất hẳn sau núi. Và trong chốc lát, cô lại thấy màu vàng cam chuyển dần sang màu hồng đo đỏ, có một dải mây xanh lơ chen giữa những hàng mây hồng đó, làm sáng lên một màu chiều tim tím. Châu chép miệng:

- Cảnh hoàng hôn thay nhiều màu đẹp quá anh hả? Giá như Châu biết vẽ, Châu sẽ đem cọ bút và giá vẽ ra đây để ngồi chờ.

- Vậy chứ rất khó mà pha được màu chính xác như thiên nhiên lắm, chỉ có cách là cô chụp lại rồi vẽ thì màu mới giống được. Cô thấy thích hoàng hôn rồi phải không?

Châu gật đầu cười:

- Dạ thích, ngày mai mình có lên đây xem nữa không anh?

- Nếu cô muốn thì chiều nào mình cũng lên đây ngắm hoàng hôn.

Châu e ngại hỏi:

- Nhưng anh ở mãi tận Aztec làm sao lên đây mỗi ngày được?

Ông Hưng mỉm cười:

- Tôi sống chỉ có một mình nên tôi có thể ở lại Galup cả tuần lễ, từ Galup lên đây cũng không xa lắm, cô có hay đi Galup không?

- Dạ ít lắm, khi cần mua những thứ thật cần thiết Châu mới lái xe xuống đó.

Một cơn gió thổi qua làm Châu rùng mình, trời bắt đầu tối dần mây đã ngả sang màu lam tím chạy dài bên hàng núi hướng tây. Châu buột miệng: "Lạnh rồi đó" rồi tự nhiên hắt hơi liên tục ba cái. Ông Hưng nói:

- Thôi mình về đi, kẻo sương lạnh xuống cô lại bị ốm.

Ông đẩy Châu vào xe nói thêm:

- Để tôi đưa cô cái áo khoác tạm cho ấm.

- Dạ không sao, lên xe là ấm rồi.

- Không đủ ấm đâu, cô mà bị cảm lạnh thì tôi ân hận lắm.

Ngồi vào xe, ông Hưng nhoài người ra phiá sau lấy cái áo khoác của ông trao cho Châu. Không từ chối được Châu phải khoác chiếc áo rộng thùng thình lên mình rồi cài dây, cô cảm thấy hơi chóng mặt và ớn lạnh. Châu biết máu cô đang bị xuống thấp. Châu nhắm mắt dựa đầu vào ghế, tiếng hát Sĩ Phú cất lên từ cái CD trong xe, cho cô một chút khoan khoái nhẹ nhàng: "Dù cho mưa, tôi xin đưa em đến cuối cuộc đời, dù cho mây hay cho bão tố có kéo qua đây…"

***

Châu ngồi soạn lại những tấm hình cũ của ông Hưng, những tấm hình kỷ niệm một thời quân ngũ hồi còn trai trẻ, đã có mấy tấm bị ố vàng. Trong số nhiều tấm hình đen trắng, chỉ có một tấm hình màu duy nhất chụp lúc ông đang được gắn cánh bay. Những tấm hình này ông đã cẩn thận cất trong một chiếc vali nhỏ hình chữ nhật, cùng với bằng tốt nghiệp bay ở căn cứ quân sự Sheppard, Texas, một bộ đồ bay và một khẩu súng lục. Dù tất cả đã quá cũ, bụi bặm và còn có mùi ẩm mốc nhưng khi đưa cho Châu xem, ông vẫn nâng niu nó như một báu vật. Qua những câu chuyện ông kể, Châu thấy vẻ tự hào của ông về một thời quân ngũ còn rất mạnh mẽ, làm cho Châu nhớ đến câu: "Old Soldiers never die they Just fade away." Châu đã đề nghị với ông là cô sẽ làm một cuốn hình kỷ niệm thật đẹp cho ông, để giữ gìn những tấm hình này không bị phai mòn thêm theo thời gian. Thoạt đầu ông còn ngần ngại, Châu nói mãi ông mới chịu giao hình cho cô, còn dặn dò hai ba lần câu: "Châu nhớ đừng để lạc mất tấm nào nhé". Châu cầm một tấm hình ông ngồi trong máy bay lên xem: hừm, trông cũng đẹp trai ghê chứ! Không biết hồi ông ấy còn trẻ gặp mình có muốn mình làm bạn với ông không nhỉ? Hay là chê mình trẻ con, miệng còn hôi sữa… Thời gian cứ thong thả trôi đi, tưởng như là chậm lắm vậy mà ngó lên tờ lịch đã mười tuần rồi, mười tuần ngắm mặt trời lặn bên nhau, mười tuần chia xẻ những chuyện buồn vui trong cuộc đời, mới mười tuần đó mà Châu cứ ngỡ như đã là mười tháng. Sự thăm viếng thường xuyên của ông Hưng đã tạo thêm thân mật và cho Châu một cảm giác như được bảo vệ. Hình như thăm viếng vẫn còn chưa đủ đối với ông nên tối nào ông Hưng cũng gọi phone trò chuyện với Châu tới khuya, có khi Châu đã ngủ gục bên cái phone, mà ông còn chưa chịu cúp. Dạo gần đây ông Hưng lại hay gửi hoa đến cho Châu, và lần nào trên tấm card nhỏ cũng vỏn vẹn có 3 chữ: "I love you." Thế mới biết mượn tiếng Anh để tỏ tình dễ biết là bao, không cần phải dài dòng văn tự. Tình cảm nồng nhiệt và cử chỉ thân thiện của ông Hưng đã làm Châu cảm động. Tâm hồn cô cũng đã có những nhung nhớ vu vơ, những lo sợ và cả sự nghi ngờ. Tuy nghĩ đến ông Hưng lòng Châu vui đó, song cô không dám hy vọng nhiều vào tình cảm của ông, cô vẫn còn mặc cảm mình già. Cô đặt giả thuyết có thể ông đã không tìm ra được một người đàn bà Việt nào khác ở đây ngoài Châu, nên quen Châu cho đỡ buồn vài tháng rồi ông sẽ lại bỏ Châu như Quang để đi tìm một cô gái khác trẻ hơn ở tận Việt Nam xa xôi. Đàn ông bao giờ cũng thế; luôn say đắm nhan sắc bên ngoài, và họ có ưu thế hơn đàn bà là vẫn có thể lấy vợ ở bất cứ tuổi nào, dù họ giàu hay nghèo, dù xấu hay đẹp. Suy đi là như thế; Châu lắc mạnh đầu rồi nghĩ lại: Không,

ông Hưng không giống như Quang, tư cách của ông Hưng là tư cách của một người lính hào hùng, với tấm lòng nhân ái. Một thời chinh chiến đã dạy cho ông biết chiến đấu, biết hy sinh, biết bảo vệ, biết yêu thương; biết đoàn kết. Quang không thể nào bằng ông được, Quang cao ngạo, ích kỷ và vụ lợi, dù Quang có một học vị cao hơn ông Hưng, một kỹ sư "design boat radar" nhưng Quang không biết những bài học về tình người và tình yêu. Châu nghĩ đến hình ảnh ông Hưng giản dị trong bộ đồ lao động, nhem nhuốc dầu máy vẫn sáng chói bên Quang bệ vệ trong bộ "suite" thắt cà vạt, xách cặp da. .. Ồ, sao hôm nay mình lại nghĩ đến ông Hưng nhiều như thế, Châu tự nhủ chắc phải có tình yêu người ta mới nhớ đến nhau. Thực ra ông Hưng cũng đáng yêu lắm, nếu ngày mai ông có ghé thăm Châu, cô nhất định sẽ bày tỏ một hành động nào đó để ông biết là cô cũng có tình cảm với ông rất nhiều. Chà cũng khó chứ, phải chi mình nói được "I love you" một cách dễ dàng… Tiếng chuông điện thoại reo, chắc là ông Hưng chứ không ai. Châu nhấc máy:

- Hello!

- Tôi, Hưng đây, Châu đã làm xong "scrapbook" chưa?

- Dạ chưa, đâu có thì giờ mà làm nhanh dữ vậy, anh mới đưa hình cho Châu tuần rồi thôi mà.

- Trời ơi tưởng cô giáo sai học trò làm phụ xong lâu rồi.

- Từ từ đi, Châu sẽ làm đẹp cho, Châu cần phải đi mua thêm vài thứ giấy nữa để làm lá cờ vàng ba sọc đỏ bên cạnh lá cờ Mỹ dán ở trang đầu nè. Mai anh Hưng có đến không, mình đi Galup mua giấy nhé.

- Ừ, mai tôi sẽ đến. Châu đang làm gì vậy?

- Châu đang xem lại mấy tấm hình của anh đây.

- Nhớ giữ kỹ giùm tôi nhé.

- Biết rồi khổ lắm nói mãi

- Thôi, hẹn gặp Châu sau nhé, bye!

Tiếng cúp máy nghe khô khan làm sao, chà, cúp nhanh thế, hôm nay ông không nói dông dài như mọi lần. Châu xếp những bức hình vào lại cái bao cho gọn ghẽ rồi đứng lên, có tiếng chuông gọi cửa, cô lẩm bẩm ai mà tới giờ này vậy kìa? Châu vén màn ngó ra thấy chiếc xe hơi trắng, Châu mở cửa vừa mừng, vừa ngạc nhiên:

- Ủa, mới gọi cho Châu đó mà tới mau vậy? Sao anh Hưng nói ngày mai mới tới!

- Chờ đến ngày mai lâu quá, tôi phải đi ngay, chiều nay thứ sáu rồi còn gì, lúc gọi cho Châu là tôi đã ở đầu đường rồi.

Ông đưa cho Châu một chùm hoa tím bé li ti:

- Tặng Châu hoa này tôi hái ở dưới chân đồi, hoa dại chẳng ai chăm bón mà lại đẹp ghê.

- Châu cầm lấy hoa đưa lên mũi ngửi:

- Ô hoa dễ thương quá há, mùi cũng ngộ. Cám ơn anh nghe.

Thấy trên nền nhà đầy những giấy màu đủ loại và những khung hình nhỏ. Ông Hưng hỏi Châu:

- Châu làm cái gì mà bày bừa ra thế này?

Châu vào trong bếp lấy một ly nước để cắm hoa, cô

nói vọng ra:

- Châu định làm cuốn hình đó, mà thấy còn thiếu mấy thứ giấy nữa nên thôi để ngày mai đi mua rồi Châu sẽ bắt đầu làm. Châu dọn dẹp ngay bây giờ.

Châu cầm ly nước cắm hoa đến sau lưng ông Hưng, cô vỗ nhẹ lưng ông, chợt cảm thấy như tay mình vừa chạm phải một vật gì cứng và hình như cồm cộm từ lưng của ông:

- Anh để hoa lên bàn thờ giùm Châu đi. Ủa mà lưng anh có cái gì cứng ở trong vậy, coi chừng có con gì chui vào áo anh đó.

Ông Hưng quay lại đón ly hoa từ tay Châu đặt nhanh lên bàn thờ, ông nói vội vã:

- Không có gì đâu.

Châu gật đầu quả quyết:

- Có, Châu mới vừa sờ thấy mà, để Châu coi.

Nói rồi Châu tiến đến gần ông Hưng đưa tay sờ lên lưng áo ông, ông Hưng né qua một bên:

- Không, tôi bảo không có gì mà.

Châu vẫn bướng bỉnh chạy theo ông và dở áo ông lên xem cho bằng được:

- Anh đứng yên đi, để Châu coi có gì phải giấu, lỡ có vết sưng hay bầm gì thì Châu xức dầu cho.

Khi lưng áo ông Hưng được vén lên, một tảng lưng nhăn nhúm, những thớ thịt lồi lõm không trật tự, cùng những vết đỏ loang khắp trên da, trông thật là sợ. Châu kinh hãi lùi lại phía sau, hốt hoảng hỏi:

- Trời ơi, lưng anh bị làm sao mà trông ghê quá vậy?

Ông Hưng kéo áo xuống, giọng run run:

- Ghê quá phải không Châu? Vậy cô hãy tránh ra đi.

Châu bước lại gần ông Hưng:

- Nhưng anh đã làm sao?

Ông Hưng khua tay gằn giọng bực tức:

- Không làm sao cả, tránh ra.

Nói rồi ông Hưng bỏ đi ra ngoài, sau khi sập cửa rất mạnh. Châu ngẩn ngơ một lúc rồi lật đật mở cửa chạy theo ông gọi:

- Anh Hưng, anh Hưng.

Ra đến ngoài, Châu dáo dác nhìn quanh, xe của ông vẫn còn đậu đó không thấy bóng dáng ông đâu. Cô hớt hải chạy thẳng lên đồi, miệng không ngớt gọi:

- Anh Hưng, anh Hưng, anh ở đâu?

Cô chạy trên con dốc gồ ghề những mô cát tung đầy bụi. Mồ hôi cô bắt đầu chảy bên hai thái dương, không biết ông đã biến đi đâu. Châu dừng lại để thở, quệt mồ hôi trên trán; cô nhìn qua ngọn đồi bên trái, thấy ông Hưng đứng ngay đó từ bao giờ. Cô mừng rỡ chạy tới gọi:

- Anh Hưng, anh làm sao vậy, giải thích cho em biết tại sao anh ra nông nỗi vậy chứ?

Vẫn trong tư thế đứng bất động hai tay đút vào túi quần, ông Hưng không trả lời.

Châu sững sờ nhìn ông, cảm giác sợ hãi đang len lỏi trong cô, tim cô bắt đầu đập nhanh. Cô đến gần ông ngập ngừng nói:

- Châu…. xin lỗi …Châu nói ghê không có ý là ghê anh và muốn xa lánh anh, Châu chỉ muốn biết tại sao?

Giọng ông Hưng đau đớn:

- Đây là vết thương thể xác và cũng là vết thương tinh thần trong suốt mấy mươi năm qua. Tôi đã bị thương nặng trong một trận không kích ở An Lộc mùa hè năm72. Máy bay tôi bị bắn cháy phần đuôi… khi tôi nhảy dù được ra ngoài là lúc tôi đã bị phỏng hết cả phần lưng, thêm nữa tôi lại bị trúng đạn ở phần bụng. Vì vừa đau vừa bị nóng quá nên tôi đã cố lộn nhào mấy vòng thì lãnh thêm một viên đạn oan nghiệt phía dưới sau lưng. Tôi tưởng lúc đó tôi đã chết, khi tỉnh dậy trong nhà thương, tôi mới biết mình còn sống. Vết phỏng nặng ở phần lưng cùng với vết thương phía dưới khiến tôi không thể nằm thẳng, còn vết thương ở bụng cũng không cho phép tôi nằm sấp được, tôi phải nằm nghiêng suốt mấy tháng trời chữa trị…. Chiến tranh thật khốc liệt và tàn nhẫn, tôi trở về sự sống với một niềm tuyệt vọng khi tôi biết ra vết thương ở vùng sau lưng dưới đã làm tôi không còn khả năng có con. Suốt một đời tuổi trẻ hết chiến đấu trong chiến tranh rồi lại bị tù tội sau hoà bình, cô đơn nơi xứ người… Tôi đã không yêu được ai và không lấy được ai, cũng như không ai muốn yêu tôi và lấy tôi chỉ vì vết cháy nham nhở trên lưng, và vết sẹo xấu xí cày xới trên da bụng tôi… Bây giờ Châu đã biết tại sao, Châu ghê sợ thì cứ bỏ đi đó là quyền của cô, tôi đã sẵn sàng cho mình một ngày như hôm nay nhưng mong cô đừng cho tôi những lời an ủi đầy thương hại, tôi đã nghe nó nhiều quá rồi, không muốn nghe thêm nữa.

Châu lắng nghe từng lời ông Hưng nói, cô tiến lại gần ông, gần hơn, gần hơn. Ông Hưng vẫn đứng bất động, mắt nhìn thẳng về phía trước. Châu ngả đầu lên ngực ông, nhỏ nhẹ nói:

- Anh Hưng à, hãy tin những lời Châu nói đây sẽ không phải là những lời an ủi đầy thương hại, mà là những lời thương yêu chân thành từ trái tim Châu. Tại sao em phải ghê sợ và xa lánh anh, máu của anh đã đổ ra rất nhiều từ vết thương, vết cháy nham nhở này để bảo vệ mảnh đất quê hương mình, trong đó có những học sinh như em được bình yên đến trường học. Châu xin lỗi vì phản ứng của Châu lúc đầu đã làm cho anh buồn, thực lòng Châu không có ý như thế, biết chuyện của anh rồi Châu thấy thương anh nhiều hơn.

Châu nghe từng nhịp đập của trái tim ông Hưng, cảm thấy như vòng tay ông ôm lấy bờ vai cô, và cô cũng cảm nhận được hơi thở của ông trên đầu cô nóng ran, ươn ướt. Hình như ông đang khóc, Châu ngẩng lên nhìn ông, cô đã chỉ kịp thấy khuôn mặt ông cúi sát bên cô, và môi ông đã gắn lên môi cô một nụ hôn mặn mà nước mắt…

Tiếng ông Hưng thì thầm:

- Cám ơn Châu đã thương anh.

- Châu mới phải là người cám ơn anh, cám ơn quá khứ oai hùng của một đời lính hy sinh gian khổ.

- Cô giáo nói chuyện hay quá, thôi mình đi bộ lên đồi nhé!

Châu chỉ tay về hướng núi phía tây nói huyên thuyên:

- Không cần phải đi bộ lên cao đâu, anh nhìn kìa, mặt trời đã nhuộm đỏ cả một trời tây rồi đó, có một khúc vàng đậm hướng này, có một khúc mây hồng cam chỗ kia, và một khúc đỏ rực ngay chỗ mặt trời vừa lặn xuống. Đẹp quá, chưa bao giờ Châu thấy hoàng hôn đẹp như chiều nay.

Ông Hưng âu yếm nhìn Châu nói:

- Anh cũng thấy thế.

Rồi hôn nhẹ lên tóc cô, ông tiếp:

- Mình sẽ làm đám cưới Châu nhé!

Châu cười vui, hỏi như reo:

- Thiệt hả anh? Vậy chừng nào?

- Tùy ở Châu quyết định, chừng nào cũng được, nhưng đừng để anh chờ lâu quá.

Châu xúc động ứa nước mắt, cô vừa nghe tiếng kêu "Quặc Quặc" của một đôi ngỗng trời nào mới bay qua, hình như con ngỗng đơn lẻ ngày nào đã tìm được bạn, tiếng chúng gọi nhau sao tràn đầy yêu thương, trìu mến. Châu mơ màng nhìn lên vầng mây đo đỏ trên cao, cô thấy khuôn mặt của mẹ mình hiện ra mờ ảo với nụ cười hiền dịu và tiếng nói của bà rõ dần bên tai cô: "Chúc các con thật hạnh phúc."

*Mùa hè 2010*

---

(1) Biệt khu sinh sống của những người thổ dân Mỹ.

(2) Lễ hội thi múa của các thổ dân khắp nơi gần xa trong tiểu bang New Mexico như: Pueblo, Apache, Navajo, Cherokee... họ mặc những trang phục cổ truyền đủ màu sắc rất đẹp.

# ĐÊM LIÊU TRAI

Trời bắt đầu lắc rắc mưa, những hạt mưa hiếm hoi rơi chậm chạp trên vùng đất cằn khô như sa mạc này. Tôi nhấn ga thật mau khi bắt đầu rẽ vào đường cao tốc với tốc độ giới hạn là bảy mươi dặm, những đám mây xám xịt kéo mịt mù trên bầu trời làm cho chiều xuống thật nhanh, tôi nhủ thầm, "Phải ráng chạy qua khỏi đoạn đường cao tốc dài này trước khi trời tối hẳn, ước chừng phải mất đến khoảng hơn hai tiếng nữa mới mong về tới nhà." Mưa đột nhiên rơi nặng hạt hơn, tiếng mưa nghe rào rào trên nóc xe, con đường mờ đi trong mưa, nước từ từ dâng cao trên mặt đường lấp cả những vạch ngăn hai bên xe chạy. Mắt tôi mở căng ra để cố nhìn xuyên qua màn trời mờ đục trắng xoá, cái quạt nước khua liên tục vẫn không cản nổi những hạt mưa dầy đang bị gió quất nghiêng tràn trên mặt kiếng xe. Tôi không biết mình đang chạy bên phải hay bên trái, bỗng tôi cảm thấy chiếc xe mình nhẹ đi, và trượt qua bên đường phía trái đối diện, tôi hốt hoảng đạp mạnh thắng, xe không ngừng mà xoáy một vòng tròn, tôi nhìn thấy một chiếc xe tải đang lao xuống, sợ hãi lẫn cuống quít tôi hét lên: "Chết!", một sự kỳ diệu, chiếc xe của tôi lướt qua xe tải trong khoảng cách tích tắc, rồi nó tự động quay thêm một vòng nữa, lại một chiếc xe tải khác nhào đến, tôi kinh hoàng nắm chặt tay lái rú lên: "Á…á". Tôi không điều khiển nổi chiếc xe nữa rồi, tôi nhắm mắt lại chờ chết, tôi chao đảo theo chiếc xe, cảm giác như mình đang bị rơi xuống đất thật mạnh. Im lặng. Tôi ngồi bất động trong xe, tay chân cứng đờ, xe đã ngừng! Một cái đầu bù xù xuất hiện ở ngoài cửa xe, tim tôi vẫn còn đập nhanh, tiềm thức tôi tỉnh dậy, tôi sờ mặt, sờ tay tự hỏi: Mình còn sống sao? Tiếng đập kiếng xe dồn dập:

- Chị cần giúp không? Xe chị bị kẹt cứng trong bùn rồi

Tôi sợ hãi hỏi lại:

- Thiệt hả, làm sao bây giờ?

Người đàn ông với mái tóc bù xù ra dấu cho tôi hạ kiếng xe xuống và nói:

- Chúng tôi sẽ giúp, chị cứ ngồi giữ tay lái chuẩn bị nhấn ga tôi và người bạn sẽ ra phía sau đẩy xe lên.

Tôi lắp rắp làm theo như cái máy, sang số và cố nhấn ga hai ba lần theo mỗi nhịp đẩy, xe vẫn không hề nhúc nhích. Người đàn ông chạy ra phía trước hỏi to:

- Xe bị lún sâu quá không thể đẩy được. Chị có sợi dây cáp nào trong xe không?

Tôi run lập cập:

- Chắc không có quá.

Người đàn ông to béo đứng cạnh nói với gã tóc bù xù:

- Ồ, hình như mình có sợi dây thừng cột hàng phía sau xe.

Nói rồi ông ta chạy nhanh qua bên kia đường lái chiếc xe tải tấp ngay phía trước chiếc xe của tôi. Ông ta xuống xe với sợi dây thừng dài trong tay. Mưa rơi nặng như trút nước, hai người đàn ông tốt bụng dầm mình trong mưa hì hục cột dây vào đầu chiếc xe tôi nối với cái đuôi xe tải. Họ bảo tôi chuẩn bị nhấn ga khi họ kéo xe tôi lên. Chiếc xe của tôi nhún lên hai lần rồi êm ả chạy trên mặt đường theo sức kéo của chiếc xe tải. Chân tay tôi hãy còn run lên bần bật, tôi nhìn con đường đầy nước ướt trước mặt mà thấy sợ, không biết còn bao lâu nữa tôi mới lái xe về được tới nhà một cách an toàn. Người đàn ông tóc bù xù xuống xe gỡ dây và ném nó vào sau xe, gã tiến lại phía xe tôi gõ cửa, tôi hạ kiếng xuống, mưa bay tạt vào mặt tôi lạnh lẽo, tiếng ông nói:

- Xe của chị lúc nãy bị hydroplane (1) đó, nếu chị tiếp tục lái đi dưới trời mưa to như vậy sẽ nguy hiểm lắm.

- Vậy tôi phải làm sao bây giờ?

- Tạm thời tìm chỗ nghỉ ở đâu đó chờ mưa tạnh và nước rút xuống rồi chạy tiếp.

Tôi lắc đầu:

- Không, tôi muốn về nhà.

- Chị ở đâu?

- Tôi ở Kirland.

- Còn xa quá không thể lái về ngay được đâu.

- Tôi sẽ cố gắng, cám ơn các ông đã giúp tôi.

Người đàn ông chợt lớn giọng:

- Tôi nói không được, bộ chị muốn chết sao? Hồi nãy tôi không nhanh tay lái là cả ba chúng ta chết banh xác rồi.

Tôi sững sờ nhìn ông ta, thì ra ông ta là người trên chiếc xe tải đang lao xuống đúng lúc xe của tôi đang bị quay. Ông ta tự động mở cửa xe, bảo tôi ngồi qua ghế bên kia, ông ta sẽ lái giúp tôi đi tìm chỗ nghỉ. Tôi ngại ngùng và lo sợ không biết ông ta có thực là người tốt không, tự dưng tôi nghĩ đến bắt cóc, hãm hiếp rồi rùng mình. Tiếng người đàn ông tiếp:

- Chị còn chần chờ gì nữa, còn không chịu qua bên ghế kia cho tôi vào, tôi ướt hết rồi đây nè.

Tôi miễn cưỡng chuyển sang ghế bên cạnh, người đàn ông lao vào ghế ngay, hơi ướt từ người ông toát ra lành lạnh. Ông vuốt mặt nói:

- Tôi sẽ chở chị đến một motel nào nghỉ tạm tối nay, mưa to như thế này dám sẽ kéo dài đến suốt đêm lắm.

Tôi hốt hoảng:

- Motel hả, không cần đâu tôi ngủ ngoài xe được mà.

- Chị đừng có khùng quá đi, ngủ ngoài xe cho chị chết cóng hả?

Tôi im lặng, nhìn mưa vẫn tạt mạnh vào khung kiếng xe với những âm thanh nghe lạnh buốt, ông ta móc cell phone từ túi áo ra, tôi để ý trên túi áo ông ta có thêu chữ "Huy", ông ta đang mặc trên người chiếc áo lính cũ màu xanh đã bạc phếch. Ông bấm số, nghe, rồi lầm bầm, "Không có signal", quay sang tôi ông nói:

- Tôi định gọi cho thằng bạn đi chung là bảo nó tìm một motel để nghỉ, chắc nó cũng biết rồi.

Nói rồi ông vuốt lại mái tóc bù xù, tôi nhìn ông ta kỹ hơn, một thoáng quen thuộc hiện ra trên khuôn mặt rắn rỏi, cương nghị. Đôi mắt sâu ẩn dưới hàng chân mày đậm toát ra một tia nhìn tự tin, thẳng thắn. Đôi mắt này, trời ơi tôi không thể lầm được, đúng là Huy rồi, Huy của hai mười lăm năm về trước, mái tóc, khuôn mặt… Kỷ niệm hiện nhanh trong ký ức tôi, Đà Lạt vào những ngày bị cúp nước, tôi và đứa em gái kế phải lặn lội xuống hồ Mê Linh xách từng thùng nước về đổ vào bồn xài, tôi gặp Huy đi bộ bên hồ, anh đã xách hộ chị em tôi thùng nước đầu tiên từ hồ về nhà. Năm đó tôi mười ba tuổi còn anh vừa đậu vào Võ Bị ở tuổi hai mươi. Nhà Huy cũng ở trong cư xá, anh ở dãy A, còn nhà tôi bên dãy B, cha anh cũng làm trong trường Võ Bị, anh rất hiền, vui tính và hay đàn hát. Huy có cô em gái út bằng tuổi tôi học trường Bùi Thị Xuân, tôi lại học trường Văn Khoa (một trường tư thục nhỏ gần khu Chi Lăng) vì thế chúng tôi không quen nhau lắm, tôi cũng ít khi ra đường và ít la cà với những cô bạn gái trong xóm. Năm mười lăm tuổi, tôi gặp anh trong một buổi đi xem duyệt binh, anh không biết tôi, nhưng mắt tôi vẫn dõi theo anh, chỉ một mình anh không lẫn vào đâu được trong hàng trăm sinh viên oai nghiêm đều bước… Tôi thố lộ tình cảm của mình với chị bạn hàng xóm mà tôi hay gọi là O Hồng. Tôi nói rất là hồn nhiên:

- O Hồng biết anh Huy hông, em thích anh Huy đó, ảnh hiền ghê!

- Ồ em thích Huy hả, để O Hồng làm mai cho em nghe.

Tôi giẫy nẩy:

- Thôi em còn nhỏ lắm mới có mười lăm tuổi sao dám nói chuyện bồ bịch.

O Hồng cười:

- Mười lăm tuổi có bồ được rồi, để O Hồng nói cho, Huy cũng chưa có ai

Tôi lắc đầu xua tay:

- Đừng, đừng nghe O Hồng, mẹ em mà biết, mẹ đánh em chết. Không, em không muốn đâu.

O Hồng thì cứ tán vào. O còn chọc thêm:

- Có chi mà sợ dữ rứa! O Hồng thấy được nớ một bên là em, con trung tá, một bên là Huy, con đại úy cùng là sĩ quan Võ Bị hết, làm sui gia càng vui chứ răng.

Tôi cứ lắc đầu nguầy nguậy:

- Thôi, thôi, thôi cho em xin đi, O Hồng nói chuyện gì xa vời quá.

Ngày nào sang chơi nhà O Hồng, tôi cũng năn nỉ O đến muốn khóc là đừng nói chuyện này cho ai nghe, ở khu cư xá nhỏ bé này hở ra chuyện gì là mọi người đều biết, đến tai mẹ tôi thì chắc tôi sẽ bị một trận đòn ghê gớm lắm…

Mười chín tuổi, tôi gặp lại Huy trong một lần theo mẹ đi thăm nuôi cha tôi ở Suối Máu. Trước giờ thăm, mẹ anh và mẹ tôi cùng trò chuyện với nhau trong phòng đợi, cả hai bà mẹ đều khóc. Tôi nghe mẹ Huy bảo người hôn thê của anh đã từ hôn vì chị ấy không chờ anh được. Năm đó Huy hai mươi sáu tuổi. Mẹ con anh ngồi ở cái ghế băng đối diện xéo với gia đình tôi, thấy anh thật buồn bã và mẹ anh thì cứ chậm nước mắt… Năm hai mươi lăm tuổi, tình cờ gặp anh đi bán than, trông anh lem luốc và khắc khổ, tôi nhìn anh nghẹn ngào không biết nói sao, còn anh vẫn không hề biết tôi, người đã dõi theo anh trong hàng trăm sinh viên đi đều thẳng bước... Năm ba mươi tám tuổi, vô tình tôi thấy hình anh trong bộ quân phục sinh viên Võ Bị, bức hình chụp anh đang đứng trong đội hầu kỳ của ngày đại hội Cựu Sinh viên Võ Bị ở Houston… Và giờ đây bốn mươi tuổi, tôi đang đối diện anh trong chính chiếc xe của tôi. Quả thật là trái đất tròn đã đẩy đưa thời gian cho tôi có dịp gặp anh trong giây phút tình cờ như thế này, để làm gì cơ chứ, khi tôi mừng, còn anh thì vẫn xa lạ.

- Chị đi từ đâu mà về tới Kirland?

- Ở Albuquerque, tôi đi họp hai ngày ở trên đó.

Anh dừng xe lại trước một motel, bảo tôi xuống xe vào đặt phòng, anh dặn chỉ một phòng cho riêng tôi. Tôi hỏi:

- Thế anh không nghỉ trong motel sao?

Anh hất đầu về phía xe:

- Tôi sẽ ngủ trong xe.

Tôi ngạc nhiên hỏi ngay:

- Ngủ trong xe? Hồi nãy tôi đòi ở trong xe của tôi thì anh bảo là tôi sẽ bị chết cóng…

Anh ngắt lời tôi:

- Xe của tôi có đầy đủ mền gối và máy heat cá nhân, chị đừng lo. Tôi lái xe tải đường dài hết năm này qua tháng nọ, không chuẩn bị mấy thứ đó trong xe thì chết.

Anh trao chìa khoá xe cho tôi, hỏi tôi có đồ đạc gì không? Tôi nói có hai cái xách tay ở sau thùng xe, anh lấy lại chìa khóa bảo tôi vào trong đặt phòng, anh sẽ mang đồ đến cho tôi. Nhìn theo bóng anh băng băng trong mưa, tôi cảm thấy xúc động, thật là anh đấy sao Huy.

Motel không còn phòng một giường, chỉ có phòng hai giường, tôi đành phải đặt phòng hai giường cho mình, cái mệt và lạnh đang thấm lần trong người tôi. Phòng 206 ở trên lầu, tôi chạy nhanh lên cầu thang để vào phòng. Phòng cũng khá ngăn nắp với hai chiếc giường nhỏ xinh trải mền bông, có hai cái bàn ngủ hai bên, tôi quăng cái bóp lên bàn và nằm ngay xuống giường, kéo chiếc mền bông ấm lên người. Tôi co ro trong chăn …bỗng có tiếng mở cửa, người đàn ông to béo bước vào với hai túi xách của tôi trên tay:

- Đồ của chị đây.

Tôi hất mền ngồi dậy ngay:

- Cám ơn anh để đó cho tôi, anh kia đâu rồi?

- Ổng đi mua đồ ăn rồi, lát ổng sẽ quay lại

Nói rồi gã đóng cửa lại tiến đến bên cửa sổ kéo tấm màn nói:

- Để tôi kéo màn cửa lại kẻo lạnh.

Tôi xách túi đồ để trên bàn rồi nói:

- Cám ơn anh nghe, xin lỗi anh có thể ra ngoài giùm, tôi mệt quá cần phải nghỉ một chút.

Tiếng tôi vừa dứt thì bàn tay người đàn ông to béo đã chụp lấy eo tôi nhấc lên, hắn ném tôi lên chiếc giường nệm, và cả thân hình đồ sộ của hắn ụp lên tôi, hành động quá nhanh, quá bất ngờ khiến tôi ú ớ, tôi cố lấy hết sức mạnh vùng vẫy, cào cấu mong thoát ra đuợc cái thân phì nộn đó, tôi nghe tiếng cười nham nhở và tiếng nói bên tai:

- Sao tôi lại có thể bỏ một cô gái xinh thơm như vầy để ra ngoài, ngoài trời mưa lạnh quá, tôi sẽ sưởi ấm cho em, ngoan nào…

Tôi cắn vào tai hắn thật mạnh, hắn tức tối tát tôi một bạt tai, tôi đau đớn, dẫy đạp lung tung. Đang lúc gào khóc, chợt tôi nghe tiếng quát lớn:

- Thằng chó chết, dang ra.

Rồi tiếng đấm nhau huỳnh huỵch, tôi cảm thấy như nghẹt thở, sợ hãi làm tim tôi đập nhanh hơn. Thân thể tôi đau ê ẩm, má tôi sưng lên vì cái tát quá mạnh. Tiếng xô bàn đạp ghế rầm rầm, tôi cố nhướng mắt nhìn, lờ mờ thấy Huy và gã to béo đang vật nhau dưới sàn nhà. Sau một hồi xô xát, gã to béo đã bị Huy đạp té chúi nhủi vào góc tường. Huy quay lại hỏi tôi:

- Chị có đau lắm không?

Tôi chưa kịp trả lời thì thấy gã to béo móc ra trong người một khẩu súng ngắn, hắn chĩa súng vào Huy; tôi kinh hãi rú lên, bịt mắt lại, tôi nghe tiếng hắn nói:

- Mày đứng im không tao bắn.

Tôi nghe tiếng Huy thật bình tĩnh:

- Bắn tao hả, chỉ vì tao cản mày làm một việc vô đạo đức sao. Bắn đi, súng làm gì có đạn.

Tôi nghe tiếng bóp cò khô khốc, hắn bực tức quăng khẩu súng về phía Huy, anh chụp lấy rồi đặt cây súng lên bàn. Huy đến gần gã to béo kéo cổ áo hắn đứng dậy tiến lại phía tôi:

- Mày lại đây coi nè, nhìn cô ta đi.

Huy kéo mặt tôi lên, tôi sợ hãi cúi xuống ngay, Huy nói như ra lệnh:

- Chị ngước lên- mày thấy chưa, mặt cô ta sưng tấy lên rồi đó, mày làm cho cô ta sợ đến sắp ngất đi được, thế thì còn vui thú gì cái chuyện đó chứ hả? Thử nghĩ nếu con bạn gái của mày lỡ đường mà cũng bị thằng khác làm nhục như vậy thì mày sẽ thấy thế nào. Mày có muốn tao đem chuyện này nói với nó không?

Gã to béo hất tay Huy:

- Đừng dở giọng đạo đức với tao.

- Tao không lên mặt đạo đức, cũng vừa phải thôi chứ, đừng có để bị vào tù vì chuyện ngu xuẩn này, mày mà bị kiện vào tù lần này tao không có lo cho mày ra đâu.

Gã to béo xịu mặt xuống, không nhìn tôi hắn buông một tiếng cộc lốc:

- Xin lỗi.

Rồi hắn bỏ đi ra ngoài, tôi vẫn còn chưa hết sợ, tay chân tôi run lên cầm cập, tôi ấm ức khóc cho sự ngu ngốc của mình, tôi sẽ phải trải qua ở đây một đêm dài rồi chuyện gì sẽ xảy ra cho tôi nữa nếu Huy cũng bỏ đi. Tôi nghe tiếng động nhẹ gần bên, Huy đã ngồi xuống mép giường, anh dịu dàng hỏi:

- Chị đau lắm phải không? Tôi xin lỗi đã để sự việc tồi này xảy ra, đáng lẽ tôi nên đem đồ lên cho chị. Cũng may là tôi quay lại liền.

Tôi vẫn khóc, tiếng anh lại hỏi:

- Chị có đói không? À để tôi xuống lấy một ít đá lên chườm cho chị, bên má trái đã bầm lên rồi kìa. Cái thằng khốn kiếp.

Tôi vội kéo tay áo Huy nói trong tiếng khóc:

- Không, anh đừng đi… tôi sợ lắm.

- Không sao đâu, tôi sẽ lên ngay.

- Tôi sợ ông đó sẽ lên trả thù anh và tôi.

Huy cười:

- Không đâu, tôi làm việc với hắn mấy năm nay biết

tính hắn mà, hắn chịu ơn tôi nhiều lắm. Hắn cũng không hẳn là một người xấu, chỉ có tính ham muốn là chưa cải thiện được. Thôi để tôi lấy khăn nhúng nước lạnh cho chị.

Huy vào trong phòng tắm, một lát anh cầm ra chiếc khăn ướt, rồi ngồi xuống bên tôi nâng mặt tôi lên áp chiếc khăn vào bên má, anh đưa tay vén mấy sợi tóc loà xoà trên trán tôi. Hơi mát từ chiếc khăn làm tôi cảm thấy dễ chịu. Tôi nhìn trong mắt anh tìm lại kỷ niệm thời niên thiếu của tôi, và bóng hình anh trẻ trung với cây đàn guitar ngồi hát nghêu ngao trước sân nhà thuở nào. Chợt anh nói:

- Chị có đôi mắt đẹp quá, xin lỗi tôi chưa biết tên chị?

Tôi cúi mặt xuống:

- Tôi tên là Xuân, còn anh là Huy?

- Đúng, tôi là Huy, sao chị biết? À, chắc chị thấy tên tôi trên áo hả?

Tôi gật đầu im lặng, nghe tiếng Huy hỏi tiếp:

- Chị Xuân được mấy cháu rồi?

Tôi lắc đầu:

- Xuân hãy còn độc thân.

Giọng Huy ngạc nhiên:

- Vậy sao? Tôi không tin được một người xinh xắn như Xuân thế này mà hãy còn độc thân.

Tôi tròn mắt nhìn anh thầm hỏi, có thật là em còn xinh xắn trong mắt anh không? Thời gian đã kéo mất tuổi xuân em đi rồi, cuộc sống lo toan đã làm tóc em điểm bạc, thương nhớ, chờ đợi làm em héo hắt làn da, môi khô nhợt nhạt… Tôi thở dài nhìn xuống bàn tay lạnh giá của mình, nói nhỏ:

- Xuân già rồi…

Huy cắt ngang lời tôi:

- Không, đừng nói thế, người phụ nữ ở tuổi nào cũng có vẻ đẹp riêng. Nhìn Xuân hãy còn trẻ mà.

Tôi xoắn những ngón tay vào nhau, ngượng ngùng hỏi:

- Còn anh thì sao?

- Tôi có hai đứa con trai, đứa bé lên mười, đứa lớn thì mười ba.

- Anh còn chơi đàn guitar không?

Giọng Huy lại đầy sửng sốt:

- Ủa, sao Xuân biết tôi chơi đàn guitar?

- Xuân biết chứ, biết anh đã từ lâu nhưng anh không hề biết tí gì về Xuân đâu…

Tôi chợt im bặt sau câu nói đó, mình có nên kể cho anh nghe những gì mình biết về anh không nhỉ? Kỷ niệm sao gần gũi quá, như anh đang ở gần bên mình đây. Mới hôm nào ở hồ Mê Linh gặp anh trong bộ quân phục sinh viên Võ Bị, mới hôm nào đi xem anh diễn hành oai nghi hùng dũng, mới hôm nào thấy anh tiều tụy võ vàng, xanh mướt từ trong trại tù… mới đó mà đã bao nhiêu năm qua rồi, bao nhiêu năm em đã sống trong kỷ niệm với bóng hình anh, ngọt ngào, cay đắng, thương yêu và mơ tưởng dù biết những giấc mơ đã không bao giờ có thực, nhưng nó vẫn làm em vui và cho em một hy vọng để sống…

Tiếng Huy hỏi:

- Xuân biết những gì về tôi nào?

- Xuân biết anh hồi còn ở Đà Lạt, nhà anh và nhà Xuân ở trong khu cư xá Chi Lăng. Anh hay ngồi chơi đàn guitar mỗi chiều, khi anh bắt đầu mặc áo sinh viên Võ Bị, anh ít chơi đàn hơn. Thỉnh thoảng anh cũng có ghé qua nhà O Hồng chơi với mấy anh sinh viên khác, anh nhớ không? Mỗi khi thấy anh đến nhà O Hồng, Xuân hay thập thò bên cửa sổ để chờ nghe anh hát... Chuyện đã lâu rồi, nhưng Xuân không bao giờ quên được anh, Xuân đã nhận ra anh ngay khi anh bước vào xe của Xuân.

- Trời ơi Xuân nhớ dai quá, Xuân không nói thì tôi đã gần như quên hết rồi, sao em không nói với tôi ngay từ đầu, nhà em ở dãy nào mà sao hồi đó tôi lại không biết em kìa?

- Nhà Xuân ở cuối dãy B, sát ngay cạnh nhà O Hồng đó, Xuân vẫn còn nhớ số nhà của anh là nhà số 13A, anh làm sao biết Xuân được vì hồi đó anh chỉ lo nhìn những cô gái mười chín đôi mươi thôi, còn Xuân là đứa con nít.

Huy bặm môi:

- Không đâu, tại tôi không biết Xuân đó thôi chứ nếu gặp em lúc trước chắc tôi cũng muốn quen em lắm. Mình là hàng xóm với nhau mà.

Huy nhìn tôi ra chiều suy nghĩ:

- Bao nhiêu năm nay Xuân không quen ai hết sao?

Tôi lắc đầu im lặng. Một nỗi buồn man mác dâng trong lòng, tôi nghe tiếng anh thở dài:

- Mình gặp nhau thật không đúng lúc.

Tôi cảm thấy như mũi mình cay cay, và cổ họng thì nghẹn đắng:

- Mình không bao giờ gặp nhau đúng lúc. Khi em gặp

anh lần đầu thì em còn quá trẻ để nghĩ đến tình yêu, khi gặp anh ở tuổi được quyền yêu thì anh lại bị tù đày. Rồi gặp anh ở tuổi có thể nghĩ đến hôn nhân thì lúc đó hai đứa đều nghèo, anh phải đi bán than kiếm sống, còn em một gánh nặng cơm áo gia đình. Em đã không biết phải làm sao trong hoàn cảnh ấy, mà anh thì đâu biết em là ai. Dẫu có biết nhau thì cả hai đều không thấy được một tương lai nào sáng sủa phía trước để định đoạt vấn đề hôn nhân. Qua Mỹ, một cuộc sống mới lại bắt đầu, cũng lại cơm áo và sự nghiệp, lòng em cứ nghĩ đến anh mà không biết là anh đang ở đâu cho đến ngày hôm nay mình gặp nhau… Em đã già mà vẫn còn độc thân, anh thì đã có vợ…

Huy nắm lấy tay tôi, giọng xót xa:

- Trời ơi, tôi không biết là mình đã may mắn có người con gái như Xuân nghĩ đến trong bao nhiêu năm nay. Nghe em nói… tôi thật cảm động quá, tiếc rằng mình… đã không có duyên nợ với nhau.

Tôi rụt tay lại buồn bã nói:

- Dù sao gặp anh hôm nay em cũng thấy vui, càng vui hơn nếu em biết anh thật sự rất hạnh phúc. Cám ơn anh đã đến kịp lúc để cứu em, anh sẽ mãi là người hùng trong lòng em…

Huy cười xòa cắt ngang lời tôi:

- Người hùng gì đâu, đó chỉ là một công việc của lương tâm, em quên tôi đã từng là lính sao.

Tôi gật đầu: Ồ! Rồi im lặng nhìn Huy một lúc, tôi nói:

- Sáng mai mình chia tay nhau anh cho em cái áo lính của anh làm kỷ niệm nhé.

Huy cởi áo lính anh đang khoác ra:

- Tưởng xin cái gì chứ xin cái áo thì có ngay. Hy vọng rằng em sẽ gặp một người đàn ông tốt trong tương lai... Thôi khuya lắm rồi em ngủ đi để mai còn lái xe về.

Nói rồi Huy kéo chiếc mền và gối lại gần tôi:

- Nào, nằm xuống đi, tôi biết em rất mệt, giấc ngủ sẽ giúp em khoẻ ra và em sẽ quên hết mọi chuyện đêm nay.

Tôi ngoan ngoãn nhích người đến bên chiếc gối nằm xuống, tôi kéo mền lên tận cổ, nhắm mắt lại để nghe hơi ấm đang lan tỏa trong người. Tôi lẩm nhẩm nói với Huy:

- Khi nào anh ra ngoài nhớ khoá cửa cẩn thận giùm em nghe.

- Tôi sẽ ở lại đây với em cho em bớt sợ, trông em nằm giống con mèo bị ốm. Thật tội nghiệp quá.

Bỗng có tiếng sấm gầm to ngoài mưa cùng một luồng sáng xanh chớp nhanh làm tôi giật mình không nghe rõ lời Huy nói. Cơn buồn ngủ chập chờn, sao tự nhiên lẫn trong tiếng mưa tôi lại nghe như có tiếng bước chân rầm rập của những người lính tập, và tôi còn mơ thấy Huy của tôi; một người lính Võ Bị đang đứng nghiêm trang trong phòng làm cận thần trung tín canh giữ cho tôi có được một giấc ngủ bình an qua đêm…

***

Những tiếng động lách cách và tiếng xì xào làm tôi thức giấc, tôi mở mắt ra cất tiếng gọi yếu ớt:

- Huy, Huy, anh đâu rồi?

Tôi nghe có tiếng nói:

- Cô ta đã tỉnh rồi kìa? Cô ta nói gì thế?

Tôi cố ngóc đầu dậy, một cảm giác choáng váng đã

vật tôi xuống ngay, tôi thấy khuôn mặt cô y tá nhòe nhòe trước mắt tôi:

- Cô thấy trong người thế nào?

Tôi thều thào hỏi:

- Tôi đang ở đâu đây? Trong motel phải không?

Người y tá lắc đầu:

- Không cô đang ở trong nhà thương, cô đã bị ngất gần 3 tiếng đồng hồ rồi.

Tôi ngúc ngoắc đầu hốt hoảng:

- Tại sao? Đêm qua tôi ngủ trong motel mà!

- Không, cô đã bị ngất trong xe hơi, khi xe của cô bị lún xuống lầy.

- Xe tôi bị lún nhưng có hai người đàn ông đi xe tải đã đến kéo xe tôi lên mà. Sau đó tôi đã vào motel ngủ, tôi còn nhớ phòng tôi là phòng số 206.

- Chắc cô sợ quá đã nằm mơ, không biết cô đã thấy gì trong mơ mà trên đường cấp cứu về đây, cô la hét vùng vẫy dữ lắm. Áp suất máu cô xuống quá thấp, tim đập nhanh, hơi thở ngắn.

Tôi cãi trong sự ngạc nhiên:

- Rõ ràng tối qua tôi ở trong motel mà, xe tôi đâu?

Người y tá vẫn ôn tồn:

- Xe cô đã được kéo về bãi đậu xe của bệnh viện rồi, đừng lo lắng gì cả. Cô thấy trong người ra sao?

- Mệt và choáng váng

- Có lẽ tại thuốc, áp suất máu của cô đã trở lại bình

thường, nhịp tim cũng đập tốt, hãy nghỉ ngơi cho khoẻ đừng nghĩ ngợi gì hết.

Người y tá chỉnh lại sợi dây chuyền nước biển trên phía đầu giường tôi nằm, rồi đi ra ngoài sau khi dặn dò:

- Nếu cô cần gì thì bấm nút bên tay phải trên giường, chúng tôi sẽ đến ngay.

Tôi nhìn lên chai nước biển, những giọt nước đang từ từ rơi trong ống dây sao giống như những giọt nước mắt đang rớt chậm trong tim tôi đau thắt. Tim tôi cũng biết khóc, khóc cho chính tôi, cho một giấc mơ đêm qua mà tôi vẫn không tin được đó là mơ, bởi tôi đã gặp Huy bằng xương, bằng thịt. Không, nhất định không phải là mơ!

Một người phụ nữ có lẽ là bác sĩ bước vào cùng với một cô y tá, họ đến gần tôi, tôi nghe tiếng hỏi:

- Tôi sẽ hỏi cô vài câu hỏi để kiểm tra bộ nhớ của cô nhé.

Tôi ầm ừ:

- Bác sĩ muốn hỏi gì?

- Cô có biết cô đang ở đâu?

- Bệnh viện.

- Tốt, cô tên gì?

- Vũ Thanh Xuân.

- Tốt. Nhìn ra cửa cô thấy cái gì?

- Xe chạy.

- Tốt, cô có biết cô làm nghề gì không?

- Dạy mẫu giáo.

- Tốt, cô làm việc ở đâu?

- SanJuan College.

- Tốt, à cô có nhớ cái áo này không? (người bác sĩ đưa chiếc áo lính lên).

Tôi với tay cầm chiếc áo ngắm nghía; áo của Huy cho tôi đêm qua đây mà, hãy còn ẩm ướt hơi mưa và mùi mồ hôi của anh. Tôi ấp chiếc áo vào bên má và nói:

- Áo của một người bạn tặng tôi đêm qua, có cả tên anh ấy trên đây nè.

Tôi tìm tên Huy trên nắp túi áo, ô kìa tên anh biến mất đâu rồi. Đâu rồi? Tôi nghe tiếng người bác sĩ nói:

- Cô ta đã bớt nhiều, không cần phải cho thêm thuốc.

Khi người bác sĩ bước ra ngoài, tôi cứ miên man suy nghĩ về cái tên anh trên túi áo. Tôi bóp trán cố moi óc nhớ lại là nó đã mất đi đâu… biến đi đâu mới được chứ… Tôi mân mê cái nắp túi áo, một cảm giác quen thuộc mơ hồ đâu đây, tôi nghe như có tiếng chào hàng và trả giá.., bớt không, 10 đồng đi, tôi lấy cái này nhé… A! Tôi nhớ ra rồi, tôi đã nhìn thấy chiếc áo lính này ở chợ trời, đã đắm mình trong vài giây phút nhớ về Huy, đã ngắm vuốt nó rất lâu trước khi tôi quyết định mua nó. Còn chuyện tôi gặp Huy thì chắc chắn không phải là mộng, vì tôi biết rõ, tôi đã bắt đầu yêu anh bằng trái tim non nớt, nhớ thương anh bằng những cảm giác chân thật trong tâm hồn mình. Tôi nức nở, "Có phải em đã mơ tưởng quá nhiều về anh không Huy? Anh đang ở đâu, có biết cho lòng em lúc nào cũng luôn sống với hình ảnh của anh, hình ảnh của một sinh viên Võ Bị oai hùng rất thực, rất sống động…"

Tôi nhắm mắt lại, những giòng nước mắt trào ra lăn

dài trên má, tôi thấy mình đi lang thang trong một vườn hoa đầy những bụi Lavender tím thẫm. Những chú ong áo vàng sọc đen bay vo ve bên đàn bướm hồng đang lượn trên ngọn hoa tranh nhau hút mật. Từ xa, Huy của tôi đang thong thả bước đến, trông anh thật oai nghiêm trong bộ quân phục Võ Bị. Anh vẫy tôi bảo:

- Lại gần đây với anh, đừng đi bên đó nữa coi chừng ong chích em đó.

Tôi mừng rỡ nhìn anh nhưng lại ngần ngại không muốn bước qua, anh nhào đến kéo mạnh cánh tay tôi về phía anh, cả vòng tay rắn chắc của anh ôm trọn lấy tôi che chở. Tôi nghe rõ từng hơi thở của anh bên tai và mùi vải cứng thơm toát ra từ bộ quân phục mới. Tôi bỗng vùng vẫy cố thoát ra khỏi cánh tay Huy, nói như gào trong nước mắt:

- Không, hãy thả em ra, mình không là của nhau vì anh đã có vợ, anh đã có vợ rồi… Thả em ra… thả em ra…

Cùng với tiếng khóc tôi còn nghe có tiếng chân người chạy gấp rút đến gần bên tôi, có ai đó nắm lấy cổ tay tôi và ra lệnh:

- Cho cô ta một mũi thuốc an thần.

*Tháng 8/2010*

---------------------------------

(1) hydroplane: là một hiện tượng xảy ra khi chạy xe trên mặt đường ngập nước với tốc độ nhanh, khiến cho bánh xe sẽ không bám vào mặt đường mà sẽ lướt trên mặt nước (giống như chơi tàu lướt sóng trên biển) rất nhanh và nguy hiểm.

# NHỮNG DÒNG KÝ ỨC

Giải Nhất truyện ngắn
Giải Sáng Tác / báo Đa Hiệu số 89

Quyên ngồi yên lặng bên cửa sổ nhìn ra ngoài trời, tuyết vẫn rơi mỗi lúc một nhiều hơn. Cả đất trời như đang chìm trong một màu trắng mênh mang, lạnh ngắt đến não lòng người. Những bông tuyết bay bay rồi đậu lại trên các nhánh cây khô làm nên từng cụm hoa trắng tinh khôi. Tuyết đẹp chỉ để ngắm nhìn nhưng tuyết lại càng gợi buồn thêm nữa, cứ mỗi một bông tuyết rơi là một nỗi nhớ mông lung, rời rạc dậy lên trong ký ức Quyên. Những ngày thơ ấu nào đã rất xa, rồi những ngày bắt đầu làm người lớn, biết cảm xúc với thiên nhiên, biết cười bằng ánh mắt, biết mơ mộng bằng con tim, biết hát những bài tình ca và biết vẩn vơ nhung nhớ… một người… một người từ lúc là thư sinh cho đến khi anh vào lính. Một ngày, tình cờ gặp anh trở về từ trại tù cải tạo; tàn tạ, khập khễnh với vết thương bên chân phải, chứng tích của sự trốn thoát tù tội. Nỗi vui mừng chứa chan nhiều nước mắt, hạnh phúc được gặp nhau chưa nói hết lời và nụ cười chưa trọn vẹn thì anh lại ra đi biệt tăm tông tích. Dù năm tháng đã quá xa, anh vẫn là anh đó, một người quen, một người bạn, một người yêu chưa hẳn đã là yêu. Anh đi, anh đến như một huyền thoại trong lòng Quyên để cho Quyên bao mong nhớ, khắc khoải, chờ đợi, ngập buồn lên đôi mắt. Tuyết rơi rơi và lòng Quyên cứ nhớ, nỗi nhớ dầy theo từng hàng tuyết phủ lên dòng ký ức nặng nề, xa vắng…

***

Sau biến cố lịch sử đau thương xuân 68, lúc ấy Quyên chỉ mới lên mười. Tình hình kinh tế trong gia đình Quyên bắt đầu đi xuống, vật giá leo thang, tiền lương của một sĩ quan biệt phái cấp úy như bố không đủ chi tiêu. Mẹ lại vừa sinh thêm em bé trai thứ tám, không thể mướn người làm nên là con gái lớn trong nhà, Quyên phải gánh vác một phần công việc nội trợ giúp mẹ. Khi bố mở lớp dạy kèm luyện thi tú tài toàn phần ban toán tại nhà sau giờ làm việc thì cũng là lúc anh xuất hiện. Trong số khoảng bốn, năm anh học trò đến học, chỉ có mỗi mình anh là hay nhìn Quyên mỉm cười đôi khi anh còn cho Quyên kẹo nữa. Những hôm anh đến sớm nộp bài tập cho bố chấm, anh không hề ngồi tại bàn học để theo dõi bài sửa mà thường đến chỗ Quyên ngồi trông em nói chuyện, lần đầu anh hỏi Quyên: "Em tên gì vậy?" Lần sau thì: "Em học lớp mấy? Trường nào?"

Có lần Quyên đang đút cơm cho đứa em trai thứ bảy, thằng bé được mười lăm tháng, hôm đó nó rất khó chịu không muốn ăn, cứ khóc và lắc đầu nguầy nguậy. Tưởng em đòi bế, Quyên xốc nách nó trên tay dỗ dành nhưng nó vẫn khóc tức tưởi, nó nắm tóc Quyên rồi ngả đầu ra phía sau gào to giận dỗ, nó giãy mạnh hai chân làm Quyên mất thăng bằng chao đảo rồi té. Ngay lúc ấy, Quyên cảm thấy như có bàn tay ai đó đã chụp lấy hai chị em Quyên từ phía sau. Lúc hoàn hồn lại, Quyên mới biết đó là bàn tay trợ giúp của anh học trò lơ đãng. Quyên nhìn anh bằng ánh mắt nửa biết ơn, nửa xấu hổ. Có lẽ tiếng em bé khóc khiến anh phân tâm ngó ra ngoài sân, Quyên nghĩ chắc anh học dở lắm mới phải đi học thêm, đã thế sao thấy anh chẳng chú ý gì tới bài giảng của bố cứ ngồi cười hoài trông anh điên điên làm sao. Một hôm, Quyên than phiền với mẹ rằng:

"Bố có anh học trò kỳ cục quá, cứ nhìn con cười hoài."

Mẹ đã mắng Quyên:

"Ơ hay, mày không nhìn người ta làm sao mày biết người ta nhìn mày?"

Quyên ngập ngừng không biết trả lời sao, mẹ nói thêm:

"Này, con hãy còn bé lắm nhé, đừng có nhìn ai vớ vẩn mà bị thôi miên đấy, lại coi chừng bị bắt cóc nữa, thời buổi loạn lạc này đàn ông, con trai tuổi nào cũng đáng sợ."

Quyên hỏi mẹ:

"Thôi miên là gì hả mẹ?"

Mẹ nói:

"Thôi miên là khi hai người nhìn nhau như bị bỏ bùa mê, tốt hơn hết là con không nên nhìn ai lâu nghe chưa?"

Quyên chẳng hiểu hết lời mẹ dặn, nhưng nghe đến chữ bùa mê và bắt cóc thì tự nhiên Quyên thấy sợ anh thật. Những lần sau anh đến học, Quyên hay bế em trốn dưới bếp rồi khi em khóc quá lại phải bế nó đi ngang qua phòng bố dạy học để ra ngoài sân dỗ em, để cho anh có dịp lơ đãng nhìn chị em Quyên chơi. Nhớ đến lời mẹ, Quyên nhất định không nhìn anh chàng điên này một phút nào kể cả những lúc anh lân la đến nói chuyện với Quyên. Anh hỏi gì, Quyên cũng không nói tuy nhiên, thỉnh thoảng những viên kẹo anh cho như một lời giảng hòa kín đáo làm Quyên cảm thấy anh cũng không đến nỗi điên lắm.

Một năm sau, trước ngày bố thuyên chuyển lên Đà Lạt làm việc, anh đột ngột đến thăm bố với món quà nhỏ. Anh cho bố biết là anh đã đậu tú tài toàn phần hạng ưu năm ngoái, dự định sẽ nhập ngũ. Bố rất vui và có ý khuyên anh với bằng tú tài toàn phần nên thi vào Võ Bị Đà Lạt, nếu anh thích đời binh nghiệp. Anh tủm tỉm cười tiết lộ rằng:

"Thưa thật với thầy là em đã vào không quân cũng từ năm ngoái và đang được huấn luyện ở Trung Tâm Huấn Luyện Không Quân Nha Trang gần năm nay rồi. Em cũng vừa may mắn trúng tuyển kỳ thi khoá học bay ở Mỹ. Chắc khoảng hơn hai tháng nữa em sẽ rời Việt Nam."

Anh đã cho bố sự ngạc nhiên và khâm phục đến độ bố buột miệng:

"A, cậu này giỏi thật, giỏi thật!"

Lần đó anh có vẻ tự nhiên hơn với chị em Quyên, anh cho các em Quyên rất nhiều kẹo bánh và anh cho Quyên một cái kẹp tóc bằng đồi mồi. Lúc chào tạm biệt bố ra về, anh không quên quay lại cười với Quyên và nói:

"Khi nào tóc em dài nhớ kẹp tóc bằng kẹp đồi mồi nhé!"

Đó là lần cuối cùng gặp anh trong thời thơ ấu của Quyên, cái vóc dáng thư sinh cao, gầy, đôi mắt sáng tràn đầy tự tin, nụ cười vui mang nhiều hoài bão. Quyên bâng quơ nhìn theo bóng anh khuất sau giàn bông giấy trước hiên nhà....

Vài tháng sau, bố thu xếp cho cả nhà dọn lên Đà Lạt, chị em Quyên háo hức được đi máy bay và đổi nhà mới. Cũng trong năm đó, bố Quyên được thăng cấp bậc thiếu tá với chức "Văn Hoá Vụ Phó" trường Võ Bị Đà Lạt. Gia đình Quyên ở trong một khu cư xá dành cho sĩ quan gọi là cư xá Lý Thường Kiệt ở Chi Lăng. Phía ngoài cổng vào cư xá có một đồn lính canh gác, người lạ muốn vào thường phải xuất trình thẻ căn cước. Quyên rất yêu thích khung cảnh mới của những ngôi nhà cư xá. Buổi sáng ở đây thật là yên tĩnh, cảnh vật mờ ảo trong sương mù trên những ngọn thông cao ngất. Quyên hay dắt em ra khu vườn sau nhà buổi sáng để cùng thi nhau thở ra khói, đùa vui dưới hơi lạnh của bầu trời sương sớm.

Mùa xuân năm 1973, mùa xuân bắt đầu nở ra trong Quyên một chồi non mơ mộng. Cứ mỗi lần mẹ sai lau cửa kiếng là Quyên lại đứng hàng giờ nhìn ra khu vườn nhỏ bé tuyệt vời sau nhà. Quyên yêu sao cây đào rừng với màu hoa hồng tươi thắm, giàn hoa bìm bịp tím thẫm leo quanh bờ rào. Quyên yêu những sáng xuân trong lành có tiếng chim cười rúc rích trong vòm lá. Một làn gió nhẹ qua thoảng mùi hương cỏ ướt quyện với mùi đất ẩm, mùi thông non, mùi hoa dại.... Cũng vào một buổi sáng đang lau cửa kiếng phía trước nhà, Quyên chợt thấy bố lái chiếc xe Jeep vào sân, từ trên xe bước xuống cùng với bố là hai chàng thanh niên trẻ mặc hai bộ quân phục khác nhau. Quyên có thể nhận ra một người là sinh viên Võ Bị vì anh mặc quân phục Võ Bị, còn người thanh niên kia mặc bộ quân phục màu xanh trông rất oai nghiêm. Quyên chép miệng: "Lại có khách!" rồi vội vàng chạy tọt vào trong, luồn cửa bếp để ra vườn sau. Quyên rất sợ cái cảnh bưng khay trà ra mời khách, phải trốn cho lẹ để mẹ sai Trâm. Khổ nỗi Quyên vừa ngồi xuống bậc thềm sân sau thì đã nghe tiếng mẹ gọi giật lại:

"Quyên, lên pha trà cho khách này!"

Quyên nhăn nhó:

"Mẹ bảo Trâm pha trà đi, con mắc bận rồi."

"Bận việc gì cũng mặc, mau lên pha trà cho khách không bố mày lại la bây giờ. Con Trâm tha em đi chơi đâu rồi."

Quyên đành phải đứng lên vào bếp đặt ấm nước, Quyên phân bì:

"Mẹ xem! Con Trâm chẳng bao giờ ở nhà phụ mẹ, việc gì cũng tới con, mệt quá!"

Mẹ mắng:

"Lại cành nanh với em, mày là chị lớn kia mà."

Quyên chỉ biết thở dài. Sắp đặt xong khay trà, Quyên trịnh trọng bưng ra mời khách. Một sự ngạc nhiên đến sững sờ khi Quyên nhận ra anh, người thanh niên mặc quân phục màu xanh, chắc chắn đó là quân phục của không quân rồi. Trông anh có vẻ đen và già dặn hơn hồi Quyên gặp anh mấy năm về trước. Anh cũng tròn mắt nhìn Quyên, một cái nhìn rất lạ, nụ cười ngày xưa đã không còn trên môi anh. Quyên thấy lúng túng trước cái nhìn đó, run tay đặt khay nước trên bàn, Quyên lí nhí:

"Mời bố, mời hai anh dùng nước!" rồi chạy nhanh vào trong nhà. Quyên nghe tiếng anh hỏi:

"Có phải em Quyên đó không thầy?"

"Ừ, Quyên chứ còn ai, năm nay nó đang học đệ tam, lớp mười bây giờ đấy."

"Trời ơi! Quyên mau lớn quá, nếu gặp ngoài đường chắc em chẳng nhận ra."

Quyên không biết mình đã lớn và đổi khác ra sao như anh nhận xét nhưng Quyên biết chắc là trông Quyên nhếch nhác, lam lũ lắm. Mẹ có thêm em bé gái thứ chín, Quyên lại bận hơn với hàng đống công việc nhà sau giờ học. Không có quần áo đẹp như mình mơ ước, không được phép đi đâu chơi với bạn bè, Quyên cảm thấy mình thua sút rất nhiều so với những cô gái cùng trang lứa. Dù lúc đó bố đã được thăng cấp lên bậc trung tá, lương bố vẫn không đủ để mướn người làm, cảnh nhà Quyên vẫn không sung túc như những gia đình sĩ quan khác trong khu cư xá. Chị em Quyên thường đi bộ đến trường, không có tài xế đưa đón.... Quyên thở dài, lặng lẽ đến bên cái gương nhìn xem mình đã lớn như thế nào mà không thấy anh cười với Quyên như lúc trước. Xem này, cái mặt Quyên lúc nào cũng đỏ bừng như người bị lên máu bởi lẽ Quyên cứ ở trong bếp luôn; tóc Quyên dài thì phải búi lên cho gọn để làm việc, muốn xõa tóc ra làm điệu cũng không được. Quyên chợt nhớ đến cái kẹp đồi mồi anh cho đã bị gẫy vì tóc Quyên quá dày. Quyên nói thầm: "Trông mình giống như bà cụ non thật, khiếp quá!" Rồi Quyên quay ra miệng vẫn còn lẩm bẩm: "Khiếp quá, khiếp quá!" Tiếng anh hỏi đã làm Quyên giật mình:

"Cái gì khiếp, hả Quyên?"

Quyên nhìn anh sửng sốt:

"Ủa! sao anh lại đứng ở đây?"

"Anh muốn xem cây đào rừng sau nhà, nghe thầy nói đẹp lắm, anh lại chưa bao giờ thấy hoa đào, thầy bảo vào nói Quyên dẫn anh ra xem."

"Ồ, cây đào ở đây nè!" Quyên và anh ra sau vườn, cây đào đang trổ nhiều bông hoa tươi thắm trông rất đẹp mắt. Anh ngắm cây đào thì ít mà ngắm Quyên thì nhiều làm Quyên ngượng ngùng cứ phải quay đi để tránh cặp mắt kỳ quái của anh. Cặp mắt mà hình như đã nhốt cả thời thơ ấu của Quyên trong ấy, Quyên hỏi anh một câu thừa thãi:

"Hoa đẹp quá anh hả?"

Anh nói tỉnh bơ: "Ừ đẹp như em vậy!"

Quyên ngạc nhiên:

"Em mà đẹp gì, như lọ lem đó!"

"Ừ, thì đẹp như công chúa lọ lem."

"Anh cứ nhạo Quyên hoài." Quyên mắc cỡ quay đi.

"Anh đâu có nhạo Quyên làm gì, thời gian đi nhanh quá, lần cuối gặp Quyên ở Sài Gòn, Quyên hãy còn nhỏ xíu mà bây giờ đã đệ tam, đã ra dáng thiếu nữ rồi!"

Quyên nhặt một chiếc lá rơi trên ghế băng, buồn buồn nói:

"Em còn mong cho mình lớn thật mau để đi làm kiếm tiền."

"Sao em mong dại dột thế, làm người lớn nhiều nỗi lo lắm. Kiếm tiền là nỗi lo khủng khiếp, cay đắng nhất. À mà Quyên học ban gì vậy?"

"Em học ban C."

Anh trợn mắt:

"Ban C ? Sao bố dạy toán mà con gái lại không học ban toán?"

Quyên vò nhẹ chiếc lá trong tay ngập ngừng:

"Tại... tại em... dốt toán nên đành phải chọn ban văn chương. Bố cũng buồn em lắm."

Anh lắc đầu:

"Anh không tin là em dốt toán, anh còn nhớ hồi học bố em ở nhà, anh có lén xem tập toán và tập chính tả của em, thấy toàn mười điểm không à. Hồi đó không nhớ em học lớp mấy mà chữ em đẹp ghê."

"Anh cũng tò mò quá há, không lo học mà rình coi tập người ta. Hồi em học tiểu học em rất thích môn toán, nhưng khi lên lớp đệ thất thì em bắt đầu ghét toán, chỉ thích môn văn. Em không chú ý đến môn toán nữa rồi mất căn bản từ lúc đó."

Anh gật gù:

"À, ra thế! Mà em chọn ban C cũng hay, con gái học ban toán thì thấy khô khan quá, học ban C nghe ướt át tình cảm hơn."

Nói xong, anh nhìn Quyên cười cười, nụ cười quen thuộc của ngày nào Quyên đã nghĩ là điên. Quyên chợt hỏi:

"À, anh có thích đọc thơ không?"

"Không thích lắm, nhưng nếu thơ của Quyên làm thì anh rất thích đọc."

Quyên tròn mắt nhìn anh hỏi lại:

"Sao anh biết em làm thơ?"

Anh lại cười:

"Thì anh nghe thầy than là con gái thầy dạo này cứ hay làm thơ thẩn chẳng chịu lo học hành gì cả."

"Chết, bố em nói với anh vậy hả? Vậy mà bố hay đưa sách thơ cho em đọc, lại còn mang giấy về cho em đóng tập thơ nữa. Lần tới anh về chơi em sẽ làm một bài thơ tặng anh nha."

Anh cười to:

"Ủa, phải lần tới mới được tặng thơ hả? Sao lần này không tặng anh cho rồi, lỡ mai mốt anh không có dịp nào ghé đến đây nữa thì sao!"

Quyên cúi đầu thở dài:

"Em sưu tầm được nhiều thơ hay lắm, làm cũng nhiều nhưng đã bị mẹ xé hết hai cuốn rồi."

Anh ngạc nhiên:

"Sao vậy?"

"Mẹ không thích con gái làm thơ, mẹ bảo mơ mộng hão huyền, lãng mạn thì chóng hư, mẹ chỉ muốn em làm việc nhà thật giỏi, thật nhanh."

Nói đến đó tự nhiên Quyên thấy buồn muốn khóc, Quyên tiếc những tập thơ mà Quyên đã ngồi nắn nót chép hàng giờ và vẽ vời đủ màu sắc. Thú vui duy nhất của Quyên đã bị đập vỡ rồi. Quyên nghe như có tiếng chân anh bước đến gần Quyên cùng tiếng anh nói:

"Mẹ Quyên phòng thủ cho con gái kỹ quá! Thật là tội cho Quyên."

Quyên ngước lên thấy anh đã đứng sát bên mình. Anh đưa bàn tay lên vuốt má Quyên thì thầm:

"Quyên dễ thương lắm, em có biết không?"

Quyên đỏ mặt chạy vụt vào trong nói to:

"Không, em không biết," mặc kệ cho anh gọi:

"Kìa Quyên! đi đâu vậy?"

Quyên nghe tim mình đập thình thịch, một cảm giác xấu hổ lan trong người tê cứng. Quyên sờ mặt mình thấy nóng ran, giận anh sao kỳ cục quá, mình đâu còn là trẻ con nữa mà vuốt má. Rồi Quyên lại tự trách mình sao mắc cỡ một cách lãng nhách thế, phải nên tự nhiên hơn và xem mình hãy còn là con nít dưới mắt anh, rõ ràng lúc nói chuyện với anh, Quyên cũng thấy vui vui vậy. Quyên vén rèm cửa nhìn ra ngoài phòng khách, thấy anh đã ngồi bên cạnh bố tự lúc nào, nhìn anh rất oai phong trong bộ quân phục, bấy giờ Quyên mới thấy trên hai bên cầu vai áo anh có một bông mai. Trời ơi anh đã là thiếu úy rồi kia! Quyên nghe anh nói với bố là lần sau nếu anh có dịp ra Nha Trang thì anh sẽ đến thăm em trai anh và thăm bố. Vậy là lần đó anh đi phép ra thăm em trai anh, người sinh viên Võ Bị đang đứng cạnh anh. Quyên nhủ thầm nếu anh đến thăm bố lần nữa, Quyên sẽ cố nói chuyện với anh tự nhiên hơn. Đấy là thứ hai gặp lại anh khi Quyên đang ở tuổi thiếu nữ, Quyên đã bắt đầu nghĩ đến anh nhiều hơn, đã thích đọc những bài thơ tình của lính.... Kể từ sau ngày đó, Quyên không còn dịp nào gặp anh nữa, chắc anh phải đi bay nhiều nơi vì tình hình chiến sự trong những năm tháng ấy rất gay go, khốc liệt, bố cũng phải cấm trại luôn.

Đầu Xuân năm 75, Quyên có thêm em bé gái thứ mười, trăm công việc nhà lại chiếm hết thời giờ nên Quyên chẳng có dịp rảnh để ngồi mơ mộng hay chép thơ tình của lính. Dù vậy, trong lòng Quyên lúc nào cũng nghĩ đến anh. Quyên cứ ước mong một ngày nào anh sẽ đột ngột ghé qua thăm bố và Quyên lại có dịp được nói với anh vài câu. Khi Việt Cộng chiếm Ban Mê Thuột vào tháng Ba, bố đã tất bật lo cho cả nhà di tản về Sài Gòn, Quyên thấy thương bố quá…

Ngày trường Võ Bị dời về Long Thành và làm lễ ra trường vội cho sinh viên, tình cờ, cũng lại tình cờ, bố đã gặp anh khi anh chạy sang Võ Bị để xem tình trạng của người em trai. Sau ngày lễ ra trường, anh đã chở bố về nhà bằng Honda, Quyên nghe bố kể, anh chạy như bay dưới làn đạn pháo, bố cứ tưởng là cả hai người khó mà sống sót trở về. May mắn thay, bố Quyên chỉ bị trúng một mảnh đạn nhỏ vào chân trái, còn anh thì không việc gì. Ngày hôm ấy, khi anh ngừng xe dìu bố vào nhà, thấy chân bố chảy máu, chị em Quyên sợ đến nhốn nháo. Mẹ chạy ra chạy vào lo băng bó cho bố. Quyên mong anh sẽ nói một câu gì với Quyên hay ít ra một cái nhìn tạm biệt, nhưng anh đã vội vã đi ngay.

Chiến tranh chấm dứt, bố đi tù cải tạo, cuộc sống của gia đình Quyên càng thê thảm hơn. Mẹ vất vả ngược xuôi với đủ mọi nghề để nuôi mười đứa con. Bố bặt tin từ lúc ra đi khi em bé út của Quyên chỉ vừa tròn bốn tháng tuổi. Mãi đến lúc bé út biết đi, biết chạy thì gia đình Quyên mới nhận được tin đi thăm nuôi bố. Lần đầu tiên đi thăm bố cả nhà đều khóc, bố trông gầy yếu, xanh xao quá, tóc bố bạc đi nhiều, râu bố dài tới ngực. Bố đưa tay ra bế em bé út, nó khóc thét lên vì sợ bộ râu dài của bố. Mẹ hỏi bố có gặp người bạn nào chung trại không? Bố nói chẳng gặp ai quen, chỉ gặp có mỗi thằng Đại hôm đi lao động. Tưởng là không quân như nó thì phải đi trước hết, có ngờ đâu bị kẹt lại. Nó cũng bị đày ở đây nhưng mà ở khác chỗ. Quyên giật mình, có sự xui khiến nào mà anh và bố lại gặp nhau trong cảnh tù đày thế này. Thầy trò nhìn nhau chắc không sao tránh khỏi sự ngậm ngùi cho số phận bi thương của người lính sau chiến tranh. Quyên nhìn quanh khu nhà thăm nuôi thầm mong sao có một sự màu nhiệm nào đó để Quyên có thể nhìn thấy anh ngay tại đây, để khóc, để được nói với anh rằng: Quyên luôn nghĩ đến anh từng ngày, từng tháng, vì Quyên đã biết yêu đời lính từ lúc bắt đầu thành thiếu nữ. Đời lính của anh luôn gắn liền với hy sinh, mất mát. Đời lính của anh luôn là những giấc mơ thanh bình, tự do, no ấm cho quê hương. Giờ đây khi thanh bình đã thực sự đến, những người lính như bố như anh đã không còn tự do, và tất cả những người dân hiền lành cũng chẳng có ấm no trọn vẹn!

Sáu năm sau bố trở về, sự vui mừng của ngày xum họp không kéo dài được bao lâu thì một nỗi buồn lớn lại đến với gia đình Quyên. Cơn bệnh ung thư quái ác đã tàn phá cơ thể mẹ trong những năm tháng vật lộn với cuộc sống cơm áo. Lo lắng, buồn rầu, suy dinh dưỡng là những nguyên nhân đã tăng nhanh cơn bệnh và kéo mẹ đi đến chỗ kiệt sức. Cuối cùng, mẹ đã bỏ bố và chị em Quyên ra đi không một lời trăn trối. Bố thay mẹ tiếp tục phần đời còn lại nuôi các con, bố bắt đầu nghề dạy kèm toán tại tư gia. Quyên cũng đi kèm trẻ nhiều chỗ ngoài giờ làm việc để phụ với bố nuôi em. Cuộc sống tạm yên ổn và bố cũng tạm vui trong cảnh gà trống nuôi con. Những buổi tối khu phố bị cúp điện, chị em Quyên thường ngồi quanh bố để nghe bố kể chuyện, có khi bố kể chuyện kiếm hiệp, có khi bố kể chuyện trong tù cải tạo. Một ngày nọ, bố kể về anh, người học trò giỏi, người sĩ quan không quân trẻ mà bố rất khâm phục. Anh đã gan dạ dám trốn trại một mình dù bị rượt đuổi gắt gao, bị bắn cảnh cáo nhiều lần anh vẫn cứ chạy, chạy cho đến khi anh bị thương và ngã gục. Trời ơi! Anh thật là một người lính kiên cường bất khuất. Dẫu phải đương đầu với hoàn cảnh tù đày nghiệt ngã, anh vẫn không muốn đầu hàng. Nghĩ đến anh, lòng Quyên trào lên một nỗi xót xa, lo lắng. Không biết số phận anh đã ra sao? Bao giờ anh mới được thả về, và Quyên có còn dịp nào gặp anh nữa không?

Rồi trời cũng thương số phận người hiền, anh được trả tự do và bất ngờ đến thăm bố. Anh là thế, sự thăm viếng của anh luôn luôn bất ngờ. Hôm ấy bố lại đi vắng, Quyên đón anh ngay cửa, cả hai không nhận ra nhau, anh gầy, đen, râu tóc mọc dài như người tiền sử, môi anh không còn nụ cười vui, mắt anh thôi tràn đầy tự tin chiếu sáng.... Khuôn mặt anh hằn lên nỗi ưu tư, chán nản và buồn bã. Có lẽ trông Quyên cũng khác nhiều trong mắt anh nên nhìn Quyên anh ngập ngừng nói:

"Tôi... tôi là Đại, mới đi tù cải tạo về ghé qua đây thăm thầy cũ."

Nghe giọng nói, Quyên đã nhận ra anh, Quyên nghẹn ngào: "Trời ơi! Anh Đại, trông anh thay đổi nhiều quá!"

Anh khựng lại vài giây: "Xin lỗi, chị... à cô... là…"

Quyên ngắt ngang lời anh: "Là Quyên đây mà, anh quên rồi sao!"

Anh mừng rỡ, thảng thốt gọi: "Ồ Quyên, Quyên đó hả? Nhìn em thấy lạ, anh hoàn toàn không nhận ra."

"Anh vào nhà chơi uống nước đợi bố Quyên về. Gặp lại anh bố Quyên mừng lắm đó."

Anh dắt chiếc xe đạp vào sân, Quyên để ý thấy anh đi

như người có tật chân cao chân thấp, nhớ đến chuyện bố kể về anh, lòng Quyên chợt nhói đau. Thời chinh chiến, anh đã vượt qua được bao nhiêu sự hiểm nguy, chết chóc, thương tật. Vậy mà khi hoà bình anh lại mang thương tật bởi họng súng điên rồ của những người cùng tiếng nói da vàng với mình. Không biết bố và anh đã mang tội gì với nhân dân để rồi phải đền tội bằng những năm tháng tù đày khốn khổ như thế.

Anh ngồi xuống ghế, mắt nhìn Quyên đăm đăm. Cái nhìn đã không còn làm cho Quyên ngượng nghịu, tránh né như thuở nào, trái lại nó thôi thúc Quyên phải nhìn sâu hơn vào mắt anh. Một cảm giác nào đó thật thiết tha, thật trìu mến, thật đắm đuối, thật vui và cũng thật buồn. Quyên rót cho anh một tách trà nóng, Quyên hỏi anh đã về hôm nào? Anh nói chỉ mới hôm qua thôi, hôm nay anh dành một ngày để đi thăm người quen thân thuộc. Anh hỏi Quyên:

"Thầy vẫn khoẻ chứ Quyên?"

"Dạ, bố Quyên vẫn khỏe, chỉ bị máu cao một chút thôi."

"Bây giờ thầy làm gì?"

"Dạ bố Quyên dạy kèm toán ở nhà, có khi dạy nhóm ở nhà học trò nữa."

"Thầy lại trở về với nghề dạy học, thầy thật yêu nghề quá. Còn cô?"

Nghe anh hỏi đến mẹ, nước mắt Quyên chợt ứa ra, chỉ lên bàn thờ Quyên nức nở:

"Bố Quyên về chưa được một năm thì mẹ mất, trời còn thương cho bố mẹ gặp nhau lần cuối, chứ nếu mẹ Quyên mất trước khi bố về, Quyên không biết phải làm sao, chắc Quyên chết luôn quá."

Quyên nghe anh thở dài:

"Thật là tội!"

Rồi anh đứng lên tiến đến bên bàn thờ mẹ thắp một nén nhang. Quyên nhìn anh từ phía sau, vẫn vóc dáng cao, gầy, anh gầy đi nhiều lắm. Quyên không còn tin được ở mắt mình đây chính là anh của năm nào trong bộ đồ Không Quân oai hùng. Trông anh bây giờ thật tuyệt vọng, chờ anh ngồi xuống, Quyên hỏi:

"Vết thương ở chân anh còn đau không?"

Anh chậm rãi lấy thuốc ra hút, nhìn Quyên qua khói thuốc anh hỏi:

"Sao Quyên biết anh bị thương? Chắc thầy kể chuyện của anh phải không?"

Quyên gật đầu:

"Nghe bố Quyên kể, thấy anh gan lì quá đi thôi, lỡ bị bắn chết thì sao?"

"Chết thì thôi có gì phải sợ! Không phải là anh gan lì đâu, mà là anh liều mạng thì đúng hơn. Lúc trốn được ra ngoài anh nghĩ mình đã thoát, nhưng khi bị phát hiện anh phải chạy cho mau để không bị bắt lại, lúc đó anh có nghe nhiều tiếng la hét phía sau rồi tiếng súng nổ. Anh không cần biết gì hết, trước mắt anh và cả trong đầu anh bấy giờ chỉ có hai chữ: phải thoát, thế là cứ chạy như điên."

Anh ngừng nói, rít một hơi thuốc dài. Quyên hỏi:

"Rồi sao nữa anh?"

"Anh đã bị ngất đi nên không còn biết gì hết. Mà thôi, chuyện buồn lắm Quyên nghe làm gì, thầy cũng kể cho các em rồi."

"Bố Quyên chỉ kể đại khái thôi, không có chi tiết, Quyên rất muốn nghe chuyện buồn của anh, muốn biết sau đó họ đã làm gì anh?"

"Khi anh tỉnh dậy thì thấy mình nằm trong nhà thương, tay chân bị trói, anh rất là đau đớn… Anh cứ tưởng rằng chân anh sẽ bị cưa, vì vết thương bị nhiễm trùng ghê gớm lắm… Nhưng rồi có lẽ mạng anh hãy còn lớn và cũng nhờ ở sự đức độ của mẹ, con trai nhờ đức mẹ mà, nên anh đã qua khỏi…. Sau đó anh bị chuyển trại. Anh không muốn nhớ lại chuyện đó nữa, đừng bắt anh kể thêm nhé."

Quyên nhìn anh, lòng dạt dào thương cảm muốn nói với anh vài câu an ủi mà không biết mở đầu làm sao. Tiếng anh hỏi Quyên:

"Hiện giờ Quyên đang làm việc gì?"

" Dạ Quyên đi dạy tiểu học."

Anh chợt cười nhẹ:

"À, Quyên là cô giáo rồi đấy, thảo nào trông cô giáo chững chạc quá."

Nhìn anh cười, Quyên cảm thấy mạnh dạn lên đôi chút, Quyên nói:

"Thì anh cứ nói là thấy Quyên già đi, anh dùng chữ chững chạc nghe chua xót làm sao!"

"Ơ kìa, chững chạc đâu phải là già, mà nếu nói Quyên già thì anh cũng thành cụ rồi. Anh hơn Quyên đến tám tuổi kia mà."

Quyên ngạc nhiên:

"Sao anh biết tuổi của Quyên?"

"Anh đoán tuổi theo lớp học. Này nhé, lần anh gặp Quyên ở Đà Lạt, lúc đó anh hai mươi ba tuổi, Quyên học lớp mười thì có phải là Quyên mười lăm tuổi không? Anh nhìn Quyên bây giờ thấy lạ chỉ tại trong đầu anh lúc nào cũng nhớ đến hình ảnh của Quyên lúc đó, da trắng má hồng, mũm mĩm như con búp bê, suốt ngày nấu cơm, giặt quần áo, bế em…"

Quyên phì cười:

"Bộ hồi đó Quyên mập lắm hả?"

Anh dụi tàn thuốc, nghiêng đầu nhìn Quyên:

"Không mập gì, chỉ hơi tròn tròn như hột mít thôi. Mà anh nhớ không lầm thì đã mười năm rồi, mười năm phải cho người ta trưởng thành chứ. Đâu có thể mãi là cô bé hoài để mình cho kẹo, dù gì bây giờ đã là cô giáo rồi, mình phải thận trọng chứ."

Quyên cụp mắt nhìn xuống hai bàn tay mình, một niềm vui đang trải rộng trong lòng Quyên. Anh thực sự cũng có nghĩ đến Quyên sao? Bao năm tháng nhớ mong, mơ mộng về anh như một ảo ảnh, Quyên không dám tin rằng có một ngày như hôm nay gặp anh, mặt đối mặt để nghe anh nói chuyện thật tình cảm với Quyên. Ồ, mà biết anh có nói thật lòng không, hay chỉ là một lời tán hưu tán vượn cho vui (?)

Tiếng anh hỏi cắt đứt ý nghĩ của Quyên:

"Sao Quyên im lặng vậy? Quyên buồn hả?"

Quyên lắc đầu, nhìn anh:

"Không, Quyên đang vui vì nghe chuyện một người hãy còn nhớ đến Quyên từ mười năm trước, Quyên cảm động quá!"

Cuộc đàm thoại hôm ấy cũng khá lâu mà bố vẫn chưa về, anh không thể chờ lâu hơn nữa nên đành phải cáo từ, hẹn hôm khác sẽ đến thăm bố. Trước khi anh đứng lên, anh chợt nắm lấy bàn tay Quyên vuốt nhẹ rồi nói:

"Quyên này, trông em gầy và xanh xao lắm, em ráng giữ sức khỏe nhé, đừng suy nghĩ hay lo lắng nhiều quá mà thành bệnh đấy."

"Anh cũng gầy nhom à, nhìn anh sa sút Quyên thật muốn khóc luôn."

Câu nói của Quyên đã làm anh khựng lại, anh nhìn Quyên thăm thẳm, khó hiểu quá. Rồi anh vụt quay đi:

"Anh là đàn ông mà, lại đã từng đi lính, anh chịu cực khổ quen rồi, thôi anh về nhé."

Anh đã tạt qua thăm bố thêm hai lần nữa, cả hai lần đều không gặp được bố. Một lần thì Quyên đi vắng, anh ngồi nói chuyện với mấy em Quyên. Nghe Trâm nói anh cũng có ý ngồi chờ Quyên và bố về, chờ dài cả người mà chẳng thấy bóng em và bóng thầy đâu. Chán quá chàng đành ra về, Trâm còn diễu cợt:

"Xem ra, cái ông Đại này có vẻ si tình chị Quyên rồi nhé."

Quyên đập vai Trâm:

"Bậy bạ nào!"

Những đứa khác được thể nhao nhao lên:

“Ở bậy bạ vậy mà trúng tùm lum, ổng điều tra chị mình kỹ dễ sợ luôn, đúng là dịp may để tụi em tha hồ nói xấu chị, lúc chị đang dạy học trò có bị nhảy mũi không? Có thấy ngứa lỗ tai không?”

Quyên hỏi:

“Ổng điều tra cái gì?”

Thịnh cười:

“Trời, trời hỏi tới nghe.”

Con bé Hương làm ra vẻ người lớn trịnh trọng nói:

“Đây nè, để em nói cho mà nghe. Ổng hỏi chị Quyên có hay đánh mấy em không? Em liền nói chị Quyên đâu có uy trong nhà mà đánh ai. Chị Trâm có uy quyền hơn chị Quyên, nên tụi em sợ chị Trâm hơn chị Quyên.”

Con bé Út thêm:

“Chị Trâm có nhiều bạn trai đến nhà chơi cho tụi em quà, muốn có quà thì phải nghe lời chị Trâm, còn chị Quyên chẳng có ai!”

Quyên bẹo má em phì cười:

“Toàn nói nhảm nhí”.

Lần thứ tư anh đến thăm thì đã gặp được bố, thầy trò hàn huyên tâm sự rất lâu. Hầu hết những lần anh đến chơi sau này chỉ ngồi trò chuyện với bố. Anh và Quyên rất ít có dịp nói chuyện với nhau. Cho đến một ngày, anh hẹn Quyên đi chơi, đó là một ngày vui nhất trong đời Quyên kể từ lúc gặp anh. Hai đứa đi bộ hết con đường Nguyễn Du thanh vắng mà vẫn không mỏi chân. Hôm ấy, Quyên nói chuyện huyên thuyên không ngớt, Quyên kể về con đường Nguyễn

Du này đã cho Quyên bao nhiêu kỷ niệm vui buồn của thời còn đi học sư phạm. Quyên kể những nỗi buồn chán trong suốt hai năm trời mệt nhoài với sách vở.... Những ngày đi bộ dạy kèm rời rã cả chân tay. Quyên nói nhiều như chưa bao giờ được nói hết tâm sự trong lòng mình. Anh chỉ im lặng lắng nghe, trông anh rất là tư lự. Quyên hỏi:

"Hình như anh đang suy nghĩ chuyện gì hả anh? Có nghe Quyên nói không, sao anh cứ im lặng hoài vậy?"

Anh lắc đầu:

"À không, anh có nghĩ gì đâu! Anh đang nghe Quyên kể chuyện mà."

Quyên biết anh nói dối, chợt linh tính một điều gì đó không hay sẽ đến. Quyên nghĩ đến niềm vui hiện tại, niềm vui có anh bên cạnh như lúc này sẽ kéo dài được bao lâu, hay chỉ là thoáng chút thôi, rồi Quyên lại trở về với những nhớ nhung chờ đợi. Quyên mạnh dạn hỏi:

"Anh à, không biết chuyện giữa hai đứa mình rồi sẽ đi đến đâu?"

Anh chép miệng:

"Anh cũng đang tự hỏi mình câu hỏi đó."

Rồi anh dừng lại, rít một hơi thuốc, anh tiếp:

"Anh vẫn không tìm ra câu trả lời cho mình."

Anh quăng mạnh tàn thuốc vào gốc cây, quay sang phía Quyên, anh bất chợt ôm vai Quyên kéo sát vào anh. Quyên chống chế một cách yếu ớt, mùi thuốc lá nồng nồng từ hơi thở anh làm cho Quyên phải bật ho khan mấy tiếng. Quyên cảm nhận bờ môi anh đang chạm trên tóc mình, lướt qua vầng trán, trôi bên má rồi nhẹ nhàng xuống đôi môi.

Người Quyên mềm nhũn trong tay anh, nụ hôn đầu đời sao vụng về mà thân thiết quá, sao ngọt ngào mà vẫn nghe cay đắng, sao nồng nàn mà chua xót tận đáy tim, sao đam mê mà đau thắt cõi lòng. Quyên nghe tiếng anh thì thầm bên tai tựa hồ như vọng lại từ nơi nào rất xa:

"Quyên dễ thương lắm, em có biết không? Đã mấy lần anh cũng muốn liều nhờ mẹ đến xin thầy cho Quyên về với anh, nhưng nghĩ đến phận mình mới đi tù về, việc làm không có, tiền bạc cũng không lấy gì mà nuôi Quyên. Ở đây tương lai mù mịt quá, anh đành phải nghĩ cách ra đi thôi."

Quyên sửng sốt:

"Anh đi đâu?"

Anh ngập ngừng:

"Anh đi... vượt biên!"

"Trời ơi, chừng nào anh đi?"

Anh thở dài:

"Đêm nay!"

"Đêm nay? Sao gấp quá vậy anh? Sao anh không nói trước với Quyên?" Quyên kinh ngạc hỏi.

"Nói trước để làm gì?"

Đêm nay anh đi! Quyên mím chặt môi lại để không bật ra tiếng khóc tức tưởi. Đêm nay anh đi, trái tim Quyên như thắt nghẹn, mắt Quyên như mờ đục, đầu Quyên choáng váng. Quyên nói như mê:

"Anh đi bằng đường nào vậy? Quyên có thể tiễn anh được không?"

"Cứ coi như bây giờ là lúc mình đang tiễn nhau đi, anh

đi đường bộ nên khó khăn lắm."

"Trời ơi! Đường bộ nguy hiểm vô cùng anh có biết không?"

"Anh biết, nhưng nghe nói nó gần hơn đường biển."

Quyên nghe cõi lòng mình nát tan từng mảnh vụn. Ngày đầu tiên hò hẹn cũng là ngày cuối cùng chia tay. Quyên không biết nói gì hơn nữa, nước mắt Quyên cứ trào ra, trào ra.... Anh nhẹ đưa những ngón tay khô rám gạt nước mắt cho Quyên:

"Đừng khóc nữa Quyên! Anh đi rồi không biết thành công hay thất bại, sống hay chết, thế nên em đừng chờ đợi anh làm gì để phí hoài tuổi xuân. Nếu sau này có người nào thương yêu em thì hãy lập gia đình. Anh không dám hứa với em điều gì chỉ sợ mình thất hứa."

Quyên lắc đầu buồn bã:

"Mình về đi anh, ở đây càng lâu, Quyên không chịu nổi giây phút ảm đạm này đâu."

Trên đường về nhà, cả hai đều im lặng, sự im lặng như tăng nỗi buồn lên gấp bội. Ánh nắng chiều soi bóng anh dài bên bóng Quyên ngắn, chùng lại trên mặt đường thênh thang. Chia tay ở đầu ngõ, anh nhìn Quyên lưu luyến, anh nắm tay Quyên nhưng Quyên đã giựt tay lại. Anh thở dài:

"Anh đi nhé!"

Quyên thẫn thờ nhìn theo bóng anh lung linh, mờ ảo, nhạt nhòa, xa dần, xa dần….

***

Quyên vẫn có thói quen ngồi bất động trước cửa sổ

hàng giờ để thả những dòng ký ức đi lang thang. Từ cái khung cửa nhỏ trên căn gác thấp lè tè hồi còn ở quê nhà nhìn ra chỉ thấy những mái ngói chồng chất lên nhau, chiều đến lại có vài đám khói từ bếp nhà ai đó bay ra, đến cái khung cửa sổ lớn ở xứ người những khi nhìn tuyết rơi. Cả hai khung cửa ở hai phương trời đã chất chứa bao nỗi nhớ về anh, sự chờ đợi mỏi mòn khô héo đã hai mươi mấy năm rồi. Không biết bây giờ anh đang ở đâu, làm gì? Nơi anh ở có nhiều tuyết như chỗ Quyên không? Anh đã có khi nào nghĩ đến Quyên dù chỉ là một thoáng nhớ qua thôi. Chắc anh đã có một gia đình mới rất hạnh phúc, ấm êm, và biết đâu anh đã có một đàn cháu nội, ngoại, nhưng sao anh không liên lạc với Quyên? Hay anh đã bị chết giữa rừng sâu nước độc? Quyên rùng mình xua đi ý nghĩ chết chóc đó. Không, anh không thể chết, anh không bao giờ chết được trong lòng Quyên. Hình như anh đang trở về với bộ quân phục Không Quân, anh đi hiên ngang dưới làn mưa tuyết phủ trắng xóa trên người. Quyên mừng rỡ chạy đến bên anh gọi to: "Anh Đại, anh Đại!" Ơ kìa, sao anh chỉ cười mà không bước lại gần Quyên? Anh cứ lùi, lùi mãi, lùi mãi cho đến khi bóng anh tan ra.

"Nhà có chị gái mà đi làm về không có cơm ăn, chị Quyên, chị Quyên đâu rồi?" Tiếng Thịnh, em trai Quyên gọi đã kéo Quyên về thực tại. Quyên ngơ ngác hỏi:

"Mấy giờ rồi?"

Thịnh nói:

"4 giờ chiều rồi, sao chị không nấu cơm nước gì hết vậy? Lại ngồi ngẩn ngơ suy nghĩ chuyện cũ phải không?"

"Đâu có suy nghĩ gì đâu!"

"Bác sĩ dặn chị rồi đó, đừng có nghĩ ngợi chuyện buồn nhiều mà bệnh depress lại nặng thêm. Tuyết ngưng rồi, thôi ra cào tuyết với em cho vui chứ để ngày mai nó đóng đá thì cào không nổi đâu."

Quyên lững thững đi theo Thịnh. Tuyết đẹp chỉ để ngắm nhìn nhưng tuyết lại làm khổ người ta khi trở về đời sống thực. Cũng như chuyện của anh và Quyên có lẽ chỉ đẹp khi mình ngồi ngắm nghía và hồi tưởng đến nhau, cho Quyên được sống trong những giấc mơ yêu thương, mong ngóng, để khi tỉnh giấc mơ lòng mình trống rỗng, trái tim mình tê tái. Quyên chợt hát nho nhỏ:

*Một lần nào cho em gặp lại anh,*
*Nghe anh nói em vui một lần*
*Một lần nào cho em gặp lại anh,*
*Rồi thiên thu sẽ là nhung nhớ*
*Giòng đời nào đưa anh đi về đâu,*
*Sao không thấy qua đây một lần*
*Giòng đời nào đưa anh đi về đâu,*
*Những bến bờ xưa cũ đã mờ... (*)*

*Tháng Giêng 2010*

---

(*) "Một Lần Nào Cho Tôi Gặp Lại Em" bài hát của Vũ Thành An.

# TRÊN ĐƯỜNG VỀ NHÀ

Mặt trời đã lên giữa đỉnh, ánh nắng mỗi lúc một thêm chói chang trải dài trên hàng hàng lớp lớp rau xanh, nổi bật giữa những tảng đất đỏ từng tầng vuông cao thấp. Một cô bé tóc dài qua vai, tay ôm cặp, mặc chiếc áo len trắng, áo dài trắng, quần trắng đang mệt nhọc leo lên con dốc cao trước mặt. Mồ hôi làm bện những sợi tóc con vào hai bên thái dương cô và nắng làm đỏ bừng đôi má. Đi lên được lưng chừng dốc, cô bé dừng lại để thở, từ trên cao cô nhìn xuống những luống rau tươi mát và những tảng đất đỏ rồi tưởng tượng nó như một cái bánh khổng lồ đã bị cắt dở dang một góc. Nghĩ đến bánh, cô liên tưởng đến chiếc bánh sinh nhật và mỉm cười một mình; sắp đến ngày sinh nhật của mình nữa rồi, mau quá. Sinh nhật, ngày sinh nhật năm nay sẽ như thế nào nhỉ? Mình biết chắc rằng phải vui hơn năm ngoái, phải có thêm bạn mới, phải có gì khác khác vì mình đã gần mười lăm tuổi rồi. Vậy thì phải về lẹ để bàn với chị Trâm mới được.

Cô bé tiếp tục bước hối hả lên con dốc nhưng bước chân cứ nặng nề làm sao, gót chân cô bé gần như phồng lên bởi mang đôi giày mới và cũng bởi cuộc đi bộ khá dài. Cơn mệt leo dốc thấm nhanh khiến cô bực bội với chính mình. Có khi nào cô phải đi bộ xa như thế này đâu, chẳng qua vì cô nghe theo lời rủ rê của bạn bè chỉ cho cô con đường tắt đi từ trường về nhà rất gần khỏi cần đi xe đò. Thấy mấy đứa bạn đi về chung nhau đông vui nên cô bé cũng đi theo. Thế là khi tan trường, một cuộc đi bộ kéo dây cả năm sáu đứa con gái vừa đi vừa trò chuyện rôm rả thật vui. Cô còn định bụng xin mẹ ngày mai sẽ tiếp tục đi bộ với bạn nữa…Nhưng cô bé có biết đâu là chúng nó đã chia tay cô từ từ ở mỗi ngã rẽ; còn lại một mình cô thui thủi đi hoài mà chưa thấy tới nhà. Cô đâm ra hối hận vì đã không nghe lời mẹ dặn là phải đi xe đò về nhà.

Leo hết con dốc cao lại đi xuống dốc thấp, người cô bé cứ chúi nhủi ra phía trước. Cô giận mình đến phát khóc, xuống tới cuối con dốc có hai ngã quẹo về hai con đường quanh co bên những đám cỏ xanh mọc cao tới đầu gối. Cô bé tần ngần không biết quẹo đường nào, cô ráng nhớ lời dặn của nhỏ Thủy đi hết con dốc rồi quẹo mà cô lại quên mất quẹo bên nào, làm sao bây giờ?! Cô lúng túng một hồi rồi bước đại sang con đường bên trái. Càng đi, con đường như càng dẫn cô xuống một cái hầm đầy những cỏ xanh rậm rì. Cô hoang mang, sợ sệt không biết đây là đâu. Đi được một đoạn trong sự hồi hộp rồi cô cũng ra khỏi con đường quanh co đó và đến một con đường khác có nhiều vườn rau xanh chia từng ô lớn. Mỗi ô vườn cách nhau một bờ đất bé bằng hai bàn chân cô khép lại. Cô thấy ở phía xa một vài người làm vườn đang tưới rau bằng máy bơm, xa hơn nữa là những mái nhà ngói nâu nho nhỏ nằm rải rác nơi ven vườn. Cô đứng lại tròn mắt nhìn cảnh vật lạ hoắc chung quanh rồi hốt hoảng một mình:

- Chết, mình đi lạc rồi. Ngước nhìn ánh nắng chói chang, cô bắt đầu muốn khóc, run giọng lẩm bẩm một mình, đây là đâu, cô không biết được...

- Ê! Một nàng tiên áo trắng nào kìa!

Tiếng cợt đùa của ai đó gọi làm cô bé quay lại, thấy một người con trai đang cầm cái vòi tưới rau nhìn cô cười cười:

- Ê, học sinh học ở đâu mà về trễ vậy?

Tiếng một anh chàng khác hỏi trỏng :

- Nhà ở đâu mà đi qua đây?

Cô bé lắc đầu bước đi, mặt cúi gầm xuống đất để nén giọt nước mắt sắp rơi. Song cô không nén được và bật khóc lên vì sợ, vì không biết mình sẽ đi tiếp về đâu. Cô sụt sịt, dụi mắt vừa đứng lại ngơ ngác nhìn; chẳng có con đường nào nối tiếp theo con đường cô đang đi, nó là đường cụt chỉ có vườn rau và vườn rau kế nhau từng ô. Cô muốn chạy xuống bờ đất để hỏi một người đường nào đi ra ngoài, nhưng tính nhút nhát đã làm cho cô cứ đứng ì ra khóc.

- Ê, khóc nữa kìa bay ơi!

- A, dám bị má đánh đuổi đi lắm.

- Xuống đây anh cho bé kẹo nè.

Tiếng những chàng trai tưới vườn cứ vọng lên châm chọc. Cô bé lấy hết sức can đảm la lớn:

- Thôi, chọc người ta hoài, về méc ba cho lính tới bắt bây giờ.

Có tiếng cười ha hả:

- Ý cha, kêu lính bắt mình kìa, ngon quá ta.

- Làm gì kêu lính bắt, hăm hả?

- Lính bắt hả, anh cho cưng tắm nước lạnh nghe, hết về luôn nè.

Nói rồi, một người đưa cao vòi nước hướng về phía cô bé đứng, nước giăng lên tung toé bắn vô người cô làm ướt hết vạt áo dài trước. Cô sợ hãi chạy lùi ra sau vài bước để tránh nước, chợt cô cảm thấy chân mình bị hụt và cô té ngửa xuống một hố cỏ, chỉ kịp hét lớn một tiếng. Ngay lúc đó một bàn tay của ai đã nắm lấy tay cô giữ lại, Cô ôm chặt cánh tay người lạ mếu máo:

- Cứu con với.

- Cháu đi đứng làm sao mà để bị hụt cẳng vậy?

Cô bé chớp chớp mắt nhìn thì ra đó là bàn tay của một ông cụ. Mặt ông đỏ hồng, đôi mắt hiền hậu dưới đôi chân mày bạc trắng. Ông có hàm ria cũng trắng. Cô bé ngạc nhiên hỏi  ngớ ngẩn:

- Ông... là ông... tiên  phải không?

Ông cụ bật cười:

- Không, không phải là tiên, ông là người thật, nhà ông ở đây mà. Cháu làm gì ở đây để đến nỗi té dơ hết cả áo thế này.

Cô bé sụt sùi khóc:

- Thưa ông, con đi học về bị lạc đường, đến đây còn bị mấy anh dưới kia tưới nước vào người con nữa.

Ông cụ chặc lưỡi:

- Nghịch thế đấy, đứa nào, cháu xuống đây chỉ cho ông xem để ông cho nó một trận.

Cô lắc đầu ngại ngùng :

- Thôi, thôi con sợ lắm. Ông chỉ giùm con đường về nhà đi ông.

- Nhà cháu ở đâu?

- Dạ thưa nhà con ở đường Nguyễn Du đó, ông có biết ở đâu không?

Ông cụ gật gù:

- À, đường Nguyễn Du thì ở dưới kia, cháu phải đi vòng lại thôi.

Cô bé lo lắng hỏi:

-Thưa ông có xa lắm không hả ông?

- Cũng khá xa đấy, nhưng sao cháu lại đi mãi lên tận đây?

- Dạ con nghe bạn chỉ là có một con đường tắt đi ngang qua mấy vườn rau, con đi hoài mà không thấy tới nhà.

- Thế là cháu đi nhầm đường rồi, bây giờ cháu đi thẳng xuống bờ đất này, vòng qua mấy vườn rau là có một đường lớn, cháu quẹo tay trái đi một quãng...

Cô bé ngắt lời ông cụ:

- Dạ ông làm ơn đưa con về giùm được không, con cám ơn ông nhiều lắm, chứ ông chỉ như vầy con không nhớ đâu.

Ông cụ cười hiền lành:

- Thôi được, cháu theo ông để ông bảo thằng cháu ông đưa về giùm vậy.

Cô bé tần ngần:

- Dạ thưa... nhà ông ở đâu ạ?

- Ở ngay dưới vườn kia kìa. Có mấy đứa tưới rau đó, cháu ông cả đấy.

Cô bé lắc đầu:

- Ông ơi, con sợ lắm hồi nãy mấy người đó phun nước vô người con...

Ông cụ vỗ nhẹ đầu cô bé nói:

- Ông biết, ông biết, chúng nó ngỗ nghịch lắm, nhưng không sao, có ông đây rồi, cứ theo ông, để ông mắng chúng nó.

Cô bé ôm cặp trước ngực đi nhẹ từng bước theo ông cụ, đến giữa bờ đất, ông dừng lại gọi to:

- Long ơi, Long, thằng Long đâu.

- Dạ, ông gọi gì cháu .

Cô bé nhìn thấy một người thanh niên cao lớn, vừa chạy lên vừa nói, không phải người trong nhóm cầm cái vòi phun nước vào cô lúc nãy. Cô thấy lòng dịu lại nỗi lo sợ. Tiếng ông cụ gằn giọng hỏi lớn:

- Ai chọc ghẹo còn phun nước vào con người ta thế hả, đứa nào?

Long xua tay:

- Không có cháu đâu nghe ông, tụi thằng Phát đó, lúc nãy cháu mắc rẫy cỏ bên kia.

Ông cụ giơ cái gậy đang cầm trong tay lên đưa về phía mấy người con trai đang tưới vườn rau bây giờ đã dời ra xa hơn ở cuối vườn.

- Thằng Phát hả? Liệu hồn đấy.

Rồi ông quay lại bảo Long:

- Này, dẫn hộ cô em này ra tới đường Nguyễn Du đi, nó đi học về bị lạc đường đó.

Long cười:

- Lớn rồi còn đi lạc nữa hả ông?

Nghe người thanh niên nói, cô bé ngượng đỏ mặt trong khi ông cụ bật cười:

- Ồ, đi lạc thì cứ gì phải lớn với nhỏ, ví như bây giờ mày đi vào rừng sâu một mình xem có lạc không?

- Đó là rừng sâu thì lạc là đương nhiên rồi ông, còn đây là đường cái mà.

- Ôi, thôi đi đi kẻo trưa quá rồi đó; cứ giỏi mà lý luận.

Long gãi gãi đầu:

- Ông ơi, hay ông nói thằng Lãng đi giùm cháu đi, cháu đang bận tay.

- Để đó tao sai đứa khác làm thế mày, đi ngay đi.

Long ngập ngừng :

- Nhưng... lát nữa cháu còn phải vào trường sớm ông à.

Ông cụ trợn mắt:

- Lát nữa thì cũng phải đến hai giờ chứ, mày làm như phải đi liền bây giờ vậy.

- Không ông à, hôm nay cháu phải đến trước hai giờ, đội cháu phải trực thư viện. Đi tới đường Nguyễn Du cháu sợ không về kịp...

Ông cụ gõ cái gậy xuống đất giận giữ:

- Mày cãi hả, tao bảo đi là đi. Mau.

Long quay đi:

- Để cháu đi rửa tay đã.

Ông cụ quát lớn:

- Không rửa gì cả, đi.

Long tiu nghỉu cái mặt, phủi hai tay dính đất đỏ vào nhau rồi đi thẳng về phía trước. Ông cụ gọi giật lại:

- Này Long, đi đứng đàng hoàng, không được chọc ghẹo gì con người ta đấy nhé!

Long không trả lời, ông cụ ngoắc cô bé đi theo Long.

***

Cuộc đi bộ mới lại bắt đầu. Long đi trước, cô bé theo sau. Cô được dẫn qua những vườn rau lang xanh thẳng đều từng luống đến những vườn cải nở búp tròn tươi dưới nắng. Rồi lại sang những vườn khoai tây, vườn bắp, cô nhìn thấy nhiều người đang hái bắp, đào khoai cho vào giỏ cần xế. Đôi lúc cô còn phải chen vào giữa những cây hồng đầy trái non ở vườn nhà ai đó để ra đường lớn. Chỗ nào cũng toàn một màu xanh ngan ngát và mùi hương của cây lá quyện với mùi đất đỏ cứ phảng phất bên cô theo mỗi bước đi. Thật khổ sở cho đôi chân đau nên cô phải đi chậm, tới những khúc quẹo cô cố chạy lên để không bị bỏ xa. Thỉnh thoảng Long quay lại nhìn cô và giục: "Lẹ lên!" Rồi tiếp tục bước đi.

Cô đi như chạy, cái mệt như đã thấm sâu trong cơ thể

cô bé tiểu thư chưa bao giờ phải dang nắng, cố lấy hết sức, cô hỏi lớn:

- Anh gì ơi, sắp tới chưa?

Không một tiếng trả lời, không một cái nhìn quay lại. Cô tưởng Long không nghe vì cô không gọi tên, chợt nhớ ra tên anh chàng là Long, cô bé liền gọi tiếp:

- Anh Long ơi! Sắp tới chưa?

Cũng vẫn không một tiếng trả lời và quay đầu lại như lúc nãy. Tức giận lẫn tủi thân cô chợt dừng lại và ngồi bệt xuống bãi cỏ hoang gần đó bật khóc tức tưởi; cô rất mong về nhà, biết rằng lúc này ở nhà mẹ cô rất sốt ruột, thế nào mẹ cũng cho người đi kiếm cô ở trường. Nhớ lại gương mặt lo lắng của mẹ mỗi lần anh chị cô đi vắng lâu là cô lại sợ và khóc to thêm. Chưa bao giờ cô lại thấy mình khổ như lúc này, vừa mệt, vừa đói, vừa khát nước, lại vừa buồn ngủ. Cô nhớ đến bữa cơm trưa ở nhà, nhớ món cá thu sốt cà với rau salad, nhớ ly nước dâu tươi thơm mát mà cô thường uống mỗi khi đi học về. Cô nhớ chiếc giường nệm xinh xắn, êm êm và ước mong sao mình có đôi cánh thần bay nhanh về nhà ngay lúc này...

- Sao vậy?

Tiếng hỏi làm cô giật mình ngước lên, anh chàng Long đang nhìn cô bực bội hỏi tiếp:

- Sao ngồi đây?

Cô bé lắc đầu không trả lời, đưa tay quệt nước mắt. Thấy cô khóc, Long ái ngại hỏi:

- Mệt hả?

Cô gật đầu. Long ngồi xuống gần đó:

- Mệt thì nghỉ, tui cũng muốn nghỉ một chút.

Cô bé gỡ đôi giày ra gõ gõ xuống cỏ, một tay xoa gót chân. Long nhìn cô bé hỏi:

- Học lớp mấy vậy?

- ...

- Học trường nào?

- ...

Long bực dọc :

- Làm phách không nói hả? Cho ngồi đó một mình luôn.

Long đứng lên phủi quần, cô bé quay lại hét lớn:

- A, anh... Long, anh đừng đi.

Long bướng bỉnh:

- Cứ đi.

Rồi Long dợm bước đi thì cô bé đứng phắt dậy, nói dồn dập:

- Ai làm phách với anh đâu, chính anh làm phách thì có. Hồi nãy người ta kêu quá trời mà anh chẳng thèm trả lời một tiếng.

Giọng nói của cô bé nhoè ra trong tiếng khóc, Long quay đầu lại vừa lúng túng, vừa ngạc nhiên:

- Hồi nào?

- Hồi nãy chứ hồi nào.

- À, có hỏi hả, tại tui không nghe.

- Có nghe! Cô giận dỗi nói, rồi ngồi xuống.

Thấy cô bé khóc càng nhiều, Long ngại ngùng nói:

- Ơ... Thiệt tình không có nghe mà... Ờ... Ơ... Thôi xin lỗi nghe.

Cô bé vẫn sụt sùi khóc, Long lại gần cô, một tay gãi đầu, một tay nắn nắn vành tai mình; đứng một lúc, Long đánh bạo ngồi xuống gần cô và nói như dỗ dành:

- Xin lỗi nghe, thôi đừng khóc nữa.

Cô bé im lặng, rút trong cặp táp ra cái khăn tay chậm nước mắt, Long nhìn theo bàn tay nhỏ nhắn, trắng muốt của cô ở mỗi động tác. Hất mái tóc qua bên vai, cô ngước lên hỏi Long:

- Chừng nào mình mới tới hả anh?

Long nhìn sững vào mặt cô bé, khuôn mặt hơi tròn, đôi mắt đen láy dưới hàng mi dài cong cong. Sống mũi cao thon, cái miệng hồng tươi chúm lại trên cái cằm chẻ, thêm đôi má ửng hồng trông cô càng xinh xắn đáng yêu như khuôn mặt búp bê. Lần đầu tiên Long mới được chiêm ngưỡng thật gần một khuôn mặt dễ thương đến thế.

Thấy Long nhìn mình căm chú, cô bé lấy làm lạ, vội sờ lên má rồi nghiêng đầu hỏi Long :

- Mặt em dính cái gì hả anh?

Tiếng cô bé hỏi làm cho Long định thần lại, Long ấp úng :

- À... Không... Không.

- Sao anh nhìn em dữ vậy? Sao anh không trả lời sắp tới đường Nguyễn Du chưa?

- Ờ , ờ, cũng sắp tới rồi...

Nói xong, Long không nén được xúc động liền ngả người nằm dài trên bãi cỏ. Long nhắm mắt lại cảm nhận một cảm giác êm ái, nồng nàn đang len nhẹ trong lòng. Từ thuở nhỏ đến giờ trong gia đình và ở lối xóm, hầu như không lúc nào Long cảm thấy rằng mình đã lớn. Đối với những đứa bạn gái làm vườn gần nhà, Long chưa bao giờ được nghe ai gọi mình bằng anh, mà chỉ là những tiếng mày tao thân mật từ lâu... Bây giờ khi được ngắm và được nghe một người con gái xa lạ gọi mình bằng "anh" ngọt ngào như thế. Cách xưng hô đã có một sức hút kỳ lạ làm Long có cảm tưởng mình đang lớn lên, mạnh mẽ lên như sức bật của một cái dù to làm bóng mát che ánh nắng gay gắt cho cô bé đáng yêu này...

- Anh... Long, anh làm sao vậy?

Long không trả lời, nghe giọng cô bé hốt hoảng:

- Coi chừng anh bị say nắng rồi!

Cô vừa đặt bàn tay nhỏ bé lên trán Long, Long sung sướng quá vẫn nhắm mắt im lặng. Long ước sao cô đừng rời bàn tay ra khỏi trán mình để sự nồng ấm còn chạy đều trong cơ thể Long, nhưng nó đã không ở lại được lâu khi cô rút nhẹ bàn tay ra. Long mở mắt nhìn cô mỉm cười:

- Ừ, tui đang say đó... mà không phải say nắng đâu...

Đôi mắt đen mở to như ngạc nhiên với câu nói của Long:

- Chắc hồi nãy anh làm vườn ngoài nắng nhiều nên giờ anh nhức đầu hả?

Xao xuyến trong ánh nhìn của cô. Long nói vừa đủ cho mình nghe: " Say vì em đó"

Rồi long ngồi dậy trả lời:

- Ờ, chắc vậy, tui không sao đâu.

- Mình đi tiếp được chưa anh?

Long đứng lên gật đầu:

- Thì đi.

Cô bé nhỏ nhẹ dặn dò:

- Lần này anh Long đi chầm chậm nghe, đừng đi nhanh như hồi nãy mà em chạy theo không kịp.

Long đút hai tay vô túi quần, gật gù, niệng huýt sáo vu vơ chờ cô bé xỏ giày đứng lên. Khi hai người bước song song, Long đi từng bước chậm, lúc này là lúc Long đang muốn cho con đường về nhà xa thêm để được đi bên cạnh cô bé dễ thương  này thật lâu. Long bỗng tiếc thời gian từ nãy giờ đi qua nhanh và thầm trách mình đã thờ ơ với cô bé cả một đoạn đường. Long hỏi cô bé:

- Học lớp mấy?

- Dạ em học lớp đệ tứ.

- Trường nào?

- Trường tư thục Văn Khoa, anh biết trường đó không?

- Biết, a... Tên gì vậy?

- Em tên Hương. Còn anh học lớp mấy, trường nào?

-  Đệ nhất, trường Trần Hưng Đạo.

- A, vậy chắc anh  học giỏi lắm ha.

Long lắc đầu:

- Không, học xoàng thôi, sao Hương lại hỏi  như vậy?

- Tại em có ông anh học trường Trần Hưng Đạo, ảnh học giỏi lắm mà vẫn than là học không lại mấy bạn trong lớp.

- Cũng tùy lớp thôi, lớp của người anh Hương là lớp giỏi rồi, còn lớp tui học là lớp bết nhất trường, mà tui lại là người xoàng nhất lớp. Năm nay là năm thi tú tài hai, tui đang lo quá trời đây.

- Anh biết lo vậy là anh cũng chăm chỉ rồi, em biết chắc anh khiêm nhường đó... À, anh Long ơi mấy anh tưới vườn hồi nãy sao kỳ cục quá, anh có quen với mấy người đó không?

Long đá văng một hòn đá lên phía trước, cười ngượng ngập:

- À... có, mà cũng tại Hương đòi kêu lính bắt người ta làm chi.

- Em tức quá nói đại thôi chứ em có quyền gì kêu lính bắt. May mà có ông của anh đến kịp chứ không áo quần em còn bị ướt thêm nữa.

Long à nhỏ, nghĩ thầm: Nếu như tụi thằng Phát mà có dịp nói chuyện với con nhỏ này, thì tụi nó sẽ thấy việc tưới nước vừa rồi là điều thô lỗ, một trò vô giáo dục không thể chấp nhận được... Nghĩ đến đây, tự nhiên Long buột miệng nói:

- Thôi, cho tui thay mặt tụi nó xin lỗi Hương nghe. Tụi nó nghịch tệ quá.

Hương nói nhỏ:

- Xin lỗi gì thì chuyện cũng đã rồi.

Long im lặng, cúi nhìn xuống đất đếm từng bước đi

của mình. Hai đứa lại đi ngang qua những khu vườn cây trái, rồi lại đến những ngôi nhà villa đẹp đẽ, yên tĩnh, có trồng đủ loại hoa rực rỡ chung quanh.

Cô bé vừa đi, vừa lơ đãng nhìn vào vườn hoa của từng ngôi nhà bên đường. Những màu hoa đủ màu sắc đã thu hút cái nhìn càng lúc càng chăm chú hơn. Nào hoa thược dược đỏ, hoa cúc vàng, hoa tulip tím, hoa hồng đỏ, vàng, trắng. Mắt Hương dừng lại ở đoá hoa hồng trắng nở to bằng cái chén. Hương nói như reo:

- Anh Long nhìn kìa, hoa hồng trắng đẹp quá.

Long nhìn theo hướng chỉ của Hương gật gù:

- Ờ, đẹp quá, bộ Hương thích hoa hồng lắm hả?

- Dạ, em thích hoa hồng trắng lắm, nhà em cũng có trồng hoa hồng nữa nhưng mà không có hoa hồng trắng. Mẹ em đang xin giống người ta để trồng đó.

- Vậy à, để tui tìm cách hái cho Hương nghe .

Hương ngăn cản:

- Đừng anh, hoa ở nhà người ta làm sao mà hái được.

- Được mà, có sao đâu nhà này trồng cả vườn hoa lận, mình chỉ hái có một đoá nhằm nhò gì.

Hương nhìn cánh cửa ngôi nhà thấy có hình cái đầu chó dữ, Hương lắc đầu:

- Thôi, anh nhìn kìa có bảng coi chừng chó dữ đó.

Long gạt tay:

- Không sao, chó giờ này ngủ rồi.

Long đứng quan sát bên trong căn nhà, chung quanh

thật vắng lặng. Cổng ngoài và cửa chính đều đóng kín, không có bóng ai ngoài vườn. Có lẽ chủ nhà đi vắng. Cũng chẳng thấy bóng dáng của con chó nào ở gần đó cả. Hàng rào là loại lưới mắt cáo, không có kẽm gai ở phía trên, rất dễ leo. Long nhắm khoảng cách từ hàng rào đến cây hoa hồng trắng chừng ba sải chân, rồi quả quyết; được, phải làm thật gọn lẹ. Long ra hiệu:

- Hương đứng đây canh chừng nghe.

Cô bé Hương cứ lắc đầu quầy quậy:

- Đừng, đừng, anh làm Hương hồi hộp quá, thôi đi.

Hương vừa dứt lời thì Long đã hăng hái phóng đến bờ rào lưới cao, hai tay bám vào lưới nhanh nhẹn leo lên khỏi hàng rào, nhảy vào trong vườn; Hương nhìn Long đang bước rón rén lại gần cây bông hồng. Hương run giọng :

- Trời ơi, anh gan quá vậy, lẹ lên, chủ nhà ra bây giờ.

Long đưa ngón tay lên miệng:

- Suỵt, hình như có con chó.

Hương lính quýnh:

- Chó thì nhanh lên đi anh.

Long nhảy tới phía trước gần sát bên cây hoa hồng, cẩn thận nắm từng cành có gai đẩy sang một bên rồi thò bàn tay vào ngắt cánh hoa hồng trắng. Long vừa cầm được cánh hoa trong tay thì đã thấy bóng con chó xuất hiện nơi ngạch cửa bên hông nhà.. Long nhanh nhẹn phóng đến bên hàng rào cùng tiếng gọi hốt hoảng của Hương:

- Chết rồi, con chó rượt anh kìa. Mau lên .

Nghe tiếng động con chó sủa lên dữ dội. Nó chạy theo

Long đến bên hàng rào thì Long cũng vừa nhảy lên bám hai tay vào lưới, vừa co chân phải để lấy thế leo lên cao hơn. Con chó đã sát bên Long hung hăng sủa, nó ngoạm một cái gấu quần bên trái của Long. Long vùng vẫy cái chân, đạp mạnh bàn chân phải kia vào đầu con chó. Con chó cắn mất một miếng vải, nó chồm lên định cắn vào đùi Long. Long co vội hai chân lên cao dùng hết sức mạnh nhảy vọt ra ngoài. Bước nhảy nhanh đến mức làm Long mất đà té chúi xuống đất. Đôi dép bị rớt lại một chiếc trong vườn, bàn tay đè lên cành hoa hồng bị gai đâm đau buốt. Tiếng chó sủa vang dội cả khu vườn yên tĩnh; Long cố ngồi dậy kéo tay Hương giục:

- Chạy đi, lẹ lên.

Hương nhìn xuống chân Long lắp bắp:

-Chiếc dép... chiếc dép của anh...

Long khoát tay, thở dốc:

- Bỏ, chạy mau.

Cả hai cùng chạy về phía lùm cỏ hoang, chạy như bay, như trốn tiếng sủa báo động của con chó dữ. Long kéo tay Hương mạnh đến nỗi mấy lần Hương suýt té. Băng qua đám cỏ rậm rì lần ra tới con đường lớn, khi nghe tiếng chỏ sủa xa dần. Long mới bỏ tay Hương ra ngồi xuống. Cả hai cùng thở hổn hển, Long lắc đầu:

- Đồ con chó chết tiệt.

Rồi như nhớ ra cái bông, Long quay qua quay lại:

- Ủa, cái bông?

Long đưa bàn tay lên:

- À, đây rồi.

Cánh hoa bị gãy một nửa, nhưng bông hoa vẫn còn nguyên, Long đưa cho Hương:

- Nè, tặng Hương đó.

Hương cầm lấy cành hoa run run:

- Hoa đẹp quá, lúc mình chạy em cứ tưởng là nó đã bị rụng bớt cánh rồi chớ, có cái hoa thôi mà anh Long làm em bị một phen sợ khiếp vía.

- Bây giờ còn sợ không?

Hương gật đầu:

- Em vẫn còn run chút xíu.

Hương đưa cánh hoa lên mũi ngửi: - Thơm quá! Rồi quay sang Long:

- Anh Long ngửi thử coi, hoa thơm lắm nè.

Khuôn mặt Long nhăn lại vì cảm giác đau nhức ở chân. Long khoát tay mệt mỏi:

- Ừ, khỏi ngửi cũng biết hoa thơm rồi.

Hương nhìn Long hốt hoảng :

- Kìa, anh Long làm sao vậy?

Long rút bàn chân trái lên ngó, máu ở dưới lòng bàn chân đang rỉ ra từng giọt. Hương la lên :

- Trời ơi! Anh chảy máu kìa, chắc anh đạp đinh rồi.

Long mím môi nén đau :

- Chắc vậy!

Hương luýnh quýnh :

- Làm sao bây giờ?

Long xua tay:

- Không sao, nó chảy một chút  xíu là hết thôi mà.

- Không hết được đâu. Em thấy nó chảy mỗi lúc một nhiều kìa.

Hương cúi xuống lục cặp táp rút ra cái khăn tay:

- Để em lấy cái khăn này cột chặt lại xem .

Long giơ tay ngăn lại:

- Thôi, dơ cái khăn.

- Không, không, phải cầm máu để em cột lại cho, anh Long cứ để em làm. Chảy máu hoài như vầy nguy hiểm lắm.

Hương lấy cái khăn lau sạch các vết máu sơ chung quanh rồi cuộn chỗ dơ lại để chỗ sạch của khăn đè mạnh vào ngay chỗ chảy máu. Hương cầm tay Long đặt vào chỗ chiếc khăn dặn:

- Anh Long giữ chỗ này thiệt chặt nghe, để em kiếm sợi dây cột chặt lại cho.

Long làm theo lời Hương; im lặng quan sát từng cử chỉ của Hương; thấy Hương lấy trong cặp táp ra một sợi dây len, dơ lên ngắm nghía một chút rồi cúi xuống vòng sợi dây qua bàn chân Long cột lại, mái tóc dài của cô bé đổ xuống ngay mặt Long, một mùi thơm nhẹ từ làn tóc đập vào mũi. Long hít mạnh mũi cho mùi hương đi sâu vào buồng phổi. Như một sự kỳ diệu của món thuốc thần tiên nào đó làm cho Long bớt đi cảm giác chân mình đau nhức, Long hỏi:

- Làm như vậy để làm gì?

- Để nó không bị chảy máu nữa.

- Ai chỉ cho Hương vậy?

- Em thấy ở nhà mỗi khi ai đứt tay là anh hai em hay làm vậy lắm.

Vẫn nhìn xuống chân Long, Hương lo lắng hỏi:

- Anh Long à, chút nữa không có dép làm sao anh đi được?

Long gật đầu:

- Được.

Bỗng có tiếng xe Honda của một người thanh niên chạy qua chỗ của Hương và Long ngồi. Chiếc xe chạy chậm lại rề rề lượn quanh hai đứa...

- Hương, Hương.

Cả Hương và Long cùng giật mình ngước lên; Hương mừng rỡ reo to:

- A, anh Tư

Mặt người thanh niên cau lại, giọng gắt gỏng:

- À, thì ra đi học không về nhà mà còn đi chơi với bạn trai để cho cả nhà phải sốt ruột lên vì mày, hư quá đi về liền.

Hương lắc đầu nguầy nguậy:

- Không, không phải đâu anh Tư, em... em bị lạc đường mà...

Long cũng nói chen vào:

- Đúng rồi anh à, Hương bị lạc đường xuống tới khu Cô Giang nên tui đưa Hương về...

- Thôi, đừng có láo đưa về sao còn ở đây? Lạc đường, lạc đường, tao bắt được quả tang mày như vầy mà còn chối nữa hả, về nhà tao cho một trận.

Hương dậm chân nói như khóc:

- Không, em nói thiệt mà, em không có đi chơi.

Người anh vẫn quát:

- Không đi chơi sao giờ này chưa về, ở nhà mẹ đang quýnh lên vì mày kìa, lên xe, về!

Hương ôm cặp đứng lên nhìn miếng khăn đang nhuốm máu đỏ nhiều thêm dưới chân Long trong khi Long mím môi tức giận. Hương ngập ngừng lo lắng nói với người anh:

- Anh Tư ơi, cái chân anh này đang chảy máu nè...

- Thì kệ nó, mày cứ lo việc mày, lên xe mau.

Long chống tay gượng đứng dậy, nói như hét lên:

- Thôi, Hương về đi, mặc kệ tui , mặc kệ tui.

Hương ngần ngại:

- Nhưng anh không đi được mà, máu còn chảy nhiều quá.

Người anh của Hương quát to hơn:

- Không đi được cũng mặc nó, mày không nghe nó nói sao, xót thương nó phải không? Đồ con gái hư, mày có lên xe không thì nói.

Hương líu ríu đi lại phía sau xe, nghe tiếng gọi dịu dàng của Long:

- Hương, cái bông hồng nè.

Hương quay lại định chạy đến thì bàn tay anh Tư đã kéo Hương ra sau :

- Lên xe, không có bông hoa gì hết.

Hương đành lắc đầu leo lên yên xe, anh Tư rồ ga vọt nhanh, cô bé ngoái cổ lại nhìn, sau đám khói của chiếc xe bóng dáng Long đang khập khiễng từng bước đi ngó theo cô, ngẩn ngơ với bông hồng trắng trong tay. Bóng dáng mờ ảo, lung linh, nhoè nhoẹt và vỡ ra theo những giọt nước mắt ràn rụa trên mặt cô.

*Tháng 6/1977*

# MỤC LỤC

Liên lạc Tác giả
**Thiên Lý**
thienly60@gmail.com

Liên lạc Nhà xuất bản
**Nhân Ảnh**
han.le3359@gmail.com
(408) 722-5626

www.ingramcontent.com/pod-product-compliance
Lightning Source LLC
LaVergne TN
LVHW100844071026
849525LV00024B/120
* 9 7 8 1 9 8 9 7 0 5 4 6 9 *